நேற்றிருந்தோம்

(புது வாசவேஸ்வரம்)

நேற்றிருந்தோம்

(புது வாசவேஸ்வரம்)

கிருத்திகா

எழுத்து பிரசுரம்

Title: Netrirunthom
Author's Name: Krithika

Published by Ezutthu Prachuram

Ezutthu Prachuram
(An imprint of Zero Degree Publishing)
No. 55(7), R Block, 6th Avenue,
Anna Nagar,
Chennai - 600 040

Website: www.zerodegreepublishing.com
E Mail id: zerodegreepublishing@gmail.com
Phone : 89250 61999

Ezutthu Prachuram First Edition: July 2022
ISBN: 978-93-91748-39-5
TITLE NO EP: 351

Rs.

Layout & Cover Design: Vijayan, Creative Studio

எனதன்புள்ள

நண்பர் சிட்டிக்கு சமர்ப்பணம்...

நேற்றிருந்தோம் அந்த வீட்டினிலே
இந்த நேரமிருந்தால் என்படுவோம்?

– புயற்காற்று: பாரதியார்

பூர்வ பீடிகை

ஒரு சமயம் மகரிஷி நாரதர் தம் இஷ்ட தெய்வத்தைத் தரிசிக்க வைகுண்டம் சென்றார். அப்போது ஸ்ரீமன் நாராயணன் மஞ்சத்தின் மீது இளைப்பாறிக் கொண்டிருந்தார். அவர் பாதங்களை வருடியபடி, பக்கத்தில் வீற்றிருந்தாள் தேவி. ஆ! எப்பேர்ப்பட்ட திவ்ய தரிசனம். லட்சுமி காந்தனுடைய ஆணவம் பொங்கும் மார்பைக் கண்டு பூரிப்பதா, அல்லது ஸ்ரீதேவியின் மோகன வடிவைப் பார்த்து மகிழ்வதா என்று யோசித்துப் பார்ப்பதற்குள் தேவி சட்டென்று எழுந்து உள்ளே போய் விட்டாள். இந்தச் செய்கை நாரதருக்கு வேதனையைத் தந்தது.

பகவானைப் பார்த்துச் சொன்னார். "பிரபோ, எதற்காக என்னைக் கண்டதும் தேவி இப்படி அவசரமாக உள்ளே போக வேண்டும்? நானோ ஜிதேந்திரியன். மாயையை வென்றவன். உங்களுடைய இந்த ஒருமைத் தோற்றத்தைக் கண்டு துதிப்பவன். அப்படியிருக்க என்னைப் பார்த்து லட்சுமி தேவி ஏன் அச்சம் கொள்ள வேண்டும்?"

நாராயணன் முகத்தில் ஒரு புன்சிரிப்பு மலர்ந்தது. “நீ மாயையை வென்று விட்டாயா? அதை வெல்ல முடியுமா? பிரம்மாதி தேவர்களால் செய்ய முடியாத அதை நீ செய்துவிட்டாயா? அப்படியானால் இந்த மாயை என்னவென்று எனக்கு விளக்கிச் சொல் பார்ப்போம்.”

நாரதர் தன் தவறை உணர்ந்தார். பிரம்மனால் கூட ஜயிக்க முடியாததை தான் வென்றுவிட்டதாகச் சொன்னது மன்னிக்கக் கூடியதா? ஒருகண நேரத்திற்குத் தன் அறிவிற்குத் திரை போட்டுவிட்டதைப் புரிந்து கொண்டார்.

“பிரபோ, என்னை மன்னித்து, என் மேல் தயை கூர்ந்து மாயையின் ச்வரூபத்தைக் காட்டி அருள வேண்டும்.” என்றார் விநயத்துடன்.

“நாரதா, சத்வ, ரஜஸ, தாமஸமென்னும் முக்குணத்தன்மை கொண்ட எவனாலும் இந்த மாயையை வெல்லுவது கடினம். இது அவனுடன் பிறந்த ஒரு அம்சமாகும். அவனுக்குள் இருந்துகொண்டே அது அவனுக்குப் பற்பல தோற்றங்கள் கொடுக்கும்.”

“என்னுள் இருக்கும் மாயையை எனக்குக் காட்ட வேண்டும் சுவாமி.”

“நிஜமாகவே பார்க்க ஆசைப்படுகிறாயா? ஏற்பது கடினம். சொல்லிவிட்டேன்.”

“இருக்கட்டும். எப்படியானாலும் சரி, அதைப் பார்த்தே தீர வேண்டும்.”

நாராயணன் முகத்தில், மறுபடியும் அந்த விவரிக்க இயலாத பூடகமான, புன்னகை தவழ்ந்தது. கருடனை மனதில் நினைத்தார். அக்கணமே அவன் தயாராக அங்கே வந்து நின்றான். இருவரும் புறப்பட்டார்கள்.

அமுதக் குழம்பென ஒளிவீசும் அந்த விண்ணுலகை விட்டு கரிய மேகத்தின் இடையே ஊடுருவிப் பாய்ந்து, மூடும் வெண்பனியைக்

கிழித்துக்கொண்டு இமைக்கும் நேரத்திற்குள் மண்ணுலகை அடைந்தார்கள். ஆதித்திய நாட்டின் நகரமொன்றான பரதபுரி அருகில் வந்ததும், அவர்கள் கருடனை விட்டுக் கீழே இறங்கினார்கள். கடற்கரை. எங்கும் பரிதியின் சோதி. அந்த ஒளி, நிலத்துடனும் நீருடனும் காமுற்று, காற்றைத் தழுவி நகைத்தது. அக்னிப் பிழம்பு போல ஜ்வலிக்கும் ரிஷியின் ஆத்ம நண்பர் அவரைக் கையைப் பிடித்துக் கூட்டிப் போனார்.

“வா, இதோ மேற்கு சமுத்திரம் அஸ்தமிக்கும் சமயம் இந்தப் புனிதமான வேளையில் நீரில் முழுகி எழு” என்று ஆக்ஞாபித்தார்.

நாரதர் தன் வீணையைக் கரையில் வைத்துவிட்டு நீராட ஜலத்தில் இறங்கினார். நாராயணனை ஸ்மரித்தபடி கடலில் முழுகினார். கரையேறினதும் தென்னை மரத்தடியில் தான் விட்டுச்சென்ற பரந்தாமனையும் வீணையையும் காணாமல் திகைத்து நின்றார். அதே சமயம் மற்றுமொரு அதிர்ச்சி அவரை நிலைதடுமாறச் செய்தது. அவருடைய தோற்றம் முற்றுமே மாறிவிட்டது. நாரத மகரிஷி அப்போது பொங்கி வரும் பெருநிலவென ஒரு அழகு மிக்க பெண்ணாய் விளங்கினார்.

அந்தத் தருணத்தில் அங்கே ஆதித்திய நாட்டு மன்னனான வீராதித்தியன் தற்செயலாக வந்து சேர நேர்ந்தது. கடற்கரையில் உலாவிக் கொண்டிருந்த அரசனின் கண்ணில் தென்பட்டாள் நாரதப் பெண்ணான அந்த அரம்பை. இந்த மின்னல் வடிவத்தாளைப் பார்த்து யார்தான் காதல் கொள்ள மாட்டார்கள்? அப்படியே சொக்கி விட்டான் மன்னன்.

“அடி பெண்ணே. நீ யாரென்று புரியவில்லையே. ஏதோ தேவலோகத்திலிருந்து வந்தவளைப் போல அழகு சொட்டுகிறாயே. என்னைக் கௌரவித்து என்னுடன் அரண்மனைக்கு வருகிறாயா?” என்று கேட்டான்.

பெண்ணாக நின்ற நாரதருக்கு தன்னுடைய பூர்வ விருத்தாந்தம் அறவே மறந்து போய்விட்டது. பெண்களுக்கு இயல்பான

லஜ்ஜையுடன் அரசனைக் கடைக்கண்ணால் பார்த்தாள். "சம்மதமென்று சொல்லு. உன்னழகு என்மோனைத் திருகுதடி" என்று வீராதித்தியன் கெஞ்சினான். வற்புறுத்தினான்.

மறுபடியும் கண் இமைகள் படபடத்தன; ஆனால் பதிலில்லை. இந்தத் தடவை அந்தச் சாடையை அரசன் புரிந்து கொண்டான். தன்னுடன் வந்த பரிவாரங்களை அழைத்து, அவளுக்கு ஒரு சிவிகை தயார் செய்து, அதில் அவளை ஏற்றிக்கொண்டு அரண்மனைக்கு இட்டுச் சென்றான்.

அரசனுக்கும் கன்னிகைக்கும் விவாகம் சிறப்பாக நடந்தேறியது. சிறிது காலத்திற்கெல்லாம் அவர்களுக்கு மக்கட் பேறும் உண்டாயிற்று. அவர்களைக் கண்ணும் கருத்துமாக வளர்த்து ஆளாக்கினார்கள். உரிய காலத்தில் திருமணமும் செய்வித்தார்கள். நாளடைவில் அவர்களுக்கும் புத்திரர்கள் பிறந்தார்கள். இப்படியே பிள்ளைகளுடனும் பேரன்மார்களுடனும் அவள் மகிழ்ச்சியுடன் காலம் கழித்து வந்தாள்.

அப்படியிருக்கும்போது அண்டை தேசத்து அரசன் ஆதித்திய நாட்டின் மேல் படையெடுத்து வந்தான். வீராதித்தியனும் பெரும் சேனையொன்றைத் திரட்டிக் கொண்டு போருக்கு முனைந்தான். பயங்கரமான யுத்தம் நிகழ்ந்தது. ஆதித்தியன் தோற்றான். மற்றும் அவனைச் சார்ந்த எல்லோரும் மாண்டுவிட்டார்கள். அரசன் ஒன்றுமே புரியாமல் மனமுடைந்து ஸ்தம்பித்து பித்துப் பிடித்தாற் போல நின்றான். அரசியோ போர்க்களத்திற்கு ஓடிவந்து அப்பிரேதங்கள் மேல் விழுந்து புலம்பி அழுதாள்.

"தெய்வமே... நான் என்ன பாவம் செய்தேன்? என் வம்சம் இப்படி அடியோடு அழியும்படி செய்துவிட்டாயே! இது நியாயமா? இப்படி ஒரேயடியாக பலிகொடுக்கவா இத்தனை காலமாக அரும்பாடுபட்டு இவர்களை வளர்த்து உருவாக்கினேன்?" என்று பிரலாபித்தாள்.

அங்கிருந்தவர்கள் அரசனையும் அரசியையும் தேற்றி பக்கத்திலிருந்த சமுத்திரத்தில் ஸ்நானம் செய்து ஈமக் கடன்களை

முடிக்கத் தூண்டினார்கள். அரசி மோதும் அலைகளுக்குள் அமிழ்ந்து எழுந்தாள். வெண் நுரையை விட்டு எழுந்ததும், நாரதர் மரத்தடியில் நாராயணனையும் தன் வீணையையும் கண்டார். விஷயம் விளங்கி விட்டது. நாராயணனின் பாதத்தில் நெடுஞ்சாண்கிடையாக விழுந்தார்.

"பரந்தாமா, மாயை என்பது என்னவென்று புரிந்துகொண்டேன். அப்பப்பா! நான் பெண் ஜன்மமெடுத்து அனுபவித்த இன்ப துன்பங்கள்! நினைத்துப் பார்க்கும்போது உலகமே ஒரு கனவு என்று கண்டுவிட்டேன். துன்பமில்லாத நிலையே சக்தியென்று எனக்கு உணர்த்த வேண்டிய தத்துவத்தை உணர்ந்தேன். ஆனால் ஒன்று. ஸ்திரீ ஜன்மத்தை விட்ட பிறகும் அந்த நினைவு பசுமையாக இருக்கிறதே. அப்போது மாத்திரம் நான் நாரதர் என்ற எண்ணம் அறவே மறந்திருந்தேனே! இதற்கென்ன காரணம்?"

"அதுவா... அயர்ந்து தூங்கும் ஒருவன், தான் காணும் கனவை வேறு ஒரு உலகமென்று நினைத்து அதில் அமிழ்ந்துவிடுகிறான். அது அவன் அகத்தின் அந்தரங்க உலகமென்பது அப்போது அவன் நினைவில் பதிவதில்லை. கனவு கலைந்து எழுந்த பிறகு, தான் சொப்பனத்தில் கண்ட விஷயங்கள் அவனுக்குத் தெளிவாக நினைவு வருகிறது. அதுபோலதான் இதுவும்."

"அப்படியானால் இந்த மாயை என்பது நம் அடிமனதின் அந்தரங்க உலகமேதானோ?"

"சந்தேகமில்லாமல். இந்த உண்மையை விளக்க ஏன் ஆதித்திய நாட்டைத் தேர்ந்தெடுத்தேன் தெரியுமா? இந்த தேசத்தில் இந்த மாயை விசேஷ ஆற்றலுடன் நடமாடுகிறது. பகிரங்கமாகத் தோன்றுகிறது. பார்க்க வேண்டுமா? என் கூட வா."

நாராயணன் அவரை ஒரு தோப்புக்குள் அழைத்துச் சென்றார். விடியற்கால சமயம். வானில் செந்நிறம் பூசியிருந்தது. அடர்ந்து வளர்ந்த தருக்கள். கருத்த இலைகளுக்கு ஊடே பட்சிகள் கூவும் கோலாகலம். காலின் அடியில் புல்லாந்தரை மெத்தென்று

இருந்தது. மரகத ரத்ன கம்பளம். பனிக்குளித்த பூமி. தோப்புக்குள் அநேக சிறு குடில்கள் தென்பட்டன. நேர்த்தியான சிறுசிறு ஓலைக் குடிசைகள்.

"இதென்ன! ஒரு ஆசிரமம் போல் இருக்கிறதே!" என்றார் நாரதர்.

"அப்படித்தான் வைத்துக் கொள்ளேன். கலியுகத்தில் இயேசு மறைந்த சம்பவத்திலிருந்து கணக்குப் போட்டால் இப்போது நாமிருக்கும் காலம் இருபதாவது நூற்றாண்டு. இந்த யுகத்தில் தொல்லை அதிகமென்பது உனக்குத் தெரியும். மக்களை துன்பங்கள் வெகுவாகத் தாக்குகின்றன. அதனால் நெருக்கமான நகர வாழ்வை விட்டு இப்படி சற்று ஒதுக்குப்புறமாக இருக்க விரும்பி ஜனங்கள் இங்கே வந்திருக்கிறார்கள் என்று நினைக்கிறேன். ஒருவேளை அவர்களும் உன்னைப் போல் மாயையைக் காண ஆசைப்பட்டுத்தான் இப்படிச் செய்கிறார்களோ?" நாராயணன் அவரைக் குறும்புடன் பார்த்தார்.

ஆனால் நாரதர் தன் ஆத்ம நண்பனைக் கவனித்ததாகத் தெரியவில்லை. அவர் முழுக் கவனமும் கண்முன் தோன்றிய நாடகத்தில் லயித்துவிட்டது. மரங்கள் அடர்ந்து வளர்ந்திருந்த அந்தச் சோலைக்கு நடுவே ஒரு பரந்த இடைவெளி, பச்சைப் பசேலென்ற புல்லாந்தரை. அதற்கு நட்ட நடுவே போட்டிருந்த ஒரு உயர்ந்த ஆசனத்தில் கௌபீனம் தரித்த ஒரு சுந்தர புருஷன் அமர்ந்திருந்தான். ஆண்மை நிறைந்த அவனுடைய அழகு தெய்வீகத் தன்மை கொண்டிருந்தது. தேகம் பொலிவுடன் திகழ்ந்தது. அங்க உறுப்புகள், விசேஷ சக்தி பெற்றவைபோல் புடைத்து நின்றன. அவன் கண்களை மூடிக் கொண்டிருந்தான். யோகத்தில் ஆழ்ந்திருக்கிறானோ? நாரதர் அவனுடைய வசீகரிக்கும் தோற்றத்திற்குக் கட்டுப் பட்டு அவனையே உற்றுப் பார்த்துக்கொண்டிருந்தார். குடிசைகளிலிருந்து கொஞ்சங் கொஞ்சமாக வெளிப்பட்ட ஜனங்களும் அதுபோலவே கட்டுண்டு அவன் எதிரில் வந்து

அமர்ந்து கொண்டார்கள். அவன் கண்களைத் திறந்தான். நாரதர் திடுக்கிட்டார். இதென்ன! தனக்கு உயிரினும் உயிரான அந்தத் தாமரைக் கண்ணனுடைய விழிகள் மாதிரியே...

அவர் சட்டென்று திரும்பிப் பார்த்தார். பக்கத்தில் நாராயணனைக் காணவில்லை. இதென்ன மாயம்! நாரதர் மறுபடியும் மேடை மேலிருந்த புருஷனைப் பார்த்தார். ஆமாம். அதே மயக்கும் கண்கள். ஆழம் அறிய முடியாத நேத்திரங்கள், கோமளமானவை. அங்கிருந்தோர் யாவரையும் அப்பார்வையால் அவன் தன்பால் இழுத்துக்கொண்டான். ஆ... அந்தக் கண்களுக்குத்தான் என்ன ஆகர்ஷிக்கும் சக்தி!

கூட்டத்தில் அசைவே இல்லை. எல்லோரும் அவனுடைய தோற்றத்தில் லயித்து அப்படியே ஸ்தம்பித்து உட்கார்ந்து இருந்தார்கள்.

"ஏன் என்னைப் பார்த்து இப்படி மலைத்து உட்கார்ந்து இருக்கிறீர்கள்? அப்படிச் செய்தால் உங்களை நீங்கள் அறிய முடியுமா? அப்படி இருப்பதை இருப்பது போல உணரவேண்டுமானால் உங்களையே பரீட்சித்துப் பார்த்துக் கொள்ளுங்கள். சீக்கிரம்... ஊம். இப்படி ஆடை ஆபரணங்களைக் கொண்டு மூடினால் உங்களுடைய நிஜ ஸ்வரூபம் வெளியாகுமா?" அழுத்தமான அந்தக் குரல் கடுமையுடன் ஒலித்தது. அங்கே இருந்த ஒருவன் தன் அங்கியைப் பிய்த்து எறிந்தான். பெண் ஒருத்தி தன் கூந்தலின் முடியைத் தளர்த்திவிட்டாள். அது காற்றில் விரிந்து கொடுத்து அவள் முகத்தில் வாரி அடித்தது. ஒவ்வொருவராகக் கூட்டத்தில் இருந்தவர்கள் தம் ஆடைகளைக் களைய ஆரம்பித்தார்கள்.

"ஊம்... சீக்கிரமாக... இந்தத் தேகத்தைப் போர்த்தி மூடியிருக்கும் அழுக்கைக் களையுங்கள். இது புறத்தே உள்ள கந்தை மூட்டை. எங்கே.... இப்போது அகத்தைத் தொட்டுப் பாருங்கள். அங்கேயும் ஒரு பெரிய ஊழல் மூட்டை இருக்கிறதாவென்ன?" நாரதர் திக்பிரமை கொண்டு அப்படியே கல்லாய் சமைந்துவிட்டார்.

“சீக்கிரம் உள்ளத்திலுள்ள முடிச்சுகளை அவிழ்த்துப் பாருங்கள். நகத்தால் பிறாண்டி அதில் உணர்ச்சியுண்டாவென்று தெளியுங்கள்.” விண் விண்ணென்று அவன் சொற்கள் சாட்டையடி போல வெடித்து வெளி வந்தன. களைந்த ஆடைகள் தாறுமாறாகக் கீழே கிடந்தன. மக்களுக்கு மெதுவாக வெறி தலைக்கேறிக்கொண்டு வந்தது. சிரித்தார்கள். அழுதார்கள், பாடினார்கள், கூத்தாடினார்கள். ஐயோவென்று வயிற்றில் அடித்துக் கொண்டார்கள். அப்பாவென்று அலறி ஓடினார்கள். அடடாவென்று ஆவேசங்கொண்டு தன்னைத் தானாகவே கட்டியணைத்துக்கொண்டார்கள். அந்தக் குரல் பச்சாதாபமின்றி பேசிக்கொண்டே போயிற்று.

“ஆமாம். அப்படித்தான் நன்றாக அடித்துக்கொண்டு புரளுங்கள். கத்துங்கள், அலறுங்கள், நகத்தால் உடம்பைக் கீறிப் பாருங்கள். இதயம் பிளக்கும். நெஞ்சின் மூடி திறக்கும். அப்படித்தான். மோகத்தைக் கொன்றுவிடு என்று இறைஞ்சிக் கேளுங்கள்.”

கூட்டத்தின் பைத்திய வெறி அதிகப்பட்டது. ஆவேசம் வந்தது போல எல்லோரும் தன்னைத் தானாகவே துன்புறுத்திக்கொள்ளத் தலைப்பட்டனர். அந்தப் புருஷனின் வசிய சக்திக்குக் கட்டுண்டு ஜனங்களின் தோற்றம் மிருகத் தன்மையை அடைந்தது.

ஆனால் ஒன்று. ஒவ்வொருவனுடைய கவனமும் தன்னுள் ஆழ்ந்திருந்தது. பக்கத்திலிருந்தவனை அவன் அறவே மறந்துவிட்டான். போர்க்களத்தில் அறுந்து சாய்ந்த கொடிகளைப் போல அப் பசும்புல் தரையில் மக்கள் விழுந்து தம் இச்சைகளையும் ஆசாபாசங்களையும் பச்சையாக வெளியிட்டு கதறிப் புரண்டார்கள்.

“இதைவிட என் பெண் ஜன்மம் எவ்வளவோ மேல்” நாரதர் வாய்விட்டுச் சொன்னார். அவர் குரலில் வெறுப்பூட்டும் அருவருப்புத் தொனித்தது.

“நான்தான் அப்போதே எச்சரித்தேனே - மாயை பார்க்கப் பார்க்க பிரமையைத்தான் உண்டு பண்ணுமென்று.” நாரதர்,

பரந்தாமன் மறுபடியும் தன் பக்கத்திலிருப்பதை உணர்ந்தார்.

“இந்த விகார கோலங்களைப் பார்க்க சகிக்கவில்லையே!”

“இத்தேசத்தவர்கள் தம்முடைய தமோ குணங்களுக்குப் பகிரங்கமாக வெளிவர ஒரு வாய்ப்புக் கொடுத்திருக்கிறார்கள். அதில் என்ன தவறு?”

“இப்படியே அசுரத் தன்மைக்கு இடம் கொடுத்துக் கொண்டே போனால் தெய்வாம்சம் நசித்துவிடுமே.”

“கனவில் அடியாழத்தில் காணும் அந்த உருவத்தை இப்படி நேரில் தோற்றுவித்துப் பார்ப்பதிலும் ஒரு அர்த்த மிருக்கிறாப்போல தெரிகிறது.”

“புரியவில்லை.”

“யோசித்துப்பார். நீ பெண் உருவம் எடுத்துக் கொண்டபோது அனுபவித்த இன்பங்கள் யாவும் இன்னும் உன் அகத்தில் பசுமையான நினைவுகளாக இருப்பதாகச் சொல்லுகிறாயே! அப்படியானால் அவ்வாசாபாசங்களை மறுபடியும் நுகர வேண்டுமென்று உனக்குள் இச்சை இல்லாமல் போய்விடுமா?”

நாரதர் தலை குனிந்து கொண்டார். “அடக்கி வைத்தால் உள்ளிருக்கும் ஆசுரி ஒழுங்காக இருக்குமா? மக்கள் வாழ்க்கையைப் பார்த்தாலே அது தெரியவில்லை? அதோ பார் என்ன நடக்கிறது என்று.” அவர்கள் அப்போது கருடன் மேலேறிப் பறந்து கொண்டிருந்தார்கள்.

கீழே ஒரு சிறிய கிராமம் தென்பட்டது. நாலாபுறமும் வயற்காடு, முட்புதர்கள், வாய்க்கால் ஓடைகள். ரயில் வண்டி ஓடும் சத்தம் கேட்டது. கூவென்று வானைப் பிளக்கும் ஊதல் ஓசை. ஆமாம். இப்போது அது சமீபத்தில் வந்துவிட்டது. இதோ கடகடவென்று சக்கரங்கள் தண்டவாளத்தைக் கடந்தன. ஒரு பழைமை வாய்ந்த பாலம். ரயில் வண்டியின் வேகம் தளர்ந்தது. பிறகு மெதுவாக ஊர்ந்து நகர ஆரம்பித்தது.

உடனே எப்படி வந்தார்கள். எங்கிருந்து வந்தார்கள் என்று தெரியாமல் ஒரு சிறு கூட்டம் வண்டியைச் சூழ்ந்து கொண்டது. இருமருங்கிலிருந்தும் மனிதர்கள் ஓடிவந்து இஞ்சினை நகரவிடாமல் தடுத்துக்கொண்டார்கள்.

அவர்களில் ஒன்று இரண்டு பேர்கள் கையில் துப்பாக்கிகள் இருந்தன. மற்ற பேர்களிடம் வெவ்வேறு மாதிரியான ஆயுதங்கள் தென்பட்டன. ஈட்டி, கத்தி. பலத்த தடி.... இத்தியாதி. அவர்களில் தலைவனாகத் தென்பட்ட ஒருவன் இஞ்சின் ஓட்டியைப் பார்த்துச் சிரித்தான். பிறகு உதாசீனமாகச் சொன்னான்.

"உன்னை ஒன்றும் செய்யப்போவதில்லை. ரயிலை அரை மணி நிறுத்தி வைத்துக்கொள். எங்களுக்குக் கொஞ்சம் விளையாட்டு தேவையாக இருக்கிறது."

பக்கத்திலிருந்தவனுக்கு ஜாடை காட்டிவிட்டு அவன் நகர்ந்தான். அந்தத் தடியன் குத்துக் கத்தியை இஞ்சின் ஓட்டி கழுத்திற்கு முன் பிடித்தபடி நின்றான். மற்றவர்கள் குடுகுடுவென்று பெண்பிள்ளைகள் இருக்கும் வண்டிகளைப் பார்த்து ஓடினார்கள்.

"அடடா... அநியாயமே!" நாரதர் பதறிவிட்டார்.

"கிராமம் இத்தனை பக்கத்திலிருக்கும் போது இப்படிச் செய்ய இவர்களுக்கு எப்படி தைரியம் வந்தது?"

"கிராமவாசிகளுக்கு, இது ஒரு சர்வ சாதாரணமான பழக்கம். ஒருவரும் கவனிக்கும் வழக்கம் கிடையாது."

"பெண் பிள்ளைகளையா...? இப்படி..."

"பெண்களுக்குத்தானே ஆபரணத்தின் மேல் ஆசை. அவர்களிடம்தானே அதிகமான உருப்படிகள் அகப்படும். அதோ பார்."

கொள்ளைக்காரன் ஒருவன் ஒரு பெண்ணின் ஆடையைப் பிடித்து இழுத்தான். "இடுப்பில் செருகி இருப்பதை எடு.

இப்படிக் கொடு பார்ப்போம்.” அந்தப் பெண் தன் புடவை மடிப்பில் செருகி இருந்த நகையை எடுக்கப் போனாள். ஆடை தளர்ந்தது. மொழுமொழுப்பான நாபிப் பிரதேசம் நிகுநிகுவென்று மிளிர்ந்தது. அவன் பல்லைக்காட்டி கோர மாகச் சிரித்தான்.

பக்கத்து வண்டிகளிலிருந்த ஆண் பிள்ளைகள் கீழே இறங்கினார்கள். கூடவே துப்பாக்கி கைகளுடன் கொள்ளைக் காரர்களும் இருந்தார்கள். என்ன செய்ய முடியும்? வீரியம் குன்றி, ஆண்மை இழந்த அம்முகங்களைப் பார்க்க நாரதருக்கு ஆத்திரமாக வந்தது.

“இந்த நாட்டின் ஆண்களைப் பார்க்க வெட்கமாக இருக்கிறதோ... இதென்ன அக்கிரமம்! கேள்வி முறை கிடையாதா?”

நாராயணன் முகத்தில் ஒரு அழகான புன்சிரிப்புத் திகழ்ந்தது. தடியன் ஒருவன், இளம் பெண் ஒருத்தியைக் கையைப் பிடித்து அழைத்துப் போனான். அவள் சம்மதத்துடன்தான் போகிறாளா? இதைப்பற்றி நாரதர் தீர்மானம் செய்யுமுன் மற்றொருவன் ஒருத்தியைப் பலாத்காரமாக முன்னுக்குத் தள்ளிக்கொண்டே போனான். இன்னுமொருவன் கூத்தாடும் ஒரு பெண்ணை வாரி எடுத்துக்கொண்டு ஓடினான். சில நேரத்திற்கெல்லாம் அந்த வயற்காட்டின் முரட்டு மண்ணில் ஜோடிகள் தரையில் புரண்டன. பெண்களின் தீனக் குரல்கள் நாரதர் காதைக் குத்தின. கள்வெறி கொண்ட அந்தக் காட்டு மனிதர்களின் விகார முகத் தோற்றங்களைக் கண்டு அவர் கோபாவேசம் கொண்டார்.

சபிக்க நினைத்தார்.

“பிரபோ, இதென்ன அக்கிரமம்! பார்த்துக் கொண்டிருக்கலாமா? இந்த நாட்டில் தர்மம், ஒழுக்க முறை, சட்டம், நியாயம், விசாரணை ஒன்றுமே கிடையாதா? இம் மனிதர்கள் பண்புமுறை அறியாத காட்டாள்களா? ஆதித்திய அரசன் என்ன செய்கிறான்?”

நாரதரின் வார்த்தைகள் தீப்பொறிகளை ஒத்து இருந்தன.

"நாரதா, பதறாதே. மாயையை வெல்லுவது அசாத்தியமென்றுதான் உனக்குத் தெரியுமே! இந்த நாட்டு அரசன் அதி புத்திமான். இவ்விஷயத்தை அவனும் நன்கு உணர்ந்துதான், மக்களை இவ்வழி விட்டிருக்கிறான். பாய்ந்து கொண்டு வெளிக்குக் கிளம்பாமலிருக்க, வெறியை உள்ளுக்கு அமுக்கினால், அது காரம், துவேஷம், சூது, துராங்காரமென்று வேஷம் போட்டு வெளியே வந்து ஆடும். இதனால் வரும் தீங்கு மக்களின் வாழ்வை வெகுவாகக் குலைத்துவிடும். அசத்தியம் தாண்டவமெடுத்து ஆடும். மனிதனுடைய புனிதமான அகம் இப்படியொரு கேவலமான நிலைக்குப் போகாமல் தடுக்கவே ஆதித்தியன் அவனை மனம் போல் போக அனுமதிக்கின்றான். தாமஸ குணங்களுக்கு விட்டுக் கொடுத்து, அவற்றை இப்படி பகிரங்கமாக வெளிப்படுத்தி விட்டால், மற்ற பொழுதில் – நீ பார்த்தால் ஆச்சரியப்படுவாய். இரவில் இங்கே இப்படி கொள்ளையடித்து அட்டகாசம் செய்யும் மனிதர்கள், பகல் வேளையில் நல்ல கண்ணியம் வாய்ந்த நபர்களாக வளைய வருகிறார்கள் என்றால் பார்த்துக்கொள். நீ நம்பமுடியாத மாதிரியில் அவர்கள் வெகு நாணயமான தொழில்களைப் பழகி கௌரவமான வாழ்க்கைகளை நடத்துபவர்கள். உயர்வான மனிதர்கள்."

ஒன்றில் தான் காண்பதெல்லாம் ஒரு பெரும் மோக உணர்வு அல்லது...

நாரதர் நாராயணனை சந்தேகத்துடன் பார்த்தார். தன் தெய்வத்தின் ஹாஸ்ய விளையாட்டுகளை அவர் அறிவார். வேண்டுமென்றே தன்னை ஏமாற்றவென்றே இப்படியொரு கனவை சிருஷ்டித்திருக்கிறாரா?

"நாரதா, இது சொப்பனமல்ல. என்னை நம்பு. இந்த ஆதித்திய நாடு புனித பூமி." அவர் ஆழ்ந்த கருத்துத் தோய்ந்த குரலில் பேசினார். "காலத்துக்கு உருவம் கிடையாது. ஆனால் அந்தக் காலமே மாயைக்கு உருவமாயிருந்து அதை வெளிப்படுத்துகிறது.

இப்போது தெரிகிறதா? இனிமேல் மாயையை ஜயித்துவிட்டேன் என்று மாத்திரம் சொல்லாதே."

"போதும் பிரபோ, மாயையை அறிய இனி நான் ஆசைப்படவில்லை" என்றார் நாரதர். பிறகு சற்றுத் தயங்கியவாறு பரந்தாமனைக் கெஞ்சும் பாவனையில் பார்த்தார்.

"அப்படியானால் இந்தக் கலியுகத்தில் மனிதனுடைய தூயமான அந்த சத்வ குணத் தோற்றத்தைப் பார்க்கவே முடியாதா?" நாராயணன் லேசாகத் தலையை சாய்த்தார். "முடியும்... பார்க்க வேண்டுமா?" என்றார் இழுத்தாற் போல.

கருடன் ஒரு மலையுச்சியில் இறங்கினான். பனி சேர்ந்த குளிர்காற்று நாரதரின் உடல்மேல் மிருதுவாகப் படர்ந்தது. பூர்ஜபத்ர மரங்கள் ஓங்கி வளர்ந்து வானை முத்தமிட்டு நின்றன. பார்த்த வெளியெல்லாம் செவ்வொளியாகத் திகழ்ந்தது. செங்குத்தான மலைப்பாதை வழியாக அவர்கள் சென்றார்கள். ஒரு பக்கத்தில் கிடுகிடு பாதாளம். மற்றொரு புறம், உருக்கிவிட்ட வெள்ளித் திராவகம் போல் ஓடும் ஒரு சிறிய கங்கை. அது கீழேயுள்ள பள்ளத்தாக்கைப் பார்த்து அமுத தாரையெனப் பாய்ந்தது. கடைசியில் அவர்கள் ஒரு பரப்பான சம பூமியை அடைந்தார்கள். நாலாபுறமுள்ள ஊசி மரங்கள் காற்றில் கீதம் இசைத்தன. கம்மென்று கமழும் மணம்.

"அடடா... இந்த இடத்திலும் ஆசிரமம்தானா?" என்று அலுத்துக்கொண்டார் நாரதர்.

ஆனால் அங்கே தலைமை வகித்தவன் முன் பார்த்தவனைப்போல் ஒரு சுந்தர புருஷனாகக் காணவில்லை. பரந்த நாசி, தடித்த கண் இமைகள்; உதடுகளோ திவ்ய அனுபவத்தை நாடுவது போல நிரம்பியிருந்தன. அவன் கண்களை மூடிக்கொண்டு பஜனையில் ஈடுபட்டிருந்தான். அவனைச் சுற்றியிருந்த சிஷ்யகோடிகள், கையில் ஜால்ரா சகிதம் டண்டண் என்று தாளம் போட்டுக்கொண்டே ஆர்ப்பரித்துக் கூவினார்கள்.

"நாராயணா, நாராயணா ஹரே மதுசூதனா..."

பாடப்பாட பரவசங் கொண்டார்கள். “நாராயணா... ஹரே பத்மநாபா” தலைவன் கண்ணில் நீர் தாரை தாரையாகப் பெருகிற்று. மெய் மறந்து பக்தி வெள்ளத்தில் ஆழ்ந்துவிட்டான். நாரதருக்கு ஒரே ஆச்சரியம். “இந்த ஆதித்திய நாட்டில் இத்தனை பக்தியைப் பார்க்க முடியுமென்று நான் நினைக்கவில்லை. எல்லாம் பரந்தாமனின் அருள்” என்று சொல்லி தானும் கைகளைக் கூப்பிக் கொண்டார்.

நாராயணன் முகத்தில் கேலி மறையவில்லை. “கவனித்துக் கேள். பிரசங்கம் தொடங்கப் போகிறது” என்றார்.

“கேசவா – சரணம் – சரணம் – நீயே கதி – கேசவா சரணம்... கேசவா சரணம்...” கொஞ்சங் கொஞ்சமாக பக்தி உணர்ச்சி மேலே பொங்க ஆரம்பித்தது. பிறகு தளும்பிக்கொண்டு வெளியே வழிந்தோடத் தொடங்கியது. தலைவன், கையில் சப்பளாக் கட்டையுடன் முன்னே தோன்றினான். “எல்லாம் பரந்தாமனைச் சேர்ந்தது. அவனில்லாமல் ஒரு அணுவும் அசையாது. எல்லாம் அவனைச் சார்ந்தது. நாமெல்லோருமே நாராயணனைச் சேர்ந்தவர்கள், இப்படியே பாடிப்பாடி அவனுடன் ஐக்கியமாகிவிடலாம். மனம் கேசவனிடம் போய்விடும். அப்புறம் அவனுடைய தோழமையில் என்றும் பிரியாமல் வாழலாம். அன்பெனும் அந்த தெய்வீக அருள் உங்களை ஆட்கொள்ளும். ஹரே நாராயணா... இதோ வருகிறான் என் அன்பு தெய்வம்... பார்த்தீர்களா... கேசவனைத் தழுவுங்கள்; ஆனந்தம் கொள்ளுங்கள்” அவன் சுயநினைவு இன்றி ஆனந்தக் கூத்தாடினான். அங்கு கூடியிருந்தவர்கள் யாவரும் பாடிப் பரவசம் எய்தினர். “நாராயணா நாராயணா” என்ற கானம் எழும்பி மலைப்பிரதேசம் முழுவதும் எதிரொலித்தது. “பார்த்தாயா சத்வ குணத்தின் படைப்பை? இவர்கள் மற்றவர்களைப் போல் குரூர பாவங்கள் காட்டாமல் பவ்வியமாக பகவானை ஆராதிக்கிறார்கள் அல்லவா? இப்போது உனக்குத் திருப்திதானே!” என்று கேட்டார் பரந்தாமன்.

“வாஸ்தவம்தான். பக்தி மேலிட்டு உங்களையே ஸ்மரிக்கும்

இவர்கள் புண்ணியாத்மாக்கள்தாம். ஆனாலும்... சுவாமி என் உள்ளம் ஏனோ நிலை கொள்ளவில்லை. அது திரும்பத் திரும்ப 'மாயை மாயை' என்று சொல்லிக்கொண்டே இருக்கிறது. இதற்கென்ன காரணம்? இந்த எளியேனை இனிமேல் பரீட்சிக்க வேண்டாம். தயை கூர்ந்து எல்லாவற்றையும் விளக்குவீராக" என்று நாரதர் பரந்தாமன் பாதத்தில் சேவித்தார்.

நாராயணன் மிருதுவாகச் சிரித்தார். "நாரதா நீ சந்தேகம் கொள்வதில் தவறில்லை. இதுவும் மாயையின் ஒரு விளக்கமே. சத்வ குணமானாலும், தமோ குணமானாலும், எதிலும் அதிகமாக ஈடுபட்டுத் தன்னை மறந்திருக்கும் நிலைதான் மாயை. இவர்கள் முகங்களை உற்றுப்பார். தன்னுள் முழுகி, அங்கே தன் பிரதி பிம்பத்தையே கண்டு மோகித்து, இந்த இன்ப அனுபவமான பக்திக் கூத்தும் ஒருவித லாகிரி ஆகக் கூடும்."

"அப்படியானால் உலக மாந்தர்கள் இப்படியே இருவித உருவ பாவத்துடன் அவதிப்படவேண்டியதுதானா?" பகவான் முகத்தில் ஓர் அபூர்வ மந்தகாஸம் ஒளிர்ந்தது.

"இதை அவஸ்தை என்று சொல்ல முடியாது. இந்தக் கலியுகத்தில் ஜனங்கள் சத்வ தமோ குணங்கள் இரண்டையும் ஏக காலத்தில் பழகக் கற்றுவிட்டார்கள். இந்தத் தோற்றத்தை உன்னைப் போலுள்ளவர்கள், 'இருதலை மணியம்' என்று வர்ணிக்கலாம்."

பக்திப் பரவசங் கொண்ட அந்த ஆத்மாக்களுக்கு அப்பொழுதும் போதம் தெளியவில்லை. ஆனந்தக்களி முதிர்ந்தது. முனிவன் தலைமேல் கைகளைக் குவித்துக் கொண்டு ஒற்றைக் காலுடன் ஆடியபடி, "பரந்தாமா என்னுள் அமர்" என்று கூவியழைத்தான். என்ன ஆச்சரியம்!

தன் பக்கத்திலிருந்த திருஉருவம் அவன் மார்பில் படம் பிடித்தாற்போல ஒளிர்ந்தது.

திடுக்கிட்டு நாரதர் நாராயணனை நோக்கினார். "பிரபோ, இதென்ன பிரமை?"

"பிரமை உன்னிடமா, அவனிடமா?"

"தலையைச் சுற்றுகிறது. மன்றாடிக் கேட்டுக் கொள்கிறேன். போதும் இந்த லீலை. என் மேல் இரக்கம் கொள்ளும், சுவாமி."

1

கடகடவென்று மண்டைமேல் யாரோ எதையோ உருட்டுவதுபோல இருந்தது. இதென்ன! அவன் நாரதரைப் பற்றி அல்லவா ஏதோ கனாக் கண்டு கொண்டிருந்தான்! இங்கேயா இருக்கிறான்? அந்த ஓசை பானு மன்னி கல்லுரலை உருட்டும் சத்தம் அல்லவா! ஓகோ. ஆமாம், ஆமாம். அன்று காலையில் தானே அவன் சீமையிலிருந்து பரதபுரிக்குத் திரும்பி வந்திருக்கிறான்.

உஸ்.... அப்பா ! என்ன புழுக்கம்! வெயிலின் வெம்மையைத் தாங்க முடியவில்லையே! அவன் படுக்கையில் மல்லாந்து கிடந்தான். ஆறாக வேர்த்து ஊற்றிற்று. அந்தப் பிரவாகத்தில் முதுகு ஒரு தெப்பமாக உழன்றது. பக்கத்தில் இருந்த 'டேபிள் ஃபேன்,' அக்னிக் காற்றை அள்ளி வீசியது. மயங்கிச் சுழலும் தன் கண்களை பத்மேஷ் லேசாக விரிக்கப் பார்த்தான்.

ஐயோ, தலையைக் கிறுக்குகிறதே. விசிறிக் காற்றினால் ஒரு சுகத்தையும் காணோமே.... அவன் கண்களை மறுபடியும் மூடிக் கொண்டான். ஏதேதோ நினைவுகள். அந்த நினைவை விழுங்கும் தூக்கம். மயக்கத்தில் அவனுள் ஒரு பயங்கர

உணர்வு எழும்பியது. அதாவது அவன் ஏதோ வாழ்வின் விளிம்பிலிருந்து நழுவி விழுவது போலவும், பிறகு எப்படியோ தொத்திப் பிடித்துக்கொண்டு சமாளிக்கப் பார்ப்பது போலவும் ஒரு பிரமை. எதனால் இப்படியொரு கலக்கம்?

அவன் தனக்குத் தானாகவே இதைக் கேட்டுக் கொண்டான். அது நனவிலா கனவிலா என்று அவனுக்குத் தெளிவாகவில்லை. உஷ்ணத்தினாலோ என்னமோ, மயக்கம் அவனைச் சூழ்ந்து கொண்டது. திரும்பத் திரும்ப அவனுக்கு அதே பிரச்சனை ஏற்பட்டது. வாழ்வை எப்படி நடத்தினால் தோல்வியுறாமல் இருக்க முடியும்? ராப்பகலாக இதையே பன்னிப் பன்னிக் கேட்டு அவன் உள்ளம் சோர்வு கொண்டுவிட்டது. ஏக்கம் நெஞ்சைக் கவ்விக்கொண்டது. ஊருக்குத்தான் திரும்ப வேண்டும். அவனுடைய ஊக்கமும் ஸ்வாரஸ்யமும் மந்தமானதற்குக் காரணம் அவன் தன் சொந்த மண்ணைவிட்டு வந்ததே ஆகும். பிறந்து வளர்ந்த மனிதர்களுடைய சேர்க்கையை இழந்துவிட்டதால் தான் அவன் உள்ளம் இப்படி நொறுங்கிவிட்டது.

மனிதனுக்கு எப்போதுமே ஒரு உந்தல் வேண்டும். கெடுபிடியில்லாமல், யாதொரு குறியுமில்லாமல் இப்படியே மிதந்து கொண்டே போனால், அவனுக்கு உள்ள நிறைவு எப்படி உண்டாகும்? உளநூல் சாத்திரம் பயின்றவன் ஆயிற்றே. அர்த்தமே இல்லாத இந்த வாழ்வுக்கு ஒரு பொருள் கொடுக்க வேண்டுமானால், அவன் தன் உணர்வுக்குப் பரிபூர்ண சுதந்திரம் அளிக்க வேண்டும். விழிப்புள்ளதாக்க வேண்டும். ஆமாம். அப்படித்தான். ஆனால் அதற்கு வேண்டிய ஆற்றல் வேண்டுமே! பிரயாசத்தினால் மனவுறுதி பக்குவப்பட வேண்டுமென்று அவனுக்குத் தெரியுமே! மாட்சிமை பெறுவதற்கு தீராத விருப்பமும் துணிவுமே தான் வழி. கடைசியில் அவன் சைக்காலஜி படித்தது மிகவும் பொருத்தமாக ஆகிவிட்டது. உள்ள நிறைவைக் காண வேறு எந்தக் கருவியும் இதுபோல் உதவாது. ஞானமென்னும் விளக்கை ஏற்ற சமயம் வந்துவிட்டதா? ஆமாம் என்பது போல வாசற்கதவின் மணியோசை கணீரென்று

எழும்பி அவன் காதைத் துளைத்தது. அரைத் தூக்கத்தில் புரண்டான். கதவு திறக்கும் சத்தம்.

"ஏண்டி, இன்னிக்கி இவ்வளவுதானா?" பானு மன்னி எப்போதுமே ஒரு உச்ச சுரத்தில்தான் பேசுவாள்.

"நானென்ன செய்ய? நீங்க பணம் கொடுக்கலை." பால்காரி குரல் கொரகொரவென்று தவளையின் இரைச்சலைப் போல் கேட்டது.

"நோக்குத் தெரியாதா? வீட்டிலே இத்தனை பேரு. இன்னிக்கி அவனும் வந்துவிட்டான். வாங்கிண்டு வந்தாலென்ன? நான் கொடுக்கவா மாட்டேன்?"

"என்கிட்டே பணமிருந்தா நான் ஏனம்மா இப்படி இருக்கேன்?"

"ரெண்டு புட்டிப் பாலுக்குப் பணமில்லேன்னா நான் நம்புவேனா?"

"இதோ பாரம்மா, உனக்குத் தெரியும். இந்தப் புட்டியெல்லாம் எப்படி வாங்கி வரேன்னு. முன் பணம் கொடுக்காட்டி முடியாதுன்னு நான்தான் முன்னாடியே சொல்லிப்பிட்டேனே!"

"இதே துடி, பேச்சு பலமா இருக்கு!"

"ஏம்மா, உன் வாய் மட்டும் அமுக்கமா இருக்கா?"

கதவு தடாரென்று சாத்திக்கொள்ளும் சத்தம். திரும்பித் தலையைத் தலையணையில் நன்றாகப் புதைத்துக் கொண்டான். மயக்கம் அவனை மறுபடி இழுத்துச் சென்றது. அடி மனதின் எண்ணங்கள் மறுபடியும் மேலே மிதந்து வந்தன.

தேசம் திரும்ப வேண்டுமென்ற எண்ணம் அவனுக்கு எப்போது, எப்படி உண்டாயிற்று என்று சொல்ல முடியவில்லை. திரும்பிப்போய் வாழ்வை விட்ட இடத்தில் பிடித்து, அதை ஆதியோடு அந்தம் வரையில் ஆராய வேண்டுமென்ற அவசரம் மாத்திரம் உண்டாகிவிட்டது. இந்த அவா அவனைப் பிடித்து, உந்தித் தள்ளி மதர்லாந்திலிருந்து இங்கே கொண்டு வந்து

சேர்த்துவிட்டது. அகத்தைத் திறந்துகொண்டு ஏதோ வெளிவரப் பார்க்கிறது. அதற்கு வழிவிட்டால் ஒழிய... இல்லையென்றால் அவனும் மற்றவர்களைப் போல வாழ்நாட்களை இப்படியே தள்ளிக்கொண்டு போக வேண்டியதுதான். அப்போது ஒரு கண நேரத்திற்கு அவனுக்குள் ஏதோ ஒரு உணர்வு பளிச்சிட்டது. அதைத் தாவிப் பிடிக்குமுன் அது மறைந்து விட்டது. போதம் தெளியவில்லை.

கிடுகிடுவென்று சாலையின் போக்குவரத்து தலைமேல் நெருடிக்கொண்டு போவதுபோல் ஒரு அதிர்ச்சியுண்டாயிற்று. பஸ், மோட்டார், ட்ரக்கு என்று பூமி அதிரும்போது அவன் உடம்பும் ஆடிற்று.

அவனுடைய இந்த உள்ளத் துடிப்பிற்கு ஏற்றதாகச் சில உயர்ந்த நோக்கங்கள் தேவை. சில அனுபவங்களைக் கொண்டு அகத்தை உன்னத நிலைக்கு ஏற்றிப் பரவசப்பட முடியும். முடியவேண்டும்...

சே. கீழே யாரோ இருவர் வாது செய்யும் ரகளை. அது ஒரு முதல் மாடி ஃபிளாட். முஷ்டி யுத்தம் தொடங்கிவிட்டாற்போல இருக்கிறது. மோட்டர் காரஜுகளில் வசிக்கும் அந்த முரட்டு டிரைவர்களாகத்தான் இருக்க வேண்டும். அருகிலுள்ளவர்கள் நல்ல வார்த்தைகள் சொல்லி அவர்களை விலக்கும் விவரம் காற்றோடு மிதந்து வந்து அவனை எட்டியது.

அப்பாடா... இனிமேலாவது கொஞ்சம் நிம்மதியாக கண் அயர்ந்தால் தேவலை. அவன் குப்புறப்படுத்துக்கொண்டு திரும்பவும் மயக்கத்தில் ஆழ்ந்தான்.

"தாயே, பரதேவதே - சோறு போட்டால் புண்ணியமுண்டு" - ஏங்குவான் குரல்.

"பட்டினத்துப் பாப்பான் பட்டு மெத்தையிலே
படுத்துத் தூங்கையிலே,
சோத்துக் கிறஞ்சி நாங்கள் பாடுபடுவதும்
சோதனையோ ஆண்டே..."

சுளீரென்று ஏதோ ஒன்று அவன் மூளையில் தைத்தது. கண்களைப் பக்கென்று விழித்து சுற்றுமுற்றும் பார்த்தான். மேஜை மேல் இருந்த தேவியின் சிறு பதுமை அவன் விழிக் கோணத்தின் பார்வையில் சிக்கிற்று. சட்டென்று மறுபடியும் கண்களை மூடிக்கொண்டான். ஆனால் அந்தச் சின்னஞ் சிறு உருவம் அவன் இமைகளுக்கடியில் ஒளி வீசி நிழலைப் பிடித்தது. அது அவன் தாய் எப்போதும் அவளுடன் வைத்துக்கொண்டிருந்த பிம்ப வடிவம். அவள் இறந்து போன பிறகு சிதறுண்டு கிடந்த மோட்டார் சாமான்களுக்கிடையே அது அவனுக்குக் கிடைத்தது. அன்று முதல் அவனும் அதைத் தன் கூடவே வைத்துக் கொண்டான்.

தேவி! தூக்கமில்லாத ஒரு கண் விழிப்பைக் கொடு. முன் நிற்கிற தொழிலைத் தேடிச் செல்ல ஆற்றலை வழங்கு...

"ஏய்! சேது... காப்பியாச்சா?" என்றது ஒரு கனத்த ஆண் குரல்.

"ஆச்சு, பெரியண்ணா எழுந்தாயுடுத்து. இனிமே உட்கார்ந்தாப் போலேதான்." இது பானு மன்னி.

"சங்காணி.... சங்காணி எழுந்துரு. காப்பிப் பாத்திரமெல்லாம் அப்படியே கிடக்கு. கழுவிண்டு வா" என்றது சேது மன்னி குரல்.

ஓகோ! அடுக்களை தன் அறைக்கு நேர் எதிர்ப்புறமாக இருப்பது அவனுக்கு மறந்து போய்விட்டது. அதுதான் பேச்சுக் குரல்கள் இப்படிக் கேட்கிறது. வெராந்தாவிலுள்ள அவனுடைய சிறிய அறையிலிருந்து நடை வழியாகப் போனால் நேரே அடுக்களைதான். போகும்போது ஒருபுறம் பெரியண்ணா அறை, மற்றொருபுறம் வெங்காச்சண்ணா.

"சங்காணி.... எழுந்திரு." சேது மன்னியின் குரல் வழவழப்புக் கொண்டது. ஆனால் அவள் பேச்சின் பொருளை வடி கட்டினால் அகப்படும் கசண்டு - கைதவம். இத்தனை நாட்கள் கழித்து இந்த உண்மை மறுபடியும் பத்மேஷ் மூளைக்குள் அரைத் துக்கத்தையும் குடைந்து கொண்டு உறைத்தது.

“ஏது! சாதம் அப்படியே இருக்கே. சோறு தின்னாமே படுத்துண்டாயா?” என்று கேட்டாள் பானு மன்னி.

“அது சோறா அம்மா. குப்பைன்னு நினைச்சேன்.”

“வாயைப் பாத்தாயோ, வாயை. ரேஷன் அரிசின்னா இப்படித்தாண்டி. நீ ஏது அதைப் பொறுக்காமே வைத்தாய்?” என்றாள் சேது மன்னி.

“நீங்க வேணா அந்த வேலை செய்யுங்க. என்னாலே அதைச் சாப்பிட முடியாது. நல்ல சோறு போட்டா ஆச்சு. இல்லேன்னா...”

“ஐயய்யோ... மன்னி! கேட்டேளா இவள் பேச்சை நாமெல்லாம் நல்ல அரிசி வடிச்சுச் சாப்பிடறோமாம். பயமுறுத்தறாளே!” சேது மன்னி பொய்க் கோபம் காட்டினாள். அரை விழிப்புக் கண்டது. உத்தரத்தைப் பார்த்தான். கண்களை மூடி மூடித் திறந்தான். சேச்சே... இந்த மாந்தம் பிடித்த தேசத்திற்கு எதற்காகத் திரும்பி வந்தான்? காற்றில் தென்னைக் கீற்று சலசலக்கும் ஒலியைக் கேட்க வேண்டுமென்று ஓடி வந்தானே. இங்கே பூசலடிக்கும் நாய்க் குரல்கள் அல்லவா காதைத் துளைக்கின்றன! அன்னக் காவடி பிச்சை என்று ஏங்கிடும் தொனி முதல் மாடிக்குள் ஊடுருவிப் பாய்ந்தது. கூடவே வீதிக் கதவைப் படீரென்று அடைப்பதும், விம்மிடும் போக்குவரத்தின் சத்தமும் அவனுடைய தூக்கத்தைத் துருவி எடுத்துவிட்டன. நம்மிலும் மெலியாருக்கு நாம் இரங்கி அவர்களை நமக்கு நிகராக்கிக் கொண்டால் எத்தனை வலிமை பெறுவோம்! ஐயோ! நம்மவர்களுக்கு மாத்திரம் ஒரு சிறிதளவு உட்செவி திறந்துகொண்டால் எவ்வளவு மேன்மைப்படலாம்! கொஞ்சம் சிரத்தை காட்டினால் எத்தனை தகுதி பெறலாம்! அதில்லாமல் இப்படி... ஊஞ்சலாடும் தன்னுணர்ச்சி.... எல்லாவற்றையும் விகாரப்படுத்தி விடுகிறதே! நாமெல்லோருமே... பெரியண்ணா, வெங்காச்சண்ணா, கிச்சண்ணா, ராகு, சந்துரு...

“ஏய் என்ன பூனைத் தூக்கம். எழுந்திரு ஓய்!” ஒரு அட்டகாசச்

சிரிப்பு அவன் காதில் ஒலித்தது. அதைக் கேட்டதும் இந்தத் தடவை பத்மேஷ் நிஜமாகவே விழித்துக் கொண்டான். சந்துரு முகம் அவன் கண்ணிற்கு நேராகத் தொங்கிற்று. சுண்ணாம்புக் கரண்டகம் போன்ற ஒரு மூக்கு. விரிந்த கொட்டைக் கண்கள். மேட்டு நெற்றி. உதடுகள் பிதுங்கிக்கொண்டு ஈரத்துடன் துடித்தன. கனவில்தான் அவனுக்கு ஏதோ ஒரு விகார முகம் தோன்றியிருக்கிறது. இல்லை. இல்லை. இது நனவு உலகம்.

அவனைக் குனிந்து பார்ப்பவன் பெரியண்ணாவின் பேரப் பையன். பெரியண்ணா பத்மேஷுடைய தாயின் மாமா.

பத்மேஷ், சோம்பலை முறித்துக்கொண்டே எழுந்து படுக்கையில் உட்கார்ந்தான்.

“தூங்கல்லை. சும்மா கொஞ்சம் படுத்தேன், கண் அயர்ந்துவிட்டேன். இந்தப் பாழாய்ப்போகிற ஊரிலே தூக்கம்தான் வருமா? உஸ் என்ன வேர்வை!” அவன் தன் தேகத்தோடு ஒட்டிக்கொண்டிருந்த அங்கியைத் தளர்த்திவிட்டுக் கொண்டான். சந்துரு அந்தச் சட்டையையே உற்றுப் பார்த்தான். பிறகு “இதென்ன போலிஸ்ட்டரா அல்லது வாரி மேரிட்டா” என்று கேட்டபடியே அதை விரலால் மிருதுவாகத் தடவிப் பார்த்தான்.

“நான் தூங்கத்தான் செய்தேனோ, விழிச்சுண்டுதான் இருந்தேனோ. சொப்பனத்தில் கூட இந்தப் பரதபுரி வாழ்க்கை அப்படியே வந்து மென்னைப் பிடிச்சுப்புடுத்து. திக்குமுக்காடிப் போயுட்டேன்.” என்றான் அவன்.

“சரிதான். ஊருக்குத் திரும்பி வந்த சந்தோஷத்திலே சாருக்கு புத்தி பேதலிச்சுப் போயிடுத்து. அதிருக்கட்டும். போன வருஷம் அத்தான் முத்து மதர்லாந்து போனப்போ எனக்கு ஒரு சொக்காய் வாங்கிண்டு வந்தான் பாரு. அது இதைவிட நைஸா இருக்கு. பொகு ஜோர், போயேன்” என்றான் சந்துரு.

“உஸ்... அப்பாடா. நீ எதுக்கு இப்போ என்னை எழுப்பி, இப்படி சத்தம் போட்டுப் பேசுகிறாய்?”

“எல்லாம் உன்னை இழுத்துண்டு போகத்தான். வாடா இப்படி போயுட்டு வரலாம். சோர்வெல்லாம் மறைஞ்சுவிடும், பாரு.”

பத்மேஷ் அவனை ஏற இறங்கப் பார்த்தான்.

“என்னடா பார்க்கிறே! என்னை யாருன்னு தெரியலையா? பரதபுரி நவயுவ சங்கத்துக் காரியதரிசியாக்கும்.” சந்துரு கடகடவென்று சிரித்தான்.

ஆமாம். அந்தப் பதவிக்கு அவன் தகுந்தவன்தான். பகட்டான நவீன உடை. சராய் காலண்டை சற்று விரிந்து கொடுத்து, பிறகு தொடையைப் பிடித்தது. செயற்கை நூல் அங்கி, கோபுரம் போல் கூம்பி நிற்கும் ஜோடிகள். தலைமயிர் சுருள் சுருளாக நெற்றியில் வழிந்தோடி தோள்களுடன் விளையாடிற்று. கரிய சுருள்களுக்கு இடையே மேடான நடு நெற்றியில் இருபத்தைந்து பைசா அளவிற்கு ஒரு விபூதித் திலகம். சூரிய வெளிச்சம் மறையும் முன் தோன்றும் சந்திரனைப்போல அது மங்கலாகப் பிரகாசித்தது.

பத்மேஷ் தன் நெற்றியைச் சுருக்கினான். எதை நம்புவது? அவன் காண்பதிலும் கேட்பதிலும் எது இந்த நாட்டின் உண்மைத் தோற்றம்?

உஸ்.... அப்பா, இதென்ன விபரீதம்! சட்டென்று உறைந்துவிட்ட மின் விசிறியை பத்மேஷ் வியப்புடன் கவனித்தான்.

“அதுவா? ‘பவர் கட்டு’டா. இனிமேல் அஞ்சு மணிக்குத்தான் மின்சாரம் திரும்பி வரும். போ – குளிப்பறைக்குப் போய் முகங் கழுவிக்கொண்டு வா,” என்று அவனை விரட்டிவிட்டுப் போனான் சந்துரு.

அப்பா! என்ன அட்டகாசம். தன்னைத் தானாகவே உறுதி செய்துகொள்ளவே இந்த ஆட்டமென்று பத்மேஷ் கண்டுகொண்டான். ‘அகத்தை அடக்கியாள்’ என்ற நம் பண்பாட்டின் உபதேசம், கூடவே ஆத்மாபிமானத்தை அழிக்கப் புறப்பட்டுவிடுகிறதே! அதனால்தான் நாம் எல்லோருமே ஒன்றில்

சந்துருவைப்போல இப்படி ஒரு நாடகமேடைத் தோற்றம் கொடுக்கிறோம்... அல்லது அந்தரங்கம் நிலைகொள்ளாமல் திண்டாடுகிறோம், எப்படி நிலையுண்டாகும்? அகத்தையும் புறத்தையும் சரிக்கட்ட வழியில்லாமல் நம் பண்பு ரீதி அந்தரங்க ஆசைகளை அமுக்கி விடுகிறதே! முறை வாழ்க்கை நம்மை விலங்கிட்ட பிறகு அகம் எப்படி வலிமை அடையும்? அப்படி முறைதவறித் தப்பித்துக்கொள்ள வாய்ப்புக் கிடைக்கும் போதெல்லாம் எந்த மனிதனாவது அகத்தின் சமபாவ நிலையைச் செப்பனிடக் காத்திருப்பானா? உடனே அவிழ்த்துவிட்ட குதிரையைப் போல எந்தக் காந்தம், எந்த நப்பாசை.... என்று பார்த்து ஓடத்தானே தோன்றும்? நம் வாஸவேச்வரத்தான் மாத்திரம் இதற்கு விலக்கா?

அவன் துண்டை எடுத்துக்கொண்டு குளிப்பறைக்குள் போய் குழாயைத் திருப்பினான். அது அவனைப் பார்த்து அழகு காட்டுவது போல கொடகொடவென்று ஒரு வறட்டுக் கனைப்புக் கனைத்தது.

குழாய்ச் சத்தம் கேட்டு பானு மன்னி அடுக்களையிலிருந்து கூவினாள். "பத்தூ... ஜலம் வேண்டுமா?"

ஓகோ! ஆமாம். மறந்துவிட்டான். காலை ஒன்பது மணிக்கு நின்றால், இரவு பத்து மணிக்குத்தானே குழாயில் ஜலம் வரும். அவன் அடுக்களைக்குள் போனான்.

பானு மன்னி ஆட்டுக்கல்லில் தோசைக்கரைத்துக் கொண்டிருந்தாள். அவனைக் கண்டதும் எழுந்து வந்து அண்டாவில் பிடித்து வைத்திருந்த ஜலத்தை ஒரு செம்பில் மொண்டு கொடுத்தாள்.

பத்மேஷ் கண்கள் சுற்றுமுற்றும் துளாவின. அவன் வெளிநாடு சென்ற பின்பு அந்த அறையைப் புதுப்பித்திருந்தார்கள். மேலே உத்தரம் வரையில் சுவரோடு சேர்த்த அலமாரி வரிசைகள். 'ஸன்கிளோஸ்' போட்ட மேடை. 'காஸ் அடுப்பு' ஓரத்தில் 'ஸிங்க்.' அதற்குப் பக்கத்தில் பாத்திரங்களை அலம்பிக் கவிழ்க்க

சல்லடைத் தட்டு. மேடைமேல் ‘மிக்ஸி’ போன்ற மேல்நாட்டு யந்திரக் கருவிகள் பல கொலுவிருந்தன.

“இதென்ன மன்னி? ‘மிக்ஸி’ இருக்கிறபோது ஆட்டுக்கல்லிலே ஏன் அரைக்கிறாய்?” என்றான் பத்மேஷ்.

“அதுவா... உபயோகிச்சால் வீணாயிடுமோன்னு பானு மன்னிக்குக் கவலை.” சேது மன்னி அவனைப் பார்த்து மிருது வாகச் சிரித்தாள். பார்ப்போர் அந்தச் சிரிப்பில் ஒரு ஒளி பளிச்சிடுவதை அறிவார்கள். ஆனால் கூடவே கண்களில் ஏதோ மறைந்து ஓடி ஒளிந்துகொள்வதையும் கவனிப்பார்கள். சந்தேகம் தோன்றும். நீண்ட அவளுடைய வாழைக்காய் முகத்தில் சதா ஒரு நிராகரிக்கும் பார்வை.

“அதொண்ணுமில்லை. எனக்கு என்னமோ ஆட்டுக்கல்தான் வாகாய் இருக்கு” என்றாள் பானு மன்னி. கட்டையான இரட்டை நாடிச் சரீரம். கணீரென்ற வெண்கலத் தொண்டை. கண்களில் மாத்திரம் பளபளக்கும் நீரோட்டம்.

செம்பில் நீர் தளும்ப பத்மேஷ் நடைவழியே போனான். காற்றில் அசைந்து ஆடிய கதவின் திரை வழியாக அவன் செல்லுவதை பெரியண்ணா பார்த்துவிட்டார் போலும். குரல் கொடுத்தார்.

“ஏ....பத்து... வெளியிலே போகிறாயா? போயிட்டு வா. நானும் இப்படி சுற்றப் போவேன். ராவிலே பேசிக்கலாம்.”

பத்மேஷ் யோசனையுடன் சந்துரு சிலாகித்த அந்த அங்கியைக் கழற்றிவிட்டு தன்னைச் சுத்தம் செய்து கொள்வதில் முனைந்தான். காலையில் அவன் வந்து இறங்கியது முதல் அவன் கழுத்தைப் பிடித்து அமுக்கித் திருகுவது அந்த வீட்டுச் சூழ்நிலையா அல்லது வெளி உலகில் புழுங்கும் இறுக்கமாவென்று அவனுக்குப் பிடிபடவில்லை. பெரியண்ணாவுக்கு என்றுமே பற்பல விவகாரங்களுண்டு. அவர் பிரபல இன்ஷூரன்ஸ் கம்பனிகளை நடத்தியவர். ஓய்வு எடுத்துக்கொண்ட பிறகும், டைரக்டரென்றும் அட்வைஸரென்றும் அவருக்கு அலுவல்கள் பல உண்டு. அவனுக்குத் தெரியும். இருந்தாலும் இப்போது

அவருடைய நடத்தையில் ஒரு தீவிர ஜுரவேகமிருந்தது. இந்த எழுபது வயதில் இப்படிக் குட்டிக்கரணம் போடும்படியாக என்னதான் இருக்க முடியும்? காலையிலிருந்து யார் யாரோ வருவதும் போவதுமாக இருந்தார்கள். பெரியண்ணாவும் ஏதோ ஒரு பெரிய திட்டத்தில் முனைந்திருப்பதுபோல காகிதக் கட்டுகளுக்குள் முழுகிக் கிடந்தார். மற்றவர்கள் இந்த விவகாரங்களை ஆட்சேபிப்பது போல பத்மேஷுக்குத் தோன்றிற்று. ஏனோ அந்த வீட்டின் மூச்சுக் காற்றில் ஒரு இறுக்கம். எதனால் இப்படி ஒரு பிடித்தம் உண்டாகி இருக்கிறது? விசேஷமாகத் தோன்றுகிறதே என்று நினைத்துக்கொண்டே அவன் உடைகளை மாற்றினான்.

சந்துருவும் அவனுமாகப் படியிறங்கி கீழே வீதியின் நடைபாதைக்கு வந்தார்கள். மேலே ஃபிளாட்டுக்குள்ளே தோய்ந்து நின்ற இறுக்கம் இப்போது புறத்தே அவர்களைப் பிடித்து அழுத்தியது. ஜனக்கூட்டத்தின் நெரிசல் அலையாக அடித்தது. நடைபாதையில் ஒதுங்கியிருந்த சில உருவங்கள் அவர்களை நெருங்கின.

முன்னாளில் ஐயரெல்லாம் வேதம் – ஓதுவார்;
மூன்று மழை பெய்யுமடா மாதம்;
இந்நாளிலே பொய்மைப் பார்ப்பார் – இவர்
ஏது செய்தும் காசுபெறப் பார்ப்பார்.
பேராசைக் காரனடா பார்ப்பான் – ஆனால்...
விதி நம்மை விலங்கிட்டு...

அன்று கண்ட மேனிக்கு அழிவில்லாமல் அதே பாட்டுத்தானா இன்னமும். அதாவது விதியை நொந்துகொள்வது. நாமிருக்கும் நிலைமைக்கு நம்மை அல்லாது வேறு ஏதேதோ காரணம். அதனால் பிறரைத் தூற்றி பொழுதைப் போக்குவது...

ஐயோ! என்ன புழுக்கம். இந்தக் கூட்டத்தின் நெரிசலைத் தாங்க முடியவில்லையே! மூச்சுத்திணறுகிறதே! நல்ல வேளையாக ஒரு டாக்ஸி அவ்வழியே போகவே சந்துரு அவனைப் பிடித்து அதற்குள் தள்ளினான். “இந்தா – ஏறு சட்டென்று” என்று

சொல்லி அவனும் உள்ளே குதித்தான். தளும்பித் தத்தளிக்கும் அந்தக் கூட்டத்தை விட்டு டாக்ஸி பறந்தோடி விட்டது.

“விச்வநாதனை நினைவிருக்கா உனக்கு? நம்ப பாச்சப்பாவோடு அண்ணாமகன். போன வருஷம் வரையில் அவன்தான் எங்க நவயுக சங்கத் தலைவன். இப்போதான் எம். ஏ. பட்டம் வாங்கிண்டு காலேஜ் லெச்சரராக ஆகியிருக்கான். ஏற்கனவே ஓயாமே பேசுவான். இப்போ தகுந்த சாக்கும் வாய்த்தது. ஆனால் பார்த்துக்கோ, குறிப்பறிஞ்சு பேசுவான். சமயோஜிதமா நடந்துண்டு இங்கிதமாகப் பழகுவான், அதுனாலே அவன் வீட்டுக்கு எல்லோரும் வருவா. நீ பார்க்கப் போகிறாயே இப்போ. நாம் அங்கேதான் போகிறோம். வேடிக்கையாக இருக்கும். ஊருக்கு வந்த அன்னிக்கு கொஞ்சம் சுவாரஸ்யம் வேண்டாமா?”

பார்ப்போம். முதல்கட்டமென்று பத்மேஷ் மனதிற்குள் நினைத்துக்கொண்டான்.

2

பரதபுரி - வடக்கு வட்டாரங்களிலுள்ள பல காலனிகளில் அதுவும் ஒன்று. அவர்கள் போன இடம் ஒரு கீழ் ஃப்ளாட். அரை முழத் தோட்டத்தைத் தாண்டி உள்ளே போக அதிக நேரம் பிடிக்கவில்லை. கதவு திறந்து கிடந்தது. அவ்வளவு போக்குவரத்து நடக்கிறதா என்ன? சந்துரு சாவதானமாகக் காலை வீசிக்கொண்டே உள்ளே போனான்.

“இங்கே இன்னும் யாரையும் காணவில்லை. விச்சுவைக் கூப்பிடுகிறேன்” என்று சொல்லி சந்துரு உள்ளே போனான்.

அந்த அறை, அந்தக் குடும்பம் சாயந்திர வேளையில் டெலிவிஷன் பார்க்க உபயோகிக்கும் கூடமென்று பத்மேஷ் தெரிந்துகொண்டான்.

டெலிவிஷன், ரேடியோ, ப்ரிஜிடயர், மெத்தை, தைத்த இருக்கைகள், திண்டுகள், மேஜைகள், கதவுகளையும் சன்னல்களையும் மறைக்கும் திரைகள். பரதபுரியில் இதைப்போன்ற அறைகளை ஆயிரக்கணக்காகக் காணலாம். இவ்விடுதிகளில் ஒன்றைப் பார்த்தால் மற்றொன்றைப் பார்க்க வேண்டாம். அவன் கண்கள் அந்த அறையை வட்டமிட்டன.

இந்த ஃபிளாட்டுகள் ஒரே சீராக அமைந்தவை. அப்போது எதிர் சுவரில் மாட்டியிருந்த ஒரு காலண்டர் படம் அவன் கவனத்தைக் கவர்ந்தது. சத்துருவைப் போன்ற சங்கப்பையன் ஒருவன் அதை அங்கே தொங்கவிட்டிருக்கிறான். சந்தேகமேயில்லை. புன்னை மரத்தடியில் கிருஷ்ணன் ராதையை ஆலிங்கனம் செய்து கொள்ளும் படம் அது. அதன் அடியில் 'சலிஷ்யதி காம்பி, சும்பதி காம்பி...' என்ற காவியத்தின் சொற்கள் சிவப்புநிற அச்சில் பளிச்சிட்டன. அம்மா பாடும் ஜயதேவ அஷ்டபதிகளில் ஒன்றல்லவா இது!

பத்மேஷ் முகத்தைச் சுளித்தான். இது விஷயத்திலும் மாறுதல் இல்லை... சொல்லப்போனால் இறக்கம். நம் தேசத்து மட்டரகமான காலண்டர்களைப் பற்றி எல்லோருக்கும் தெரியும். அதைக் கவிதையுடனும், கிருஷ்ணனுடனும் சேர்த்து, மதுர பாவத்திற்கு ஒரு விசேஷ இடம் உண்டாக்கப் பார்க்கிறார்களா? புரியவில்லை. ஐந்து வருஷமாகப் பார்க்காததினால் உண்டாகும் பிரமையா இது? இல்லாவிட்டால் ஏன் அவனுக்குள் இந்தக் கலக்கம்? எதனால் இந்த உலகம் தாறுமாறாக வரைந்த ஒரு சித்திரம் போல காட்சி அளிக்கிறது? வேறு ஒரு உலகத்திலிருந்து திடீரென்று குதித்ததால் உண்டாயிருக்கும் அதிர்ச்சியாக இருக்குமோ! இல்லை இல்லை... பார்ப்பதையெல்லாம் பிரித்துப் பிரித்து ஆராயும் இந்தப் பாழும் உளநூல் சாத்திர முறைதான் காரணம். அதுதான் அவனை எல்லாவற்றையும் விண்டு பார்க்கும்படி தூண்டுகிறது. வேறு ஒன்றுமே இல்லை. அவன் மற்றொரு பக்கமாகத் திரும்பிக் கொண்டான். அங்கே அவன் கண்கள் சந்தித்தது பூஜைப் படங்கள். அங்கேயும் ஒரு கிருஷ்ணன் தான். ஆனால் அது சங்கு சக்கர கதாபாணியாக பூதேவி ஸ்ரீதேவியுடன் வீற்றிருக்கும் மகாவிஷ்ணுக் கோலம். பத்மேஷ் உள்ளத்தில் ஒரு உண்மை பளிச்சிட்டாற்போல இருந்தது. இரு சுவரிலும் ஆதித்திய நாட்டின் இருதரத்து போக்கு - இருதலைக் கொள்ளியைப் போல்....

உஸ்... அப்பாடா என்ன வேர்வை. மேலே மின் விசிறி சுற்றியும் இப்படி புழுங்கிக் கொட்டுகிறதே. சூட்டை உடம்போடு

இறுத்தும் இந்த வெளிநாட்டுச் சட்டையை களைய நினைத்து, அவன் சேது மன்னியைக் கேட்டான்.

"மன்னி, நான் வெச்சுவிட்டுப்போன பழைய சொக்காய் ஏதேனும் இருந்தாத் தாயேன்."

"ஏது இப்படிக் கேட்கிறாய்? அதெல்லாம் இம்புட்டு வருஷமா அப்படியே உட்காந்திருக்குமா? பூச்சி கீச்சி அரிச்சு விடாது?"

அவன் மலைத்து நிற்பதைப் பார்த்து சந்துரு உரக்கச் சிரித்தான். "என்னடா இப்படி விழிக்கிறாய்? சேது மன்னி விஷயம் தெரியாதா உனக்கு? உன் சட்டை எல்லாத்தையும் பாத்திரக்காரி கொண்டு போயிருப்பாள்" என்று நையாண்டி செய்தான். பிறகு தன் தாயைப் பார்த்துச் சிரித்தான். சேது மன்னி பொய்க் கோபம் காட்டிவிட்டுப் போய்விட்டாள். உள்ளே போன சந்துருவைக் காணோம். பழைய சோர்வு வாதம் இந்தச் சிறு அறையின் மூச்சுக் காற்றிலும் தொக்கி நின்றது.

அக்கரைப் பச்சையென்பது போல அவன் மதர்லாந்தில் இருந்தபோது தாய் நாடு சுவர்க்கமாகத் தோன்றிற்று. மேலை நாட்டின் வாழ்க்கை முறை, மனிதனைத் தனியாக்கி, தாங்கொணாத் தனிப் பொறுப்பை அவன் மீது சுமை ஏற்றியது. பசையற்ற அந்தத் தனிமைத் தோற்றமும் தண்ணென்ற வறட்டுச் சூழ்நிலையும் பத்மேஷுக்கு வியர்த்தமாகப் பட்டது. இத்தனைக்கும் வேண்டுமென்றே, அவ் வாழ்க்கை நோட்டங்களைப் பரிசோதித்துப் பார்க்கவேண்டுமென்று அவன் அவர்கள் களிக் கூத்துகளிலும், இன்பமூட்டும் லாகிரி அனுபவங்களிலும் வெகுவாகக் கலந்து கொண்டான். அப்படியும் அவனுக்கு மேலை வாழ்வு ரசிக்கவில்லை. அர்த்தமில்லாததாகப் பட்டது. துணையற்ற அந்த நிலையை விட்டு, கதகதப்பான அரவணைப்பை நினைத்து பிறந்தவூர் வந்தால்.... இங்கே என்னமோ நம் நாகரிகமே ஒரு ஆபத்தான நிலைமையில் தத்தளிப்பதுபோல் தோன்றுகிறது. போர்முனைப்படை மாதிரி எல்லாமே பொருமி நிற்கிறது. எந்த இடத்தில் என்ன வெடிக்குமோவென்று எதிர்பார்க்கும்

ஒரு நிலை. இங்கே உறுதியை அவன் காண ஆசைப்படுவது சுத்த பயித்தியக்காரத்தனம். இந்தக் குழப்பத்தில் திருந்திய ஒரு ஜீவனமும் குறிக்கோளும் அவனுக்கு எங்கே தென்படப் போகிறது? பத்மேஷ் கவலை கொண்டான்.

அப்போது சந்துரு திரும்பி வந்து சேர்ந்தான். அவனுடன் வந்தவன் ஒரு கல்லூரி மாணவன் என்று தெரிந்தது.

“இவன்தான் விச்வநாதன் தம்பி சீனு’ என்று சந்துரு அவனை அறிமுகப்படுத்துவதற்குள், வாயிற்புறத்தில் மற்றொரு யுவன் தோன்றினான்.

அவன் வெங்காச்சண்ணா மகன் ராகு என்று அடையாளம் கண்டுகொள்ள பத்மேஷுக்கு சில விநாடிகள் பிடித்தன.

“என்னைத் தெரியவில்லையா? இன்னிக்கி காலை உன்னை அழைக்க வந்தவன் எனக்கு மூத்தவனான இளையவர் மகன் சந்துரு. நான் இளையவனான மூத்தவர் மகன், ராகு.”

ஆமாம், ஆமாம். ராகு சிரிக்கும்போது கண்கள் சுருங்கிக்கொள்ளும் என்னும் சங்கதி பத்மேஷுக்கு நினைவு வந்தது. காடாக அடர்ந்து முளைத்திருந்த கறுப்பு மயிர் அவன் முகச்சாயலை மறைத்தாலும், இந்த அடையாளத்தை மாற்ற முடியவில்லை.

“இன்னிக்கி அவனோடு பரிட்சை நாள். கடைசி பேப்பர். இல்லாவிட்டால் அவன்தான் உன்னைக் கூப்பிட வந்திருப் பான். எல்லாம் சரியாக வாய்ச்சுதா? எப்படி எழுதினாய்?" என்று சந்துரு கேட்டான்.

ராகு இளித்தான். “சுமார். வீட்டிலே அம்மாவோடு உபத்திரவம் பொறுக்கலை. பரீட்சைக்குப் படிச்சாயோன்னு கேட்டு மனுஷனை கசக்கி விடுகிறாள். சரி, கிளாஸுக்காவது போய்த் தொலைப்போமுன்னு அங்கே போனால் நம்ம விச்சு மாதிரி பி.எச்.டி. வாங்கினவர்கள் பண்ணுகிற இம்சை பொறுக்கலை. கிளாஸுக்கு வந்தால் பாடங்களைக் குறிப்பா சொல்லமாட்டானா ஒருத்தன். ஏதேதோ பேசிக்கொண்டு

போகிறான். சம்பந்தமில்லாத விஷயங்களையெல்லாம் லெக்சரிலே நுழைத்துவிடுகிறான்."

சீனு - கல்வி சீர்திருத்தமுன்னு வந்தால் இதெல்லாம் போகும்.

ராகு - கேளு. ஷேக்ஸ்பியர் உலகமே ஒரு நாடக மேடைன்னு சொன்னானாம். இப்படியெல்லாம் நடு நடுவே பேசுகிறபோது லெச்சருடைய தாத்பரியம் விண்டு போய் எப்படி எப்படியோ போகிறது.

சந்துரு - (குறுக்கிட்டான்) உனக்கு நோட்ஸ் எழுதக் கஷ்டமாய் இருக்குன்னு சொல்லேன். உனக்கென்ன இப்போ... கத்தை கத்தையாக நோட்ஸ் தேவை. அப்புறம் பரிட்சை வந்தால் - அதிலே ஜெயிக்கணும். அவ்வளவுதானே!

ராகு - அது கூட வேண்டாமா? அவன் சொல்கிறதை எப்படியோ அர்த்தம் பண்ணி - முதுகு நோக நோட்ஸ் எழுதுகிறவனுக்கு பரிட்சையாவது பாஸாக வேண்டாமா?

சீனு - சும்மா இருடா. பரிட்சை ஜெயிக்காவிட்டால், இவாளை விட்டு விடுவோமோ.... பார்க்கட்டும்.

அவன் சொன்னதைக் கேட்டுக்கொண்டே விச்வநாதன் உள்ளே வந்தான். அவனைப் பார்த்ததும் பத்மேஷுக்குப் பாச்சப்பா நினைவு வந்தது. அதே ஜாடை. கன்னங்கள் உப்பி, உதடுகள் தடித்திருந்தன. பேசவாரம்பித்ததும், அவன் படித்தவன் என்று தெரிந்தது. நாஸுக்காக அடிவேரைக் கிள்ளும் பாணியில் வார்த்தை சொன்னான்.

சந்துரு - யுவர்கள் இப்படியெல்லாம் ரகளை பண்ணினால், நம்ப சங்கத்து கண்ணியம் குறைஞ்சு போயுடும்.

ராகு - அடாடா! மறந்துட்டேனே! சங்கமொன்று உண்டே.... அதுக்கு நீ காரியதரிசியும் ஆச்சே.

ஒரு விநாடிக்கு இரு தாயாதிகளும் ஒருவரையொருவர் பார்த்துத் தோள் தட்டிக் கொண்டதை பத்மேஷ் கவனித்தான்.

சீனு - நம் ஏமாற்றத்துக்கெல்லாம் இந்த அதிகாரிகள்தான் காரணமுன்னு நான் நிச்சயமாச் சொல்லுவேன்.

விச்சு - என்ன ஏமாற்றம்? எதிலே ஏமாற்றம்?

ராகு - (ஒரு கோமாளி பாவத்துடன்) அது புரிஞ்சுட்டாத் தேவலையே!

விச்சு - அப்படியானா பஸ்களை சுட்டெரிச்சுவிட்டால் அது புரிஞ்சுவிடுமா?

சீனு - (எரிச்சலுடன்) ஒண்ணுமே பண்ணாமே பொய் சாத்திரம் பேசிண்டு இருக்கிறதைவிட இது தேவலை. ஏதோ கையைக்காலை அசைத்து ஒரு காரியமுன்னு செய்கிறோமே!

ராகு - சும்மா படுத்துண்டு தூங்கினாலுமுண்டு. பல்கலைக்கழக அதிகாரிகளைச் செயலாற்ற வைப்பது நடக்கிற காரியமா?

விச்சு - (வேடிக்கையாக) சினிமாவிலே ஆடி, கதாநாயகனாக வேணும் என்றால் கூட உழைக்கணும். ஆனால் பல்கலைக் கழகத் தலைவரை 'கராவ்' பண்ணினால், அந்த மாதிரிய புகழ் மாணவனுக்கு உழைக்காமலே கிடைக்கும். மறுநாளே அவன் ஒரு வீர புருஷனா மாறிவிடுகிறான். அவன் பாடு சுகம். புகழுக்குப் புகழ் ஆச்சு. பொறுப்பு ஒன்றுமே கிடையாது.

சந்துரு-ஆமாம். பஸ்ஸை எரிச்சவனைப் பிடிச்சாளே, அவனுக்கு என்னவாச்சு?

சீனு - (வெற்றிக் குரலில்) என்ன ஆகுமுன்னு தெரியலையா? நாங்கள் பண்ணின ரகளையிலே பல்கலைக்கழகத் தலைவரே அவன்கிட்டே மன்னிப்புக் கேட்டுக் கொண்டு, அடுத்த நாளைக்கு அவனை விடுதலை பண்ணிவிட்டார்.

விச்சு - (சிரிக்கிறான்) மாணவனுக்கோ, அதிகாரிக்கோ தாம் எங்கே போகிறோம், தம் முடிவான நோக்கமென்ன என்று தெரியாத வரைக்கும் இந்தத் தத்திங்கணத்தோம் சுகமாகப் போகும்.

"கல்விமுறை சீர்திருத்தம் நடக்கிறதோ?" எல்லோரும் திரும்பிப் பார்த்தார்கள். விச்சுவின் மாமா கனம் ஜட்ஜ் சந்திரகாந்தன் நின்றுகொண்டிருந்தார். "வாங்கோ மாமா. உட்காருங்கோ. நம்ம 'அப்பாயிண்ட்மெண்டு' க்கு இன்னும் போது இருக்கு. கொஞ்சம் இருந்துவிட்டுப் போகலாமே" என்றான் விச்சு. ஜட்ஜ் அமர்ந்து கொண்டார்.

சந்துரு சொன்னான். "பத்மேஷை நினைவு இருக்கா? இன்னிக்குத்தான் மதர்லாந்திலிருந்து திரும்பி வந்தான்."

அவர் அவனைப் பார்த்துத் தலையை ஆட்டினார். அவனும் பதிலுக்கு அப்படியே செய்தான். ஜட்ஜை பத்மேஷுக்கு நன்றாக நினைவில்லை. எப்போதோ எங்கேயோ பார்த்த ஞாபகம்.

எல்லோரையும் போல, "மதர்லாந்தில் எப்படி?" என்ற அசட்டுக் கேள்வியை ஜட்ஜ் கேட்கவில்லை. அதற்குப் பதிலாக ராகு பக்கம் திரும்பி, "அந்த ஆசிரியன் கேஸு என்னவாச்சு?" என்று விசாரித்தார்.

"எந்த ஆசிரியன் விஷயம்?" என்று ராகு பதிலுக்குக் கேட்டான்.

சந்திரகாந்தன் - கல்லூரியிலிருந்து அவனை விலக்கணுமுன்னு போன மாசம் ஒரு ரகளை நடக்கலை?

ராகு - அதுவா! அவன் செத்தே போயுட்டான் சார்.

சந்திரகாந்தன் - என்ன? அதெப்படி நடந்தது?

விச்சு - ஒண்ணுமில்லை. அவனுக்கு 'ஹார்ட்டுவீக்' போலிருக்கு.

சந்துரு - சிலபேர் வேறு மாதிரியாச் சொல்லுகிறா.

சீனு - நான் சொல்லட்டுமா? கழக அதிகாரிகள்தான் அவனைக் கொலை பண்ணிவிட்டா.

விச்சு - (சிரித்து மழுப்பியபடி) என்ன இப்படித் தாறுமாறாகப் பேசுகிறாய்?

ராகு - அந்தச் சமயத்திலே அவனுக்கு 'ஹார்ட்டுவீக்' என்று அவாளுக்குத் தெரியாதோ என்னவோ.

சந்திரகாந்தன் - எப்படியானாலும் நீங்கள்தானே அவனை விரட்டும்படி கிளர்ச்சி பண்ணி, அதிகாரிகளைக் கட்டாயப்படுத்தினீர்கள்?

விச்சு- போனாப் போகிறது. செய்த பாவத்தைச் சொல்லித் தீரூன்னு, அவன் செத்துப் போனப்புறம் அதிகாரிகள் அவன் மேலே அநியாயமாப் பழிசுமத்திவிட்டதாக வாது பேசி, அவன் குடும்பத்துக்கு உபகாரம் வாங்கிக் கொடுத்துவிட்டா, மாணவர்கள்.

சந்திரகாந்தன் - (ஏளனத்துடன்) ஒரு கதையுண்டு. காசைத் திருடிவிட்டதுன்னு ராஜா குருவியைப் பிடிச்சு உதைச்சானாம். 'என்னிலும் கேடுகெட்டு ராஜா என் காசைப் பிடுங்கினான்' என்று அந்தக் குருவி கூச்சல் போட்டுதாம். இதைக் கேட்டு ராஜாவுக்கு அவமானமாகப் போய்விட்டதாம். தன் சேவகனைக் கொண்டு காசைத் திருப்பிக் கொடுக்கச் செய்தானாம். குருவி உடனே குதூகலத்தோடு குதிச்சுதாம். 'எனக்குப் பயந்து ராஜா என் காசைத் திருப்பித் தந்தான்' என்று கீச்சிட்டுதாம். அதுபோலதான் இருக்கு இந்த மாணவர் - அதிகாரி விவாதம்.

ராகு - வாதம் பிரதிவாதமுன்னு நேர்ந்தால் எங்கள் மாணவர் கூட்டம் அரசியல்வாதிகளைக் கூடத் தோற்கடித்துவிடும்.

சந்திரகாந்தன் - சட்டங்களை மீறி, இப்படி அடிதடி குத்துச் சண்டை செய்தால், அதை செயலாற்றல்னு சொல்லிவிட முடியுமா?

சீனு - சும்மா படுக்கை போடாமே ஏதோ செய்கிறோமே என்கிற திருப்தி. சோம்பித் திரிகிறாளே எத்தனையோ பேர்கள், அதைவிட இதுமேல் அல்லவா?

ஜட்ஜு முகத்தில் ஒரு லேசான புன்னகை. மின்சார விளக்கு அவருடைய வழுக்கைத் தலைமேல் பொன்னிறக் குழம்பைப்

பூசிற்று. அப்போது வெளியே டொக்டொக் என்று ஓசை கேட்டது. பத்மேஷ் திரும்பிப் பார்த்தானோ இல்லையோ அவன் தேகம் மின்சாரத்தினால் தாக்குண்ட மாதிரி அதிர்ந்தது. கதவுச் சட்டத்தில் பதிந்த சித்திரம் போல நின்றாள் ஒரு பெண். நீண்ட முகம், அகன்ற விழிகள், கொஞ்சும் இதழ்கள் இடையே, துடிக்கும் புன்னகை. கூந்தலைக் கட்டையாக வெட்டிவிட்டு, இல்லை இல்லை... இயற்கையாகவே கட்டையாகிவிட்ட கூந்தலைச் சேர்த்துப் பிடித்து, நடு முதுகில் ஒரு மெல்லிய கைக்குட்டையால் முடிந்து விட்டிருந்தாள். அந்தக் கைக் குட்டைக்குத்தான் என்ன அதிர்ஷ்டம் அது. ரவிக்கைக்கு வெளியே பொலிவுடன் மின்னிய அவள் முதுகை வருடியபடி புரண்டது. புடவையின் முன் கொசுவம் தரையைத் திரட்ட அந்தப் பெண் முன்னுக்கு வந்தாள். பிறகு சிறிதும் கூச்சமின்றி ஜட்ஜைப் பார்த்துச் சொன்னாள். "ஸாரி. நான் உங்களைக் காக்க வெச்சுட்டேன்."

"அதனாலென்ன இப்போ. நான் முன்கூட்டி வந்துட்டேன். அவ்வளவுதானே!" என்றார் ஜட்ஜு.

"யுவர் சங்கத்திலே ஹாஸ்பிட்டல் சேவை செய்கிறேன். இன்னிக்கி என் முறை."

ஜட்ஜ் தன் வழுக்கைத் தலையை ஆட்டினார். பிறகு பத்மேஷ் பக்கம் திரும்பி, "இது என் பெண்" என்று அறிமுகப்படுத்தினார்.

அதே வினாடி, அவளுடைய இரட்டையோ என்று ஐயுறும்படி மற்றொரு பெண், உள்ளேயிருந்து காப்பிக் கோப்பைகள் அடங்கிய ஒரு டிரேயை ஏந்திக்கொண்டு வந்து சேர்ந்தாள்.

அங்குள்ள யுவர்கள், அவளுடைய ஒய்யார நடையிலும், புடவை மடிப்பிற்கு மேல் தொப்புளோடு வளைந்தோடும் அழகிலும் கட்டுண்டு அப்படியே சமைந்துவிட்டதை பத்மேஷ் கவனித்தான். சந்துரு அவன் பக்கமாகத் திரும்பி, காதருகில் சொன்னான். "இவள்தான் விச்சுவின் தங்கை, பானு மன்னிக்கு அவள் மேல் கண்" பிறகு ராகுவைப் பார்த்து கண் சிமிட்டினான்.

சந்திரகாந்தன், பத்மேஷுடன் பேச்சுக் கொடுத்தார். “நாடு திரும்பிவிட்டாயே! எங்களைப் பார்த்து என்ன தோணுகிறது?”

“ஒண்ணுமே புரியலை. ஒரே குமைச்சலாக இருக்கு. ஒரு சமயம் எல்லாமே விண்டு போகிறாப் போல ஒரு உணர்ச்சி. மற்றொரு சமயம் இந்தச் சமூகம் எந்த நிமிஷம் என்ன விசித்திர உலகத்தைக் கக்கப் போகிறதோவென்ற ஒரு மலைப்பு. எந்தச் சமயத்திலே என்ன நேருமுன்னு சொல்ல முடியாத ஒரு பிராந்தி. சொப்பனமோன்னுகூட சந்தேகம் வருகிறது.”

“ஜானா, இங்கே வாயேண்டி!” என்று விச்சுவின் தங்கை அழைத்தாள். ஜானா நடந்து வந்த தோரணையில் ஆதித்திய தேசப் பெண்ணின் சுயகௌரவம் பிரதிபலித்தாற்போல் பத்மேஷுக்குத் தோன்றிற்று. நிமிர்ந்த அவள் நடையிலும், நேர்மை கொண்ட அந்தப் பார்வையிலும் அத்தனை அஞ்சாத செருக்கு. அவன் உள்ளத்தில் குபீரென்று சூடு ஏறியது.

சந்துரு - (சிரித்தபடி) ஆமாம். தள்ளிப் போயுடுங்கோ! இல்லாவிட்டால் அந்த பஸ்ஸிலே நடந்த சம்பவம் மாதிரி ஏதாவது எக்கச்சக்கமாக நடந்துவிடப் போகிறது.

“அதென்ன நடந்தது? நான் கேள்விப்படவில்லையே!” என்றான் விச்சு. ஜட்ஜும் பத்மேஷும் விஷயத்தை அறிய ஆவல் கொண்டு ஜானா பக்கமாகத் திரும்பிப் பார்த்தார்கள். ஜானா சொன்னாள். “உங்களுக்குத் தெரியாதா அப்பா. சைன்ஸ் கல்லூரி மாணவன் ஒருவன், எங்கள் கல்லூரிப் பெண் ஒருத்தியை முகத்திலே அறைந்துவிட்டானாம். இது போக்குவரத்து பஸ்ஸிலே நடந்துதாம்.”

சீனு - சுத்தப் பொய். அவள்தான் அவனைத் தாடையில் அடிச்சாளாம்.

சீனுவின் தங்கை - அவன் என்ன திருட்டுத்தனம் செய்தானோ?

சீனு - இந்தப் பெண்களெல்லாம் அவா காரியத்தைப் பார்த்துண்டு சும்மா இருக்கணும்.

ஜானா - யுவர் சங்கத்திலே பெண்களுக்குச் சமமான கௌரவமுண்டு.

விச்சு - (புறங்கையால் தனக்கு வந்த சிரிப்பை மறைத்துக்கொண்டே) சீனுவுக்கு நியாய அறிவு அதிகம். உங்கள் உரிமையைக் குலைக்க அவனுக்கு மனசு வராது.

ஜட்ஜு - அவசரப்படாதே, சீனு. உனக்கும் பெண்களை அடக்கி நடத்த வேண்டிய சமயம் வரும்.

எல்லோரும் கொல்லென்று நகைத்தார்கள். சமயம் பார்த்து ஜட்ஜும் விச்வநாதனும் எழுந்து தம் அலுவல்களைக் கவனிக்கப் போய்விட்டார்கள்.

தொட்டும் தொடாத மாதிரியில் அவர்கள் பேசியதும், வாதில் பிடிகொடாமல் தந்திரமாக விலகிக்கொண்ட விதத்தையும் பத்மேஷ் கவனியாமல் இல்லை. ஆனால் கடைசியில் நழுவினாற் போல விடைபெற்றுக்கொண்ட அந்த பாவனை அவனை வியப்பில் அழுத்திவிட்டது.

இதென்ன! இத்தனை முதிர்வு கொண்ட இவர்கள் இப்படி நடந்து கொள்ளுகிறார்கள்! பத்மேஷுக்கு ஆச்சரியம் பொறுக்க முடியவில்லை. ஆனால் அவர்களும்தான் என்ன செய்ய முடியும். மறுநிமிடம் நினைத்துப் பார்த்தான். ஒருவித திக்கற்ற தன்மையினால் இப்படி பாராமுகம் காட்ட வேண்டியிருக்கிறது. வீணாக வாதில் இறங்கினால், சூடு ஏறும், குழப்பமுண்டாகும். அதைச் செய்ய அவர்கள் விரும்பவில்லையென்று குற்றம் சாட்ட முடியுமா? மொத்தமாக தேசத்தின் மனநோய் முற்றிவிட்டாற்போல் தெரிகிறது. பொறுப்பை பொது ஜனங்கள் மீது படரவிடவே அது உருத்தெரியாமல் நசிந்து வருவது புலனாயிற்று. ஆனால் அதைப்பற்றி அவனுக்கு அதிகமாகச் சிந்தித்துப் பார்க்க நேரமில்லை.

ஜானா அவள் தோழியின் காதோடு ஏதோ கிசுகிசுவென்று சொன்னாள். பிறகு பல்வரிசை தெரிய அழகாக உரக்கச் சிரித்தாள். பத்மேஷின் உள்ளம் மறுபடியும் ஒரு குட்டிக்கரணம்

போட்டது.

அவன் தேடும் நுண்ணிய உள்ளுணர்வு இவளிடம் இருக்குமோ? அவன் அவளைக் கூர்ந்து கவனித்தான். எந்த உணர்வைக் கொண்டு, பெண், ஆணுக்குக் கிட்டாத ஒரு அனுபவத்தை அவன் நுகரும்படி செய்கிறாளோ... அந்தத் தெளிவு இவளிடம் உண்டோ? மனிதனுடைய உள் உருவம் வளர வளர அகத்தில் வீர உணர்ச்சி பெருகும். இவள் அதை அவனுக்கு.... ஜில்லென்ற ஓர் உணர்வு அவனுள் பரவிற்று.

"என்னடா முஷிஞ்சு கொட்றது. வாங்கோடா. அந்தப் பெருச்சாளிகளும் போயாச்சு. கொஞ்சம் ஷோ ஷோ ஆடலாம்" என்றான் ராகு.

தனக்குள் தளும்பிக் கூத்தாடும் எழுச்சியை எங்கே பாய்ச்சவென்று காத்திருந்ததுபோல, சீனு குதித்தெழுந்து கருவியை முடுக்கினான். ஓவென்ற பேரிரைச்சலுடன் பாப் கீதம் காதைப் பிளந்தது. இந்தச் சந்துருவைப் பார்த்தாயோ! பத்மேஷ் ஆச்சரியத்துடன் கவனித்தான். பள்ளிப் பசங்கள் அவனை 'இருதலைக் கொள்ளி' என்று வர்ணிக்கலாம். ஆனாலும் எப்படி இரு சார்பாரிடமும் சாதுர்யமாக நடந்து கொள்ளுகிறான்! இதற்குள் ஜானா அவன் பக்கமாக வர பத்மேஷ் தன்னை மறந்துவிட்டான். கண்கள் சாடை காட்டிப் பேசின; மனதின் நிலையைப் பரிமாறிக்கொண்டன. அடுத்த நிமிஷம் பத்மேஷ், ஜானாவுடன் ஆடிக் கொண்டிருந்தான். உயிரிலே பாதி சங்கீதம் அல்லவா? பாப்கீதம் அவர்களை உணர்ச்சி வெள்ளத்தில் இழுத்துப் போயிற்று. புதுமையும் உல்லாஸமும் ஊட்டிற்று.

"பொம், பொம், பொம், டும் டு மாரடும்... கிசக்... கிசக். டாமி மிடம். டபிடிதும் டபிடித்தும்."

பாப்கீதம் பட்பட் என்று சத்தம் போடுவதோடு நிற்காது. அதற்கு மனிதனுடைய அகத்திற்குள் ஊடுருவிப் பாயும் குணமுமுண்டு. அப்படியே இப்போதும் அது நெஞ்சைத்

துளைத்து, உணர்ச்சிகளைத் தட்டி எழுப்புவதை உணர்ந்தான் பத்மேஷ். என்ன இன்பகரமான உணர்ச்சிகள்! மனதினுள் கொந்தளிக்கும் வன்மையை இப்படி விடுவதில் என்ன ஆனந்தம். இந்த அனுபவத்திற்கு வசியப்படாமல் இருக்க முடியுமா? அவன் மெய்மறந்து கூத்துக் களியில் லயித்துவிட்டான். ஆவேசம் கொண்டவன் போல ஆடினான். அரைமணிக்கு சுயநினைவேயில்லை. அப்படியொரு வெறி. அவன் அவளை இறுகத் தழுவிக்கொள்ள வேண்டுமென்ற அவாவில் அருகே நெருங்கினான். அப்போது, திடீரென்று ஒரு கண நேரத்திற்கு, எதிரே கூத்தாடும் ஜானாவின் தலைவிரிகோலம், கண்ணாடியில் தோன்றும் பிரதிபிம்பம் போல அவன் கண்ணில் பளிச்சிட்டது. இதுவா... இப்படி சுயநினைவற்று ஆடைகள் கலைந்து கூத்தாடும் இந்த உருவத்தின் மேலா அவன் இச்சை கொண்டான்? அவள் முகம் உணர்ச்சியினால் அதைத்து, கண்கள் சோபையை இழந்து, எப்படியோ கோணி, சீ...சீ... இங்கே நிற்கக்கூடாது. இருந்தோமானால்... மேலும் மேலும் அந்தப் பெண்ணின் இந்தத் தோற்றமே அவன் கண்களில் படும்.

அவன் எப்படியோ தன்னைச் சமாளித்துக்கொண்டு வெளியே வந்தான். அந்தப் புழுங்கும் அறையிலிருந்து கிளம்பினதும் ஒரு சிறு காற்று அவன் முகத்தில் வந்து அடித்தது. அப்பாடா... உஸ்... என்ன வேர்வை. அம்மாடா... தலைக்கிறுக்கல் கொஞ்சம் விட்டது. காலை வீசி நடந்தான். போதம் தெளியத் தொடங்கியது. நிதானிக்க வேண்டும். இப்படி வந்ததும் வராததுமாக காதல் மயக்கத்தில் அகப்பட்டுக்கொள்ளக் கூடாது. நல்லமுது என்று நினைத்து கள்ளை உண்டால்?

சந்தேகமில்லை. இந்த யுவர்கள் நவயுவ வாழ்வைக் கோருகிறார்கள். நாஞ்சில் நாட்டைவிட்டு பரதபுரி வந்த குடும்பத்துப் பெண்களும் நவநாகரிக முறைகளை முற்றும் கைப்பற்றிவிட்டார்கள். ‘சடவாயிருக்கு’ என்னும் அந்த வாக்குக்கே முத்தாய்ப்பு வைத்துவிட்டார்கள். அவன் தான் விட்டுவந்த அறையின் அலங்கோலக் காட்சியை நினைத்துப் பார்த்தான். பாப் கீதம், ஷோ ஷோ முதலிய ஆட்டங்கள்,

மேற்கத்திய நாட்டின் உத்தி. தொழில் நாகரிகத்தினால் உண்டாகும் வாழ்வின் இறுக்கத்தைத் தாங்க முடியாமல், தன்னை மறந்திருக்க அவர்கள் கண்டுபிடித்த பல வழிகளில் இதுவுமொன்று.

நம்முடைய சூழ்நிலையிலும் மூச்சுத் திணறத்தான் செய்கிறது. காற்றில் அப்படியொரு புழுக்கம். அதை மறக்க இந்த யுவர்களும் இப்படிக் கூத்தாடுகிறார்கள். ஜட்ஜூம் விச்சுவும், மற்ற வயது வந்தவர்களும் இந்த மனோபாவத்தை ஆமோதிப்பது போல நடந்து கொள்ளுகிறார்கள். ஒரே ஒரு வித்தியாசம். மேற்கத்திய சமூகத்தில், நிதம் காரியசித்தியான பிறகு, ஓய்வு நேரங்களை சுயேச்சையாக இன்புற்றுக் கழிக்கிறார்கள். ஆனாலும் கூடவே தம் பொறுப்புணர்வு அவர்களைத் தட்டி எழுப்பி, மறுநாள் தத்தமது அலுவல்களைத் தேடிப்போகத் தூண்டுகிறது. இங்கேயோ! இந்தச் சமுதாயத்திலோ, இவ்வழிகள் வீணாக சோம்பித் திரியும் தோற்றம் கொடுக்கின்றன.

தொழிலின்றி சோம்பி வாழ்தல் ஒரு நோய். சந்தேகம், ஏக்கம் என்ற பிசாசுகள் மனிதனை அடிக்கும் பொருட்டு பதுங்கி நிற்கின்றன. அவன் சோம்பலுக்கு இடம் கொடுக்கும்போது அவை அவனைத் தாக்குகின்றன. பத்மேஷ் நிச்சயித்தான். தீவிரமாக உழைக்க வேண்டும். இப் பிசாசுகள் அவனை அணுகாமல் காத்துக்கொள்ள அதுதான் நிச்சயமான வழி. இடைவிடாத உழைப்பு.... உழைப்பு.

3

ஒரு டாக்ஸி அந்தப் பக்கமாக வந்தது. அவன் அதை நிறுத்தி, உள்ளே ஏறி உட்கார்ந்தான். இறுக்கத்தால் காற்று தேவையாக இருந்தது. வண்டியின் சன்னல் கண்ணாடியைத் தாழ்த்தும் பிடியை எட்டிப் பிடித்துத் திருக முயன்றான். அது அசைய மறுத்துவிட்டது. சேச்சே.... இந்த ஊரில் ஒரு விஷயத்தையுமே துப்புரவாகச் செய்ய மாட்டார்களா? மேல் நாடுகளைப் போல யந்திர வாழ்விற்கு நாம் ஆசைப்படுவதில் குறைவில்லை. ஆனால் அவர்களைப் போல நுட்பமான ஆற்றல் காட்ட நம்மிடம் போதுமான பயிற்சி இல்லை. இது சொல்லிக் கொடுத்தாலும் வராது. ஏனென்றால், அது தன்னைத் தானாகவே திருத்திக்கொள்ளும் ஆத்ம சிட்சை ரகத்தைச் சேர்ந்தது.

ஆத்ம சிட்சையா? இதைப்பற்றி வரும் வழியில் சந்துருவிடம் சொன்னதும் அவன் கடகடவென்று சிரித்தான். “ஆத்ம சிட்சையா? அதை நம்மிடம் கேட்டு அறிந்துகொள்ள இங்கே வரும் தாடிக்காரர்களை நீ சந்திக்கவில்லையா? ஓ.... மதர்லாந்திலிருந்து யோகம், நிஷ்டை, குரு, தெய்வமுன்னு நம் நாட்டு மரபுகளைத் தேடி எவ்வளவு பேர் வருகிறார்களென்று உனக்குத் தெரியாதா?”

அவன் உட்கார்ந்திருந்த ரெக்ஸின் மெத்தையிலிருந்து வேர்வையின் வாடை அடித்தது. ஒரு முடுக்கில், வண்டியோட்டி சட்டென்று பிரேக்கை அழுத்தினான். பத்மேஷ் நிலை தவறி விழாமலிருக்க முன்னே இருந்த இருக்கையின் முதுகுத் தண்டைப் பிடித்துக்கொண்டான். கையெல்லாம் எண்ணையின் வழுவழுப்பு. சீ... இந்த அசிங்கம் பிடித்த ஊருக்கு எதற்காக வந்தான்? அவன் அலுப்புடன் பின்னே சாய்ந்து கொண்டான்.

நாள் பூராவும் ஓடிக் களைத்த குடும்பத் தலைவியைப் போல அந்த எட்டு மணி சமயத்திலே, நகரத்தின் சுற்று வட்டாரங்கள் ஓய்ந்து கிடந்தன. சாலையில் நடமாட்டமில்லை. கிடுகிடுவென்று அந்த டாக்ஸி, விஷ்ணுபூர், குகப்பட்டி, சபரி நகர் என்று வெறிச்சோடிய விஸ்தாரங்களைத் தாண்டி நெருக்கடியான யுதாஜித் மலையடிவாரத்தைச் சுற்றத் தலைப்பட்டது. அவன் மனக்கண் முன் பழைய நினைவுகள் அலைபாய்ந்தன. சந்தியாகால வேளையில் அவனும் அம்மாவும் உல்லாசமாக நடக்கப் போவார்கள். சாலை மரங்களுக்கிடையே சூரிய வெளிச்சம் பச்சை ஒளியை அள்ளி வீசும். ஆயிற்று. மலையைக் கிட்டத்தட்ட சுற்றி வந்தாகிவிட்டது. இதோ, அவனுக்கு மிகப் பரிச்சயமான அந்தக் குறுக்கு வீதிகள். அவற்றைத் தாண்டி அப்பால் போனால்? ஆவல் நிரம்பிய அவன் கண்களைப் பற்றி இழுக்கும் சமுத்திரம். பிரமாண்டமான அணைக்கட்டு - விசாலமான காங்கிரீட் நெடுஞ்சாலை. ராமர் அங்குலீக் என்று அதற்குப் பெயர் கொடுத்திருந்தார்கள். அப்படி வட்டமாக வளைந்தோடும் பாதை அது. பல வருடங்களுக்கு முன்னால் அவர்கள் யுதாஜித் மலையடிவாரத்திலுள்ள இந்தச் சிறு வீதி ஒன்றில் குடியிருந்தார்கள். மறுபடியும் அங்கே போய் - அப்படி நினைத்தானோ இல்லையோ, சட்டென்று டாக்ஸியை நிறுத்தச் சொல்லி, வண்டியோட்டிக்கு உத்தரவு இட்டான்.

அம்மாவுடன் எத்தனை முறை இந்த வீதிகளில் அவன் நடந்து போயிருக்கிறான். உள்ளத்தில் குதூகலம் பொங்க அவன் துள்ளித் துள்ளி நடப்பதும், பின்னால் அம்மா வருகிறாளாவென்று பார்ப்பதும் இன்றைய நிகழ்ச்சி போல தெளிவாய் அவன்

கண்முன் படமெடுத்து மிதந்தது. இந்த நினைவுகளை மறுபடியும் நுகரவென்றுதான் அவன் தன்னையுமறியாமல் ஊரைத் தேடி வந்தானோ? அன்பு முகத்தின் அழகான உருவம் அக்கரும் நிழலில் ஊஞ்சலாடியது.

அழுத்தம் தோய்ந்த மிருதுவான குரலில்தான் அவள் பேசுவாள். அவன் ஊம் ஊம் என்பானே தவிர, கண்கள் என்னமோ நடைபாதை மேல் ஊன்றியிருக்கும். சூரிய வெளிச்சமும் மர நிழலுமாக ஜாலக் கோலங்கள் போட்டுக் கூத்தாடும் விந்தைத் தோற்றம் அவன் கவனத்தை முழுவதும் கவரும். நிழலை ஏய்த்துப் பிடிக்கத் துள்ளுவான். அந்தக் குழந்தை உள்ளத்தில்தான் எவ்வளவு பொங்கும் மகிழ்ச்சி!

ஓ! எதையோ ஒன்றை மிதித்து விட்டான். கனவு கலைந்தது. அவன் குனிந்து பார்த்தான். வழுவழுப்பான சிமிண்டு நடைபாதைகள் என்று எண்ணினான் அல்லவா. இப்போது சிறுநீர் வழிந்தோடிய ஜாலக் கோலங்களைத்தான் அவன் கண்டான். சுவரோரமாக நடக்கவே முடியவில்லை. நாற்றம் குடலைப் பிடுங்கியது. நின்றபடியே மனிதர்கள் தம் கடன்களை முடித்துக் கொண்டிருந்தார்கள். காலடியில் குப்பை, செத்தை. இருமி உமிழ்ந்த சளி. அடடா! மனிதன் உடலுக்குள் இத்தனை கபமும் கோழையுமுண்டா? அவன் புருவத்தை நெறித்துக்கொண்டே வீதியைத் தாண்டி எதிர்ப்புறம் போனான். பச்சைக் குழந்தை ஒன்று - பிறந்து நாலு நாட்கள் கூட ஆகியிருக்காது - முறத்தில் கிடந்தது. அதை எடுத்து வந்தவள் இடுப்பில் மற்றுமொரு குழந்தை வற்றிச் சுருங்கிய அவளுடைய முலைக் காம்பைக் கடித்துக்கொண்டிருந்தது. திட்டமிட்ட குடும்பப் பிரச்சாரத்தின் விளைவு. பக்கத்தில் அந்தகனாக நின்றான் புருஷன். செம்பட்டை மயிர். குழிகள் விழுந்த, மேடு பள்ளமான முகம். என்ன அற்புதமான முகம்! துயரமும் கஷ்டமும் இப்பேர்ப்பட்ட முகங்களை தேவ விக்ரகங்கள் ஆக்குகின்றன என்று அவன் எண்ணினான். அவன் மாத்திரம் ஓவியம் எழுதப் பழகியிருந்தால் எவ்வளவு நன்றாகயிருந்திருக்கும்! ஆனால் அழுக்குப் படிந்த அவர்களுடைய கந்தைத் துணியின்

புழுகு காற்றுடன் மிதந்து வந்து அவன் நாசியை எட்டிற்று. காலை வீசி ஓட்டமும் நடையுமாக அவன் விரைந்து சமுத்திரத்தின் அணைக்கட்டுக்கு வந்து சேர்ந்தான்.

இதெல்லாம் அவனுக்குத் தெரியாத விஷயமா? உள்ளூர அரித்துக் கொண்டிருந்த வியாதி வெளிவந்துதானே ஆக வேண்டும். நாட்டின் நிலைமை இனிமேல் வரவரக் கேவலமாகத்தான் ஆகும்; நாமாவது வெளிநாடு சென்று பிழைப்போம் என்று நினைத்துத்தானே அவனும் ஐந்து வருஷங்களுக்கு முன் வீட்டை விட்டுக் கிளம்பினான்? அங்கே போனதும் மேலை நாகரிகத்தின் வெளிப் பகட்டு அவனை மயக்கிவிடவில்லை. எத்தனை முயற்சி செய்து அவ் வாழ்வின் ரகசியத்தைத் துளைத்துப் பார்த்து அர்த்தம் கண்டுபிடிக்கப் பிரயத்தனப்பட்டான். ஆடல்கள் பாடல்கள், இன்பலாகிரிகள் என்று தேடிப் போனான். எதை ருசி பார்த்தாலும், அடியில் கசண்டே கண்ணிற்குத் தென்பட்டது. மனதில் குமைச்சலுண்டாயிற்று. அகத்தில், தனிமையில் விடப்பட்ட ஒரு பிராந்தி. அதன் பிறகு அந்தப் பண்பின் முறைப்படி வாழ்வை ஏற்க அவன் உள்ளம் முரண்டு செய்யத் தொடங்கியது. யந்திர உலகத்தின் சக்கரத்தில் கேவலம் ஒரு ‘பல்’ ஆக இருக்க அவன் மனம் இடம் கொடுக்கவில்லை. அவனால் சுதந்திரமாகத் தனிமையில் நிற்க முடியாதா என்ன? ஆனால் ஒன்று. அவன் பயின்ற கல்வி அவனுக்கு ஒன்றை உணர்த்தியது. தன்னைச் சரிவர அறிந்துகொள்ளாத வரையில் அது சாத்தியமில்லை. ஏகாந்தத்தில் அன்னிய நாட்டில் இதை எப்படிச் செய்வது? அவனுக்குள் ஓடி ஒளிந்து கொண்டிருந்த அந்த மனவுறுதி பலிக்க மறுத்துவிட்டது; திரும்பி வந்துதான் ஆக வேண்டுமென்று அவன் புரிந்துகொண்டான். சொந்த மண்ணை அறிந்துகொள்ளாமல் தன்னை எப்படி ஆராய்ந்து தெளிவது? வெறும் இலக்கியப் படிப்பு போதாது. அனுபவம் வேண்டும்.

ஊம்.... அவன் நீண்ட ஒரு மூச்சுடன் சமுத்திரக் காற்றை உள்ளே வாங்கிக்கொண்டான். அரபிக் சமுத்திரம்! இப்போது அது கிராமத்தான் குட்டையைப் போலத் தேங்கி நின்றது!

அந்த நாட்களில் இதே சமுத்திரம் பேரிரைச்சலுடன் கருங்கற் பாறைகள் மேல் அலறி மோதும் ஓசை இப்போது கூட காதில் ஒலித்தது. வீரியம் குன்றி, உற்சாகம் இழந்து, பயந்து பயந்து தரையில் புரளும் இந்தக் கடலைப் பார்த்தால் பரிதாபமாக இருந்தது. ஆ! இதென்ன விபரீதம்! அணைக்கட்டு சிதைந்து பாழாகாமல் இருக்க, அடுக்கிப் போட்டிருந்த செயற்கை கான்கிரீட் கற்கள் மேலே ஆட்கள் குந்திட்டுக் கொண்டு... சிவ சிவா ஐயோ! யுக யுகாந்திரமாகக் கடலுடன் போராடும் சொரசொரப்பான இயற்கைப் பாறைகளைக் கண்கூடக் காண முடியாவிட்டாலும், இந்த ஆபாசத்தையாவது பார்க்காமல் இருந்திருக்கலாம்.

அவனுக்குத் தேவையான கற்பனை அனுபவங்கள் ஒரு விதம். வாஸ்தவமாக நிகழ்வது வேறு. இந்த முரண்பாட்டினால் அகத்தில் ஒரு மோதல். அதனால் வாழ்வில் ஒரு சலிப்பும் அதிருப்தியும். தினசரி அனுபவங்கள் அவன் திறனையும் பலத்தையும் அழித்துக்கொண்டே வந்தன. இத்தேசத்தார்கள் எப்படி நெருக்கடியான இந்த சுற்றுப்புற சூழ்நிலையை நிதானமாக ஏற்றுக்கொள்ளுகிறார்கள்? விதியை எதிர்த்துப் போராடாமல் இருக்க அப்படியொரு சகிப்புத் தன்மை உண்டாகிவிட்டதா? இல்லை. தினமும் தம் அகபலனை உறுஞ்சும் நிகழ்ச்சிகளின் தீவிர தாக்கலினால் சுரணையற்றுப் போய்விட்டார்களா? இந்தத் திக்கற்ற தன்மையை நினைத்ததும் அவனுக்கு எரிச்சலாக வந்தது. ஏன் இப்படி மனோதிடமே அற்று.... தீர்மானமே இல்லாமல் உறுதி குலைந்து... என்றைக்கு நம்மவர்கள் வாழ்வின் வினைகளை எதிர்த்துப் போராடுகிறார்களோ அன்றுதான்...

ஆ.... இதோ ஒரு அனுபவம். அவன் தலைமேல் ஏதோ விழுந்தது. நிமிர்ந்து பார்த்தான். காக்கையா? இல்லை. காக்கைத் தோற்றங் கொண்ட ஒரு மனிதன் மேல் மாடியிலிருந்து உமிழ்ந்த வரப்பிரசாதம். அப்போதுதான் அவன் அணைக்கட்டை விட்டு சாலையைத் தாண்டி எதிர்சாரிக்கு வந்துவிட்டதை உணர்ந்தான். அனுபவம். வழுவழுக்கும் அந்த ஏதோ ஒன்றை கைக்குட்டையால் வழித்து ஜேப்பில் போட்டுக் கொண்டான்,

பத்மேஷ். வீடு சென்றவுடன் குளிக்க வேண்டும். அதாவது பத்து மணிக்குமேல் குழாயில் ஜலம் வந்தால்!

"பகவதி பிட்சாந்தேஹி!" பத்மேஷ் திடுக்கிட்டாற்போல திரும்பிப் பார்த்தான். இளிக்கும் முகம். சொத்தைப் பற்கள். பரட்டைத் தலை, நீண்ட தாடி, காலில் குறடுகள். கையில் கமண்டலம். இதோ ஆதித்திய நாட்டின் நேதாவின் பரம்பரை சிஷ்யர்களில் ஒருவன்! "வந்த காரியம் கைகூடுமய்யா... நெனச்சுது பலிக்கும்... பொன் சாட்டில் தாலி மினு மினுக்குது" - என்று சொல்லி கையை நீட்டினான் அவன். பத்மேஷ் முகத்தில் குப்பென்று செந்நிறம் படர்ந்தது. இந்த ரகத்தினர் அடி மனதில் ஒளிந்து இருப்பதை எப்படியோ கெல்லி எடுப்பதில் நிபுணர்கள். இப்படியொரு ஆசை அவனுக்குள் இருப்பதை அவனே முதல் முதல் இப்பொழுதுதான் உணர்ந்தான்.

கை நீட்டியதும் கொடுக்காவிட்டால் இவர்கள் குறி பார்த்து அம்பை எய்வார்கள். வியாதிக்காரனுக்கு ஆயுள் குறைவையும், குழந்தையை வேண்டி தவமிருப்பவளுக்கு மலட்டுத் தன்மையையும், கவலையால் முகம் வாடியிருப்பவ னுக்கு நிதி கஷ்டத்தையும் கூசாமல் ஆசிர்வாதம் செய்வார்கள்.

இந்தப் பண்டாரம் சொன்ன உண்மையை ஏன் அவன் இதுவரையில் உணராமல் போனான்? ஆமாம். கூச்சம் இல்லாமல் நன்றாக உள் புகுந்து ஆராய்ந்து தெளிய வேண்டும்.

அவன் தாயின் உருவம் நிழலைப்போல அவன் மனத்தில் உதித்தது. அவள் மூலம் தூய்மையான அன்பை அவன் நுகர்ந்ததுண்டு. அகத்தில் புதைந்து கிடந்த அவனுடைய திறன்களை அவள் மாத்திரம் எப்படியோ அறிந்திருந்தாள். தன் இயல்புகள் அவனை எங்கே கொண்டுவிடக் கூடும், எத்தனை தூரம் அவன் போக விரும்புகிறான், கடைசியில் எவ்விதமாக உருக்கொள்ளுவான் - இதையெல்லாம் அவள் கண்கள் ஊடேதான் அவனால் கற்பனை செய்து பார்க்க முடிந்தது. எவ்வளவோ முறை எல்லாவற்றையும் சாதித்து விடுவேன் என்று தைரியங்கொண்டதெல்லாம் அவளால் தான்.

அவள் மாத்திரம் திடீரென்று அந்த மோட்டார் விபத்தில் மாண்டிராவிட்டால்? அவன் தொண்டை அடைத்துக் கொண்டது.

பெண்ணிடம்தான் அந்தரங்கத்தை ஆராயும் அந்த நுட்பமான அறிவுண்டு. அவளால்தான் மனிதன் தன் அகத்தைத் தொட்டறிய முடிகிறது. அவள் மூலமாகத்தான் இயற்கையிலுள்ள ஒருமைப்பாட்டை உணர்ந்து மனிதன் அதனுடன் ஒன்றி, அதன் ரகசியத்தை தெளிந்தெடுக்க இயலும். அவன் தாய் மாத்திரம் இப்போது உயிருடன் இருந்தால்...? ஏக்கம் அவன் உள்ளத்தை நிரப்பியது.

மனதை ஆராயும் அவனுடைய அந்த இயல்பு அவனைத் தட்டி எழுப்பிவிட்டது. ஏக்கத்தின் காரணம் புரிந்தது. மனிதனுக்கு அன்பு தேவை. அன்பினால் கட்டுண்டு, அந்தப் பிணைப்பின் மூலமாகவே அவன் ஆறுதல் அடைய ஆசைப்படுகிறான். வாழ்வில் ஒரு உந்தல் வேண்டுமானால் அது அன்பினால் உண்டாக வேண்டும். தன்னைப் பற்றிக் கவலைப்பட ஒரு ஆத்மா இருக்கிறதென்றால், மனிதன் பொறுப்புணர்வை ஏற்றுக்கொள்ளத் தயங்கமாட்டான்.

இந்த ஜானா... வெட்கத்தினால் அவன் கண்கள் படபடத்துக் கொண்டன. நுண்ணுணர்வு படைத்தவளைப் போலக் காண்கிறாள். ஒருவேளை உள்ளத் தொடர்பு கொண்டால் அவளும் அம்மாவைப் போல...

அவன் வீட்டை அடைந்துவிட்டான். மதுரமான இன்ப நிலையைக் கலைத்துக்கொண்டு பழையபடி குரூர சப்தங்கள் எழுந்தன. படிகளைக் கடந்தான்.

பானு மன்னிதான் கதவைத் திறந்தாள். “வாசல் கதவைச் சாத்திண்டு உள்ளே வாப்பா. இல்லேன்னா கருவேப்பிலைக்காரன் கதைதான். கீழே நடைபாதையிலே இருக்கிற கூட்டத்தைப் பார்த்தாயோ இல்லையோ? பயமாய் அல்லவா இருக்கு. ஜிவுஜிவுன்னு உள்ளே வந்து விட்டால்

என்னவாக்கும் செய்கிறது? குடியிருக்க இடமில்லேன்னா அதுக்கு நாமா உத்தரவாதமென்கிறேன். சொல்கிறேனேன்னு நினைக்காதே. இந்தக் கூட்டத்தின் கறுமுறு என்கிற பயமுறுத்தல் என்னை என்னவோ செய்கிறது." தனியொரு உலகத்தில் சஞ்சரித்துக்கொண்டிருந்த பத்மேஷ் திடீரென்று மோதுண்ட மாதிரி விழித்தான்.

"சாப்பிட வாயேன்."

"அவாளெல்லாம் வந்தாச்சா?"

"இன்னிக்கி சனிக்கிழமை அல்லவா? எல்லாரும் நேரம் கழிச்சுத்தான் சாப்பிடுவா. வர சமயம்தான். நீ வேணுமானால் உட்காரேன்."

"பெரியண்ணா!"

"அவருக்கென்ன? பேப்பரும் பென்சிலும் காரியமுமாக இருந்தால் கூட 'ரெடியா' கஞ்சி அவர் அறைக்குப் போயிடும். ரவைக் கஞ்சி. ப்ரெஷர் உண்டு அல்லவா?"

பானு மன்னியின் ஒவ்வொரு வார்த்தையிலும் பொருள் நிரம்பிக் கிடந்தது. பெரியண்ணா மேலே என்ன புகார்? ஏன் இப்படி அவரையும் உலகத்தையும் மொத்தமாக எல்லாவற்றையும் குறை கூறுகிறாள்? உணர்ந்து அப்படிப் பேசுகிறாளா? இல்லை. அவள் சுபாவமே அப்படி. "எல்லோரும் வரட்டும். அதுவரையில் நான் உள்ளே போய் பெரியண்ணா கூட பேசிவிட்டு வருகிறேன்" என்றான் பத்மேஷ்.

"பேஷாய் போ. உன்னையாவது திரும்பிப் பார்க்கட்டும். எங்களைத்தான் கவனிக்க சமயமில்லை. அப்படி என்னதான் வேலையோ... இந்த வயசிலே...."

பத்மேஷ் சொக்காயைக் களைந்துவிட்டு, உச்சந்தலையைக் கழுவி விட்டுக்கொண்டு, பெரியண்ணாவின் அறைக்குள் போனான்.

பெரியண்ணாவுக்கு எழுபது வயதிருக்கும். அத்துடன் சில தேக அசௌகரியங்களுமுண்டு. ஆனாலும் அவருடன் பிறந்த அந்த கம்பீரப் பார்வையும், அழுத்தமான பாவமும் இன்னமும் குறையவில்லை. பார்த்தாலே ஒரு நம்பிக்கை பிறக்கும். அப்படியொரு தோரணை. ‘வா’ என்று அழைக்கும் மாதிரியில் மாத்திரம் ஒரு கனிந்த குழைவு.

“பாச்சப்பாவை உனக்கு நினைவிருக்கா?”

அவர், தான் உட்கார்ந்திருந்த சுழலும் நாற்காலியைத் திருப்பி விட்டுக்கொண்டார். பிறகு மூக்குக் கண்ணாடியைத் தாழ்த்தியபடி, பக்கத்திலிருப்பவனைப் பார்த்து லேசாக முறுவலித்தார். பாச்சப்பாவின் கொளகொளத்த தேகம் ஒரு பெரிய வட்ட நாற்காலி முழுவதையும் நிறைத்தது. இத்தனைக்கும் நடுத்தர வயது. ஏனோ அப்படி ஊதிக் கிடந்தது. குண்டுச் சட்டியைப்போல் முகம். ஆனால் அதில் ஒரு சிரிப்பு விரவி நின்றது. சிரிக்கும்போது அவன் கண்களுக்குக் கீழே தொங்கின சதைகள் சுருங்கிக் கூடவே ஆடுவதைக் கண்டு பத்மேஷ் மனதிற்குள் நகைத்துக் கொண்டான்.

“இவனை நினைவிருக்கா உனக்கு?”

அவன் தலையை ஆட்டினான். சனிவார்பேட்டையில் இருந்த பாச்சப்பாவின் பலசரக்குக் கடைக்கு அம்மாவுடன் அந்த நாட்களில் எத்தனையோ முறை போயிருக்கிறான். எப்போது போனாலும் முந்திரி, திராட்சை, பாதாம், பிஸ்தாவென்று கலந்து அவன் கைநிறைய திணிப்பான் பாச்சப்பா. இப்போதும் அவன் தன்னை அதே அனுதாபக் கண்களுடன் பார்ப்பதாக பத்மேஷ் நினைத்தான். உண்மை பொருந்திய ஒரு பார்வை அக் கண்களில் பிரகாசித்தது.

“நீ பாச்சப்பாவை பழைய பலசரக்குக் கடை ஆள் என்று நினைச்சு ஏமாந்துவிடாதே. இப்போவெல்லாம் அவன் எத்தனையோ பிசினெசு பண்ணுகிறான். இதோ பாரு. இப்பக்கூட எனக்கு அவன்தான் வலக்கை, சரி; உட்காரு.

எடுத்துக்கொண்ட காரியத்தைக் கொஞ்சம் கவனிச்சுட்டு வருகிறேன்." அவர் பாச்சப்பாவின் பக்கம் திரும்பினார்.

பாச்சப்பா தான் சொல்லிக் கொண்டிருந்ததைத் தொடர்ந்து பேசினான்.

"இன்னிக்கி சாந்தா ஆராய்ச்சி சாலைக்குப் போய்ப் பார்த்துவிட்டு வந்தாள். நீங்கள் சொன்னமாதிரி இரண்டாவது முறையா டெஸ்டுகளைச் செய்து கணித்துக் கொண்டு இருக்கிறதாகச் சொன்னாள்" பத்மேஷ் பேசாமல் ஓர் ஓரமாக உட்கார்ந்தான்.

"ஆமாம். அது ரொம்ப முக்கியம் பாரு. எல்லா ஏற்பாடும் கிட்டி முட்டி வந்த பிற்பாடு சரியா வரல்லேன்னா மோசமாயிடும்."

"நாம் தேடி எடுத்திருக்கிற ரசாயன நிபுணர் ஒண்ணாந்தரம். அப்படியெல்லாம் ஒண்ணும் ஆகாது. அதுதான் முதல் டெஸ்டிலேயே அனேகமாய் தெரிஞ்சுடுத்தே."

"இருந்தாலும் இது விஷயம் ரொம்ப முக்கியம். நமக்கு கட்டி வரவேணும் பார்த்தயா? கேந்திரிய உப்பு ஜல ரசாயன ஆராய்ச்சி நிலையம் குறிப்பிட்ட பிளான்ட்டை விட நம்முடையது பெரிசு. விலையையும் அதுக்குத் தகுந்தாப்போல அதிகமாக்கத் திட்டம் போட்டிருக்கோம்."

"அது சரி. நம் பிளான்ட் ஒண்ணுக்கு விலை சராசரி லட்சம் ரூபாய் வீதம் விழும்."

"அதுதான் சொன்னேன். ரசாயன ஆராய்ச்சி சரியாய் அமைந்ததான்னு ஒரு தடவைக்கு ரெண்டு தடவையாக சரி பார்க்க வேண்டும். நினைப்பதையெல்லாம் கோர்வையாக வரிசைப்படுத்தணும். கேந்திரிய நிபுணர் பிளான்ட் 150 பேருக்கு குடிஜலம் வழங்கினால் இது 500 பேருக்காவது காணவேணும். இல்லாவிட்டால் இந்த விலைக்குக் கட்டி வராது. நம் ரசாயன ஆள் இந்தத் திட்டப்படி அது வேலை செய்யுமுன்னு உறுதி சொன்னால் ஒழிய, நாம் மேலே போக முடியாது. அதிருக்கட்டும்... எஸ்டிமேட்டு எந்த மட்டில்?"

"சாந்தா கம்பியூட்டரை வெச்சுண்டு கணக்கைப் புரட்டிப் பார்க்கிறாள்."

"அந்தப் பெண்ணைச் சொல்லு. ராப்பகலா உழைக்கிறாள்." பெரியண்ணா பத்மேஷ் பக்கம் திரும்பினார். "என் செக்ரெட்டரி சாந்தாவைத்தான் சொல்கிறேன். ரொம்ப நல்ல பெண்." பிறகு திரும்பியும் அவர் பாச்சப்பாவைத் தாக்கினார். அடேயப்பா! இந்த வயசிலே இவர் இவ்வளவு ஊர்ஜிதத்துடன் ஒரு புதிய பிசினெசு தொடங்கப் போகிறாரா? என்ன துணிவு ! யுவர்களுக்கெல்லாம் வழிகாட்டுவார் போலிருக்கிறாரே, இந்தப் பெரியவர்! அவன் வியந்தான். நம்பின காரியம் கைகூடும். பெரியண்ணா சொன்னார். "எஸ்டிமேட்டை ரொம்ப ஜாக்கிரதையாகப் பரிசோதிக்கணும். உப்பை ஜலத்திலிருந்து தனியாக்க மின்சாரம் கூடுதலானால் அதுவும் கட்டிவராமல் ஆயுடும்."

"இது வரையில் கணக்குப் போட்டதிலே, கேந்திரிய நிலையம் சொன்ன திட்டம் போதாதென்று தோணுகிறது. ஒரு கிலோ உப்பை எடுக்க ஒரு யூனிட்டு பவர் கொஞ்சம் குறைச்சல். எத்தனை அதிகமாகுமுன்னு பார்த்துச் சொல்லணும். இன்னிக்கி அந்த கேந்திரீய உப்பு ஜல ரசாயன ஆராய்ச்சி நிலையத்திலிருந்து ஒரு விஞ்ஞானி வந்திருந்தான். நம் பரிட்சை எந்த மட்டும் நடக்கிறதுன்னு விசாரித்தான்."

"கொஞ்சம் ஏமாற்றமோ அவனுக்கு?"

"150 பேருக்கென்று திட்டம் போட்ட அவா பிளான்ட் பிராஜெக்டு இன்னும் உருவாகவில்லையாம். நீங்கள் முந்திப் போயுடுவேள் என்று நினைக்கிறேன்."

பாச்சப்பா சிரித்தான். "பார்ப்போம். அதுக்குள்ளே சொல்லிவிடாதே. அவர்கள் ரிப்போர்ட்டு என்னமோ நமக்கு ரொம்ப உதவியாக இருந்தது. சரி. லைசென்ஸு விஷயமாக வீரராகவனுடன் இன்னிக்கிப் போனிலே பேசினேன். எஸ்டிமேட்டுக் கணக்குகளை இந்த வாரம் தயாரித்தால்தான்

நீ அவனைப் போய்ப் பார்க்கலாம்."

அந்த அறையிலுண்டாயிருந்த மாறுதல்களை அவன் ஆச்சரியத்துடன் கவனித்தான். அது ஒரு நவநாகரிக பிசினெசு அதிகாரியின் அறையாக மாறி இருந்தது. அதே பழுக்காய் கட்டில்தான். ஆனால் அதைச் சுற்றி பற்பல நவீனத் தோற்றங்கள். பழைய கருங்காலி மர பீரோவைக் காணவில்லை. அதற்கு பதிலாகச் சுவற்றிலிருந்து எழும்பி நின்றது ஒரு புது மோஸ்தர் அலமாரி. ஒரு கோடியில் பிரம்மாண்டமான அந்த ஆபீசு மேஜை. சுழலும் நாற்காலி. அடுக்கடுக்காய் சுவரில் பரவியிருந்த ஃபைல் காபினெட்டுகள். எங்கும் பேப்பர் மயம். மேஜை மேல் இடமில்லாமல் புத்தகங்களும் பைல்களும் தரையில் இறைந்து கிடந்தன. ஏதோ ஒரு பெரிய திட்டம் உருவாகும் தருணத்தில் இருக்கிறது. சந்தேகமில்லை. பெரியண்ணா எப்போதுமே ஒரு கெடுபிடி பேர்வழி. இப்போது பாச்சப்பாவைப் போட்டுப் பிளந்து எடுக்கிறாரென்று அவன் நினைத்தான்.

இருந்தாலும் இந்த வயதிலா இப்படியொரு பிரமாத இயக்கத்தில் இறங்கப்போகிறார்?

அவன் கண்கள் மறுபடியும் அந்த அறையைச் சுற்றி வந்தன. அவற்றில் இழைத்த நிலக்கண்ணாடி. அருகில், ஒரு அலங்கார மேஜையில் ஒரு பூ ஜாடி. அழகான பூக்களை அதில் யாரோ மிக நேர்த்தியாகச் செருகியிருந்தார்கள். யாராக இருக்கக்கூடும்? மன்னிமார்கள் இந்தப் பணிக்கு வரமாட்டார்கள். பின்? சித்ராவாக இருக்கலாம். அவன் கண்கள் போன திக்கை பெரியண்ணா கவனித்துவிட்டார் போலும்.

"சாந்தாதான் இந்த மாதிரி நாசூக்காகக் காரியம் செய்வாள். எது செய்தாலும் திருந்தச் செய்வாள்" என்று பத்மேஷைப் பார்த்துச் சொன்னார். "அப்படித்தானே பாச்சப்பா" என்று அவனையும் திரும்பிப் பார்த்தார். பாச்சப்பா பதில் பேசாமல் தலையை அசைத்தான்.

"உன்னைப் பார்த்தால் கொஞ்சம் சடவா இருக்காப் போலே

காணுகிறது. வேணுமானால் நாலு நாளைக்கு எங்கேயாவது விச்ராந்தியாகப் போயுட்டு வாயேன்" என்றார் பெரியண்ணா, பரிவு கொண்ட குரலில். பாச்சப்பா பற்கள் வெள்ளை ஒளி வீசின. "நீங்கள் இத்தனை வேலை செய்கிறபோது எனக்கென்ன இப்போ?"

"இல்லை. உன்னை நம்பிண்டு இருக்கேனே. நீ படுத்துண்டால் நான் என்ன செய்வேன்?"

"சாந்தா வேணுமானால் கொஞ்சம் இப்படி போயுட்டு வரட்டும்."

"அந்தப் பெண் ஒரே பிடியாகப் பிடிக்கிறாளே... அவளுக்கு வேலை செய்தால்தான் சரியாக இருக்குமாம். நீ கேட்டதுண்டா இப்படியொரு போக்கை?" அவர் மறுபடியும் பத்மேஷை நோக்கினார்.

"பத்மேஷ்... சாப்பிட வாயேன்?" என்றது சந்துரு குரல். அவனுங்கூட திரும்பிவிட்டானா? அத்தனை நேரமாகவா பத்மேஷ் கடற்கரையில் சுற்றிக்கொண்டிருந்தான்? அவன் எழுந்து சாப்பிடப் போனான். பெரியண்ணா அவன் போனதைக்கூட கவனிக்கவில்லை. அப்படி சுவாரஸ்யத்துடன் மறுபடியும் அந்த 'பிளான்ட் புராஜெக்டை ஆராய்வதில் ஆழ்ந்தார்.

4

அவன் சாப்பிடும் அறைக்குள் நுழைந்தான். முன் உபயோகித்துக் கொண்டிருந்த அதே பெரிய அறைதான். அதாவது, ஒரு புறமாக பொதுவாய் உட்காரும் கூடம். மற்றொரு பகுதியில் சாப்பிடும் மேஜை... இத்தியாதி. இங்கேயும் பல மாறுதல்கள் - அந்தஸ்தின் சின்னங்கள். இல்லை. ஒருவேளை இது இளைய கிளை தன் உரிமையை நிலைநாட்டி விட்டது என்ற அறிகுறியோ?

அவன் உள்ளே போகும்போது வெங்காச்சண்ணா சாப்பிட்டாகி விட்டது. வெற்றிலைப் பெட்டி சகிதம் சாப்பாட்டு மேஜை பக்கத்தில் உட்கார்ந்திருந்தான்.

கிச்சண்ணா சாப்பிட்டுக் கொண்டிருந்தான். சந்துருவைக் கண்டதும் அவன் முகம் சிறுத்தது. “இப்போவானாலும் சாப்பிட வேணுமுன்னு தோணித்தே” என்று ஏளனத்துடன் சொன்னான். கிச்சண்ணாவுக்குப் பெரியண்ணா சாயல் அதிகம். அதே எடுப்பான பார்வைகூட. ஆனால் அதில் அந்த அடித்துப் பேசும் தோரணை இல்லை. இதை அறிந்து தானோ என்னமோ கிச்சண்ணா ஒரு மாதிரி முறுக்கு ஹாஸ்யத்தைக் கைக்கொண்டான். அதைப் பொடி வைத்த பரிகாசமென்றும் சொல்லலாம். மகன் சந்துருவா இதை லட்சியம் செய்யப் போகிறான்?

அவர்கள் சாப்பிட உட்கார்ந்தார்கள். “பக்கத்து அலமாரியிலிருந்து தட்டத்தை எடுத்து வைத்துக்கொள்” என்றாள் பானு மன்னி. அவள்தான் பரிமாறிக் கொண்டிருந்தாள்.

“அம்மா எங்கே?” என்று கேட்டான் சந்துரு.

“சேது மன்னியா? பெரியண்ணாவுக்குக் காலிலே பிடித்தம். ஒத்தணம் போட வேணும். அடிக்கடி சுடுநீர்ப் பையை மாற்றப் போய்விடுகிறாள். அவள் செய்தால்தானே பிடிக்கும். என்னை யாரு கூட்டாக்கிறா?” அவள் தன் கணவனைக் குறிப்பாகப் பார்ப்பதை பத்மேஷ் கவனித்தான். வெங்காச்சண்ணா இதைக் கவனியாதது போல வெற்றிலையைப் பற்களால் அரைத்துக் கொண்டிருந்தான். அவன் முகத்தில் ஒரு நிச்சிந்தையான சூனியத் தோற்றம்.

பானு மன்னி ஒரு அடையை தொப்பென்று பத்மேஷ் தட்டில் போட்டாள். “கொத்ஸு வேணுமா? இன்னிக்கி சமையலாக நேரமாயுடுத்து. ‘காஸ்’ வரவில்லை.”

“காஸ் தொழிலாளிகள் கொழுப்பேறி ‘ஸ்டிரைக்’ செய்யத் தொடங்கியாச்சே.” கிச்சண்ணா வாயில் ஆகாரத்தை அடைத்துக்கொண்டே சொன்னான்.

“தினம் இப்படி ஏதேனும் நடக்கும். தினசரி வாழ்வே ஒரு யுத்தம்தானே” என்றாள் பானு மன்னி.

சந்துரு கேட்டான். “பாச்சப்பா குரல் மாத்திரம்தானே கேட்கிறது. சாந்தா வரவில்லையா?”

“வராமலென்ன? சாயங்காலங்கூட ஏதோ ஜாடியை எடுத்துண்டு வந்தாள். அந்தப் பெண் அடிக்கிற கூத்தைச் சொல்லி முடியாது. உனக்கு ஒண்ணுமே தெரியாது. என்னா பத்தூ” என்றாள் பானு மன்னி.

வாயிலுள்ள வெற்றிலைச் சக்கையை ஒரு பக்கம் அடக்கிக் கொண்டு சொன்னான் வெங்காச்சண்ணா. “இருந்தாலும்

அந்தப் பெண்ணுக்குக் கணக்கு நன்னாத் தெரியும். இப்போ எங்க பாஸைப் பாரு... அவன் மூளைக்குக் கணக்கே ஏறாது. இன்னிக்கி ஒரு வேடிக்கை. அவன் என் கையில் அகப்பட்டுக் கொண்டான். இதுதான் சமயமுன்னு வரிசை வரிசையாக ஸ்டாடிஸ்டிக் குறிப்புக்களை வெச்சுண்டு நான் அவன் மண்டையை நொறுக்கிப் போட்டுவிட்டேன்.”

“அதுதான் தெரிஞ்சிருக்கே, இல்லையா? இப்படி சவாலடிச்சு எம்புட்டெல்லாமோ ‘ப்ரமோஷன்’ வாங்கியாச்சு... என்ன?” பரிமாறும் தட்டுகளை விட்டு பானு மன்னி கண்கள் கணவன் மேல் உறைத்தன.

கிச்சண்ணா குறும்பாகச் சொன்னான். “நீ நேரே போய்க் கேட்டால் அந்த ‘பாஸ்’ மாட்டேன்னு சொல்லுவானா என்ன? உன் வக்கணம் அவனுக்குத் தெரியாது.”

“ஏ... ஏ... ஆனால் ஒண்ணு. பாஸுக்கு உன்னைவிட கணக்கு வரும்” என்றான் வெங்காச்சண்ணா. கிச்சண்ணா தன் அண்ணனை சட்டென்று நிமிர்ந்து பார்த்தான். அவன் கண்களில் பளிச்சிட்டது கேலியா அல்லது எரிச்சலா?

பத்மேஷுக்கு நிச்சயமாகச் சொல்ல முடியவில்லை. காய்ச்சல் இருக்கிறது என்னமோ நன்றாகத் தெரிந்தது.

அவன் வெங்காச்சண்ணாவை நோக்கினான். பெரியண்ணாவின் கூரிய மூக்கு. அதே அகன்ற மார்பு. உயரங்கூட.

ஆனால், அவன் தோற்றத்தில் அந்த உறுதியில்லை. முகம் உருண்டு இருந்ததாலோ? இல்லை. வார்த்தை சொல்லுவதில் ஒரு அழுத்தமில்லையா? ஆமாம். பேச்சில்தான் உரு சிதைந்த மாதிரி ஒரு குதலைச் சொல்.

“எதுக்கு இப்படி வெற்றிலைச்சாறு எங்கும் தெறிக்கப் பேசணும்?” என்றது பானு மன்னியின் வெண்கலக் குரல். பத்மேஷ்

நினைத்தான். இவளோ கூந்தலை அள்ளிச் செருகிக்கொண்டு, கசங்கிய புடவையுடன் வளையவரும் பானு மன்னி பழைய வாசவேஸ்வரத்தின் அசல் சித்திரம். வெளியே போகும்போது மாத்திரம் மாறுவேடம் போட்ட மாதிரி...

“பத்மேஷ்... பார்த்தாயா? எப்படி.... என்னுடைய ஏற்பாடெல்லாம்?” சந்துரு கண்கள் அவனை நாலாபுறமும் பார்க்கும்படி தூண்டின. ஆமாம். அவன் ஊரை விட்டுப் போகும்போது பழைய காலத்து ரீதியில் இருந்த அந்த அறை இப்போது புதுக் கருக்குடன் சோபித்தது. அலங்காரத் திரைகள். சுவற்றில் ஆதித்திய நாட்டின் நவீன கலை அம்சங்கள். தரையில் விரிப்புகள். சாப்பிடும் மேஜை மேலே புது மைக்கா பளபளத்தது.

“புதுப்பிச்சு விட்டேன் பார்த்தாயா?” என்றான் சந்துரு. அவன் வார்த்தைகளைக் கேட்டுக்கொண்டே உள்ளே வந்தாள் அவன் தாய்.

பத்மேஷ், தனக்கு வந்த சிரிப்பை அடக்கிக் கொண்டான். சேது மன்னி நடக்கும்போது ஒரு கப்பல் நகர்வது போல இருக்கும். அப்படி மெதுவாக ஊர்ந்துதான் போவாள்.

“நம்ப சந்துரு இருக்கானே பத்மேஷ், எல்லாத்தையும் சமாளிப்பான். வீட்டிலே ஆகட்டும், வெளியிலே ஆகட்டும். அவனுக்கு எல்லாம் தெரியும். எங்கும் போவான். எதையும் சாதிச்சு விடுவான்” என்றாள் சேது மன்னி. “ஏற்றாப் போலே ஒரு பெண் வரணும். கேட்டாயா, பத்தூ?” என்றாள் பானு மன்னி, ஓரகத்தி மேல் கண் வைத்தபடி.

“ஏது? நம்ப ராகுவுக்கு என்ன குறைவாம். அஷ்டபதி காலண்டரை எம்புட்டு ஜோரா அச்சுப் போட்டிருக்கான். நீ பாத்தாயோ பத்மேஷ்?” சேது மன்னியா தோற்கிறவள்?

விஷயம் பத்மேஷுக்குப் புரிந்தது. ராகு, பானு மன்னி மகன். சந்துரு, சேது மன்னிக்குப் பிறந்தவன். வாசவேஸ்வர மரபுப்படி ஓரகத்தி மகன் தன் மகனைவிட எந்த விதத்திலும் மேலானவன் என்று காட்ட வேண்டும்.

அந்தப் புது 'மைக்கா' மேஜை மேலுள்ள சாப்பிடும் பதார்த்தங்கள் மாத்திரம் பண்டை வாசவேஸ்வரத்துத் திட்டப்படி இருந்தன; அடை, தொட்டுக்கொள்ள கொத்ஸு, கீரை மசியல். பத்மேஷ் உள்ளூர நகைத்துக் கொண்டான்.

சந்துருவின் கண்கள் மறுபடியும் அந்த அறையைச் சுற்றி வட்டமிட்டன. பளபளக்கும் மேஜை, வெள்ளி போல் பிரகாசிக்கும் ஸ்டீல் தட்டுகள். "எப்படி என் ஏற்பாடு?" என்று அவன் மறுபடியும் பத்மேஷைக் கேட்டான். "உம். எல்லாம் எத்தனை நாளைக்கோ?" பானு மன்னி பெருமூச்செறிந்தாள்.

"ஏது மன்னி. அதுக்குள்ளாக எங்கேயோ போய்விடுகிறேளே" என்றாள் சேது மன்னி.

"ஆமாண்டி. எடுத்திருக்கிற எடுப்பைப் பார்த்தால் நாமெல்லாம் ஓட்டையாண்டியாகத் தெருவிலேதான் நிற்க வேணுமோ என்னமோ."

ஈ ஈ யென்று வெங்காச்சண்ணா ஒரு அசட்டுச் சிரிப்புச் சிரித்தான். அதைக் கேட்டு கிச்சண்ணா அவனை எரித்து விடுபவன் போல் விழித்துப் பார்த்தான். இங்கே என்ன நடக்கிறது? அவர்களுக்குள்ளே சகஜமாக நடக்கும் தாயாதிக் காய்ச்சல்தானா? இவர்களுடைய அரற்றல் என்னமோ வேறுவிதமாக இருக்கிறாப்போல் தோன்றுகிறதே! அவன் சந்துருவைப் பார்த்தான். அவனோ சுவாரஸ்யமாக சத்தம் போட்டபடி சுவைத்துச் சாப்பிட்டுக் கொண்டிருந்தான்.

பத்மேஷ் தேடி வந்த புது வாசவேஸ்வரத்தின் சரியான பிரதி சந்துரு. கொத்ஸில் தோய்ந்த அடை சாப்பிட வேண்டிய அவசியத்துடன், ஷோ ஷோ ஆடி அனுபவிக்க வேண்டிய கட்டாயம் பின்னிக்கொள்ளும்போது ஒரு விசித்திர நிலை உண்டாகிறது.

அடி யந்திரங்களும், முறைகளும், ஆட்டுக்கல்லும், ஷோ ஷோ வுடனும், ரெக்கார்டு பிளேயர்களுடனும், நவீன கருவிகளுடனும் மோதிக்கொள்ளும் வைபவம் அது. "நம்ப அத்தான் முத்து

மதர்லாந்திலிருந்து வாங்கிண்டு வந்தானே அந்த மிக்ஸியை பத்மேஷுக்குக் காட்டினாயோ?" என்று சந்துரு தன் தாயைக் கேட்டான். "நமக்கு வாங்கிக் கொடுக்கிறதிலே அவனுக்கு எவ்வளவு பெருமை தெரியுமா?"

சந்துரு பேசும்போது பத்மேஷ் அவனையே பார்த்துக் கொண்டிருந்தான். கிச்சண்ணாவையும் அவனையும் ஒப்பிட்டுப் பார்த்தால், இருவரும் ஒரே சாயலென்று சொல்லலாம். ஆனால் மகனுடைய நாசி சற்று தடித்து, முகம் சிறிதளவு கரளை தட்டி, முற்றினாற் போல தோன்றிற்று. சுருங்கச் சொன்னால் சந்துரு கிச்சண்ணாவின் ஒரு முரட்டுத் தன்மையான அவதாரம்.

"ஏதுக்கு இப்படி வாயைத் திறந்துகொண்டே நொய் நொய் என்று மாடாட்டமா சவைக்கிறேள்?" சேது மன்னி தன் கணவனைப் பார்த்து மிருதுவான குரலில் சிரித்துக்கொண்டே கேட்டாள். உடனே கிச்சண்ணா வேண்டுமென்றே ஒரு பெரிய அடைத் துண்டை வாயில் திணித்துக் கொண்டு சத்தம் போட்டு அதைச் சவைத்தான்.

"ஏதுடி சேது, நீ சும்மா இருக்கக் கூடாதா?" என்றாள் பானு மன்னி.

இதையொன்றையும் கவனியாத மாதிரியில் சந்துரு, வெங்காச்சண்ணாவிடம் தன் பாக்டரி விஷயம் பேசிக் கொண்டிருந்தான். அவன் சமீபத்தில் தான் டெக்ஸ்டைல் மசீனரி டெக்னாலஜி படிப்பை முடித்துக்கொண்டு ஒரு பிரபல பாக்டரியில் வேலை பார்க்கிறான் என்று பத்மேஷுக்குத் தெரியும். இப்போது அவன் வெங்காச்சண்ணாவுடன் பேசும்போது கம்ப்யூட்டரைப்போல தவறின்றி கடகடவென்று புள்ளி விவரங்களைக் கொட்டினான். அவனுக்குத் தெரியும். சந்துரு நுணுக்கமாகக் கணக்குப் போடுவான். லாவகமாக மஷீன்களைச் சேர்த்து அமைக்க வரைபடங் களையும் எழுதுவான். இருந்தாலும் அவன் அலசிப் பேசுவதைப் பார்த்தால் மலைப்பாகத்தான் இருந்தது.

இலக்கங்களைப் புரட்டிக் குறிப்பாக கணிப்பதிலேயே ஒரு பூரிப்பு உண்டாகிறதோவென்று அவன் யோசித்தான். ஆமாம். எண்களையோ தொகைகளையோ இஷ்டப்படி உருட்டும்போது அகத்தில் ஒரு விசேஷ பெருமை எழும்புகிறது. அவற்றை அந்தந்த இடத்தில் கச்சிதமாக வகுத்துச் சேர்க்கும் போதுதான் ஒரு மாயாஜால வித்தைக்காரன் என்ற நினைப்பு உண்டாகி, மற்ற உலக விவகாரங்களையே மறக்கச் செய்யலாம்.

இந்த மோகநிலையை இப்போது அவன் வெங்காச்சண்ணா முகத்தில் கவனித்தான். புள்ளி விவரங்களைப் பற்றிப் பேசும்போது மாத்திரம் அவன் முகத்தில் களை ததும்பும். மற்றபடி அந்த உருண்டை முகத்தில் ஒரு குழந்தைத் தோற்றம். இப்படியே ஒரே விஷயத்தைப் பற்றி சிந்தித்து. அதிலேயே ஐக்கியமாகிவிட்டதால், தனக்கே தான் ஒரு செல்லக் குழந்தைபோல ஆகிவிட்டானோ... ஆர்வத்துடன் எண்களைத் தாக்கும் வெங்காச்சண்ணா முகத்தை பத்மேஷ் அனுதாபத்துடன் கவனித்தான்.

கிச்சண்ணா முறைத்தவாறே தன் சாப்பாட்டை முடித்தான். சிரித்துக்கொண்டே ஊசிபோன்ற சொற்களால் குத்துவது சேது மன்னியின் தனி பாணி. கிச்சண்ணா இதைக் கேட்டு தலை தெரியாமல் கூத்தாடும் கட்டத்தையும் எல்லோரும் அறிவார்கள். ஆனாலும் அவனுக்கு மனதிற்குள் மனைவியைக் கண்டால் பயம். இதுவும் யாவருக்கும் தெரிந்த விஷயம். இந்த வெளிப்படை முரண், பிற்பாடு நடக்கப்போகும் சரணாகதிப் படலத்திற்கு ஒரு பூர்வாங்கம் என்று பத்மேஷ் உள்ளூர எண்ணிக் கொண்டான். சாப்பிட்டானதும் துண்டை எடுத்து உதறி, பக்கத்துக் கூடத்திலுள்ள சாய்மான நாற்காலி மேலே விரித்துக் கொண்டு, மல்லாந்தான் கிச்சண்ணா.

“படுத்துண்டாச்சா. சாப்பிட்டவுடன் படுக்கணுமே” என்று சொல்லிக்கொண்டே சேது மன்னி மேஜையிலுள்ள பாத்திரங்களை ஒதுக்கினாள். பிறகு இரு பெண்களுமாகச் சாப்பிட உட்கார்ந்தார்கள்.

ஆண்கள் இருந்த கூடத்தில் சொகுசான சோபா நாற்காலிகள் தென்பட்டன. சோபாவின் மொழுமொழுப்பான மரத்தண்டின் மேல் கையை வைத்தான் பத்மேஷ். அவன் கால்கள் தரையில் இருந்த உயர்தர ரத்ன கம்பளத்திற்குள் பாவின. ஓகோ! இங்கேயும் சந்துரு வேலை செய்திருக்கிறான் போலும்.

சந்துரு எழுந்திருந்து ஓரத்தில் இருந்த டெலிவிஷன் பெட்டியை முடுக்கிவிட்டான். எல்லோரும் சில நிமிஷங்களுக்கு டெலிவிஷனில் நடந்து கொண்டிருந்த இயக்கத்தை கவனித்தார்கள்.

கிச்சண்ணா - சித்ரா எங்கே?

பானு மன்னி - சாயங்காலம் ராகுவோடு விஷ்ணுப்பூர் போனாள். நாளைக்குக் காலமே ஆபீசுக்குப் போகிற வழியில் அத்தான் முத்து கொண்டுவிடுவான்.

கிச்சண்ணா - இந்தா, அந்தச் செல்லத்தை இப்படிக் கொடு.

சந்துரு எழுந்திருந்து வெற்றிலைப் பெட்டியை, வெங்காச்சண்ணாவிடமிருந்து கிச்சண்ணாவிடம் மாற்றினான்.

பத்மேஷுக்குத் தெரியும், பெரியவர்கள் முன்னிலையில் சந்துரு சிகரெட்டு ஊதமாட்டான் என்று. "சேது - நம்ப சரோஜா மாதிரி இல்லை?"

இது டெலிவிஷனில் பாடிக்கொண்டிருந்த பெண்ணைப் பற்றி.

பானு - ஆமாம், சரியாகத்தான் சொன்னாய். அத்தான் முத்துவின் பெண் சரோஜா போலவே இருக்கிறாள். வாக்காய் அவாளும் கேட்டிருக்கா. கொள்ளைப் பணமிருக்கு முறையாக எல்லாம் செய்வா. நம்ப சந்துருவுக்கு ஏற்ற இடம்.

வெங்காச்சண்ணா-(கிராஸ்வேர்டில் பதிந்திருந்த தன் முகத்தை நிமிர்த்துக்கொண்டே) ஓ... பெண் ரொம்ப தடிச்சு இருப்பாளே.

சந்துரு - படிப்பு மட்டம்.

கிச்சண்ணா மகனைத் துதித்துப் பேசியே பத்மேஷ் கேட்டதில்லை. கண்டித்தோ அதட்டியோ பலமுறை பார்த்திருக்கிறான். இப்போதும் கொஞ்சம் கோபமாகவே இரைந்தே சொன்னான்.

“அட சே... படிப்பு எதுக்கு? சாந்தா மாதிரி வேலைக்கா போக வேணும்? நமக்கென்ன இல்லையா?”

“என்னமோ! யார் கண்டது?” என்று இழுத்தாள் சேது மன்னி. “அது சரி, இதெல்லாம் எம்புட்டு நாளைக்கோ” அவள் கண்கள் சோபா நாற்காலி மேஜையென்று எல்லாவற்றையும் சுற்றி அளந்துவிட்டு டெலிவிஷன் பெட்டிமேல் பதிந்தது. சங்கீதம் நின்றுவிட்டது. விளம்பரப் பகுதி நடந்து கொண்டிருந்தது. “ஏதோ நமக்கு இப்படியே நடக்குமுன்னு நினைச்சுண்டு இருக்கோம், ஆனால் விஷயம் போகிற போக்கைப் பார்த்தால் என்ன ஆகுமோன்னு பயமாக இருக்கு.”

பத்மேஷுக்கு ஒன்றுமே விளங்கவில்லை. இவர்கள் பேசுவதைக் கேட்டால் ஏதோ அவர்களுடைய சுகவாழ்வு முடிவடையப் போகிற மாதிரி அல்லவா தோன்றுகிறது? அதெப்படி முடியும்? வாஸ்தவம். பாஸிடம் வீம்பு பேசும் வெங்காச்சண்ணா ஒரு ஸெக்ஷன் ஆபீசர்தான். கிச்சண்ணாவின் பிசினெசும் சாதாரணம். சந்துரு இப்போதுதான் வேலையில் முதற்படி ஏறியிருக்கான். ஆனால் என்ன? பெரியண்ணா இருக்கிறாரே. அவர்களுக்கு என்ன குறை? இது போலவே, இந்தப் பெரிய ஃபிளாட்டிலேயே, பரதபுரி நடு மையத்தில், சொகுசுடன் வசிக்க அவரிடம் போதுமான சம்பத்து உண்டே ஏன் கவலைப்பட வேண்டும்?

இதற்குள் மன்னிமார்கள் சாப்பாட்டை முடித்துக் கொண்டு கூடத்துக்கு வந்தார்கள். சேது மன்னி தீன சுரத்தில் சொன்னாள். “ஏதோ பிள்ளை இல்லாச் சொத்து மாதிரி என்னவெல்லாமோ நடக்கிறது.”

பானு மன்னி - சித்ரா கல்யாணம் ஆகணுமே. அதுவரையில் தாங்குமோ?

கிச்சண்ணா - (ஏளனச் சிரிப்புடன்) என் பிசினெசெல்லாம் எந்த மூலை? இல்லையா!

சேது மன்னி - சாந்தா கைகாரி,

பானு மன்னி - நீ அவள் மினுக்கிண்டு குலுக்கிண்டு வருகிறதைப் பார்த்து அப்படி நினைக்கிறாய். ஆனால் பாச்சப்பா ஆள் ஒண்ணறை ஆக்கும். இந்தப் பிளான்ட் பேச்சை எடுத்ததே அவன்தானே.

வெங்காச்சண்ணா - அப்போ விஷயமெல்லாம் கூர்ந்துண்டு வருகிறதோ? (அவன் மறுபடியும் கிராஸ்வேர்டு பார்ப்பதை விட்டுவிட்டு நடுவில் ஒரு வார்த்தை சொன்னான்.)

சந்துரு - வேலை வெகு மும்முரமாக நடக்கிறது.

சேது மன்னி - இந்த வயசிலே இப்படிக் கூத்தடிக்கிறாரே!

பானு மன்னி - அதுதான் பாச்சப்பா இருக்கானே தூக்கிவிட....

சேது மன்னி - வேலை என்ன செய்கிறாளோ தெரியாது. ஆனால் இந்த சாந்தா சிரிச்சுப் பேசுகிறதிலே குறைவில்லை. அவள் மாத்திரம் இல்லேன்னா பெரியண்ணாவுக்கு இம்புட்டு உற்சாகம் வராது.

பானு மன்னி -இதையெல்லாம் கிளப்பிவிட்டது பாச்சப்பா. நேக்கென்னமோ அவன்தான் மூலகாரணமுன்னு தோணுகிறது. அவன் இல்லையானால் சாந்தாவால் என்ன முடியும்? விஷயம் அப்படியே அமுங்கிவிடும்.

கிச்சண்ணா - அதிருக்கட்டும். நடந்தது நடந்தாச்சு. கையொப்பம் ஆயுடுத்தோ? யாருக்காவது தெரியுமா?

சந்துரு - அத்தனை தூரத்துக்கு இன்னும் வந்தாகலை. திட்டம் பலமா போட்டாகிறது. ஏதோ தீவிரமா விசாரணை நடக்கிறது.

வெங்காச்சண்ணா - (பேப்பரை வீசிப் போட்டுவிட்டு) அப்போன்னா விஷயம் மிஞ்சிப் போகலேன்னு சொல்லு.

சேது மன்னி - (பெருமூச்சுடன்) என்னமோ! நம்முடையதானால் எப்படியேனும் பொழைச்சுப் போகும்.

சந்துரு - ஏதுக்கு நீங்களெல்லாம் இப்படிச் சொல்லுகிறேள்? பெரியண்ணா பலே பேர்வழி. சும்மா ஒண்ணும் குமைஞ்சுவிட மாட்டார்.

பானு மன்னி - அவருக்குத்தான், பிள்ளை குட்டி இருக்கிற ஞாபகமே இல்லாமே இப்படி வாரி இறைக்கத் தோணுகிறதே. அம்புட்டுமே போயுடும் போ.

சேது மன்னி - ஏதோ! நாமானாலும் முறையா நடந்துப்போம்.

என்ன! இது எதைக் குறித்து என்று ஒருவருக்குமே புரியவில்லை. வெங்காச்சண்ணா மாத்திரம் தலையை ஆட்டினான். அவன் வாசவேஸ்வரத்தில் வளர்ந்தவன். பெரியண்ணா அவ்விடத்தை விட்டுக் கிளம்பும்போது அவனுக்கு விவரந் தெரியும் வயதாகிவிட்டது. அதனால் முறையான வாழ்வில் ஊன்றியவன். பரதபுரியில் அதை முழுவதும் பின்பற்ற முடியவில்லை. அடியோடு மறக்கவும் மனம் வரவில்லை. தத்தளித்தான். யாராவது ஏதாவது நினைத்துக் கொண்டால்? இது விஷயம் தெரிந்து சேது மன்னி அவனை அடிக்கடி தொந்தரவு செய்வதை பத்மேஷ் முன்பெல்லாம் கவனித்து இருக்கிறான். ‘நம் முறையை விட்டுக் கொடுக்கலாமோ? யாராவது கேட்டால் சிரிக்கப்போறா?’ என்றெல்லாம் சொல்லி அவன் வெங்காச்சண்ணாவை பயமுறுத்தி, வசியப்படுத்துவதை அவன் பார்த்திருக்கிறான்.

“பத்தூ... பத்மேஷ்.” அந்தச் சமயத்தில் உள்ளே இருந்து பெரியண்ணா அவனைக் கூப்பிடும் சத்தம் கேட்டது. அவன் போக எழுந்தான்.

“நானும் போகிறேன். பெரியண்ணாவுக்கு பால் கொடுத்து ஆகணுமே” என்றாள் சேது மன்னி.

“ஆமாண்டியம்மா, நீ இல்லாவிட்டால் அவர் என்னதான் பண்ணுவாரோ!” என்றாள் பானு மன்னி.

இரு பெண்மணிகளுமாக சாப்பாட்டு மேஜையை ஒழுங்குபடுத்தினார்கள்.

வெங்காச்சண்ணா - ராகு சாப்பிட்டாச்சா?

பானு மன்னி - ஓ... அவன் நேரத்தே சாப்பிட்டுவிட்டுப் போய்விட்டானே!

இது பானு மன்னி மகனைப் பாதுகாக்கச் சொல்லும் சால்ஜாப்பு என்று பத்மேஷுக்குத் தெரியும்.

“பத்மேஷ், நீ பெரியண்ணா காதிலே இதையெல்லாம் போட வேண்டாம். நாங்கள் என்னமோ சும்மா பேசிண்டோம். அதைப் போய் அவர்கிட்டே சொல்லுவானேன்? அவருக்கு எம்புட்டோ கவலை” என்றாள் பானு மன்னி.

“பத்து ரொம்ப பாவமுன்னா. அவன் ஒரு வழிக்கும் போக மாட்டானே!” இது சேது மன்னி.

இதை எப்படி அர்த்தம் பண்ணுகிறது என்று பத்மேஷுக்குப் புரியவில்லை. இவர்கள் பேசிக்கொண்டதை அவன் பெரியண்ணாவிடம் சொல்லிவிடுவான் என்ற சந்தேகமுண்டானால், ஏன் அவன் எதிரில் பேச வேண்டும்? ஒருவேளை அவன் மூலமாக இவர்கள் நினைப்பதை அவர் தெரிந்து கொள்ளட்டுமென்று வேண்டுமென்றேதான் பகிரங்கமாகப் பேசினார்களோ? பின் இந்தப் பாசாங்கு எதற்கு? அவன் யோசனையுடனே நடந்து பெரியண்ணாவின் அறையைப் பார்த்துப் போனான்.

5

அவனைப் பற்றி அந்த வீட்டிலுள்ளவர்களுக்கு, அதுவும் மன்னிமார்களுக்கு ஒரு புகார் உண்டு என்பது பத்மேஷுக்குத் தெரியும். பெரியண்ணா அவனிடம் காட்டி வந்த வாஞ்சையும் பரிவும்தான் அதற்குக் காரணம். அவன் மேலுள்ள பாசத்தினால்தான் இப்படி கண்டபடி செலவழித்து அவனை சீமைக்கு அனுப்பியிருக்கிறாரென்று அவர்கள் திடமாக நம்பினார்கள். நிஜமாகவே அவன் தகப்பனார் அவனுக்கென்று வைத்துவிட்டுப்போன சொத்து அத்தனைக்கெல்லாம் காணுமாவென்ன? இவர்தான் செல்லக் குழந்தையை மேல் படிப்பிற்காக, அடுத்தாற்போல சந்துருவையோ, ராகுவையோ அனுப்ப சம்மதித்திருப்பாரா? மன்னிமார்கள் அபிப்பிராயத்தை அவன் நன்றாக அறிவான்.

பத்மேஷ் மறுபடியும் பெரியண்ணாவின் அறைக்குள் நுழைந்தான்.

“சரி. அப்படியானால் நீ நாளைக்கே வக்கீல்கிட்டே போய் கிஃப்ட் டீட் தயார் செய்துவிடு, பெரிய விஷயத்திலே இறங்கறோம் பார்த்தாயா? என்ன வேணுமானாலும் ஆகலாம். அடியோடு அத்தனையும் தொலைந்து போனாலும் போகும். அப்போ சாந்தா பாடு திண்டாட்டமாகக் கூடாது பாரு. அவளுக்குச் சேரவேண்டியதை இப்போதே எழுதி வைக்கணும்” என்று

பெரியண்ணா, பாச்சப்பாவிடம் சொல்லிக்கொண்டிருந்தார். அவனும் சரி என்கிறாப்போல தலையை ஆட்டினான்.

"தொகை இத்தனை வேணுமா?" பாச்சப்பாவுக்கு பழுத்த லௌகீகத் தேர்ச்சியுண்டு என்று பத்மேஷ் அறிந்தான்.

"ஆமாம். அவள் சிரமப்படாமே சுகமாக இருக்க வேண்டாமா?"

அப்போது மருந்துப் புட்டி சகிதம் சேது மன்னி அங்கே பிரசன்னமானாள். அவளைக் கண்டதும் கைகாட்டி மரம் தாழ்ந்துவிட்டது என்று தெரிந்துகொண்டு பாச்சப்பா போக எழுந்தான்.

சேது மன்னி குழையக் குழையச் சொன்னாள்.

"நேரமாயுடுத்தே. இப்படி ரா முழுவதும் பேசிண்டு இருந்தால் உடம்புக்குத்தான் ஆகுமோ!" மருந்தை டம்ளரில் விட்டு அவரிடம் நீட்டினாள். பிறகு அருகில் நின்றுகொண்டு சூடான பாலைக் கோப்பையில் ஊற்றினாள். இந்த நாடகத்தைப் பார்த்து, பாச்சப்பா கண்ணை சிமிட்டியபடி, இளித்துக்கொண்டே வெளியேறினான். சேது மன்னியும் காலிக் கோப்பையுடன் போய்விட்டாள். "வா குழந்தை. உட்காந்துக்கோ. காலையிலிருந்து நீ வந்த பிறகு உன்னோடு பேசமுடியாமல் அப்படியொரு ஜோலி. வா.... உட்காரு. பேசலாம்."

அவர் குரலில் ஒலித்த பரிவைக் கேட்டதும் அவன் உள்ளம் நெகிழ்ந்தது. பெற்றோரை இழந்த தினம் அவனைக் கூப்பிட்டுப் பக்கத்தில் இருத்திக் கொண்டாரே... அதே அன்புக் குரலை இன்றும் அவன் கேட்டான். விபத்தில் அவன் பெற்றோர் மாண்ட அந்த தினம் அவருக்கும் அதே நினைவு வந்ததோ? அவர் அனுதாபம் தோய்ந்த குரலில் சொன்னார். "உன் முகத்தைப் பார்த்தால் லட்சுமியைப் பார்க்கிறாப் போலவே இருக்கு."

ஒரு நிமிடத்திற்கு அங்கே மௌனம் நிலவியது. "உன்னை ஏதுக்காக அக்கரைச் சீமையிலிருந்து வரவழைச்சேன் தெரியுமா?" என்று அவர் மேலும் கேட்டார்.

பத்மேஷ் தெரியாது என்பதைப்போல அவருடைய முகத்தைப் பார்த்தான். அவனாகவே திரும்பி வருவதென்று தீர்மானம் செய்துகொண்ட சமயத்தில் அவருடைய கடிதமும் வந்தது என்று சொல்லப் போவானேன்?

“உங்கப்பா உனக்கென்று என்கிட்டே ஒப்படைச்சுவிட்டுப் போனதை எல்லாம் உன் கையிலே கொடுக்க வேணுமுன்னு எனக்கு ஆசை. சொத்தை அழகா சேமிச்சு வெச்சிருக்கேன். பத்திரமெல்லாம் தயாரா இருக்கு. கையொப்பங்கள் செய்தாயானால் அத்தனையும் உன் பெயருக்கு மாற்றலாகும். நான் ஒரு பெரிய இயக்கத்திலே இறங்கப் போகிறேன். அதுக்கு முந்தி அவா அவாளுக்குச் சேர வேண்டியதை சேர்ப்பித்து விட்டால் நல்லது. இதைத்தான் சாந்தாவிடமும் சொன்னேன். அந்தப் பெண் என்னமோ வாங்கிக்கொள்ள மாட்டேனென்று வம்பும் செய்கிறாள்.”

“இந்த சாந்தாவை நான் பார்த்திருக்கேனோ?”

“இல்லை. நீ ஊருக்குப் போன பிறகுதான் அவள் இங்கே வேலைக்கு வந்து சேர்ந்துகொண்டாள். கெட்டிக்காரப் பெண். சமர்த்துங்கூட. அடக்கமுமுண்டு.”

சேது மன்னி கேட்கவில்லையே. இவர் இப்படி சாந்தாவை துதிப்பதை அறிந்தால் என்ன பாடுபடுவாள்!

அவன் பெரியண்ணாவைப் பார்த்துக் கேட்டான். “சாந்தாவுடைய ஆஸ்தியும் உங்களிடம் இருக்கிறதா?”

“அப்படித்தான்னு வெச்சுக்கோயேன்.” பத்மேஷ் ஆச்சரியத்துடன் அவரைப் பார்த்தான். பெரியண்ணா இப்படி நெகிழ்ந்து கொடுத்து அவன் அதிகமாகப் பார்த்ததே இல்லை. அவருடைய அதிகாரத் தோரணையையும் அழுத்தமான பாவனையையும், அவர் மனைவி சேஷி மன்னி இருக்கும் வரையில், அவள் அதற்கெல்லாம் ஈடு கொடுத்துக்கொண்டு போனதையும், குடும்பத்தில் யாவரும் அறிவார்கள்.

"வயசானால்தான் தெரிகிறது. மனசு அறிஞ்சு நடக்கிறவாள் யாராவது பக்கத்திலே வேணுமுன்னு. இந்த சாந்தா இருக்காளே... அவளுக்கு அப்படி நடக்கிற சுபாவம்."

அப்படியா? அப்படியானால் சேது மன்னி பயப்படுவது வீண் பாசாங்கில்லை போலும். வரம்புக்கு மீறித் துள்ளும் திடீர்ப்புத்தி அவருக்கு என்றைக்குமே உண்டு.

"சேஷி மன்னியை உனக்கு நினைவிருக்கா?" வென்று அவர் கேட்டதும் பத்மேஷின் சந்தேகம் வலுத்துவிட்டது. ஏதோ ஒரு நினைவினால் அவர் உள்ளம் இளகி விட்டது. இந்தப் பெண் சாந்தா அதைப் பயன்படுத்திக் கொள்கிறாளோ.

சேஷி மன்னியைப் போல வாய்கட்டி, கைகட்டி சேவை செய்கிறாளென்பது என்னமோ நிச்சயம். அவருடைய அக உருவிற்கு இது இதமாக இருக்கிறதென்பதில் சந்தேகமில்லை.

"உம். அவள் எவ்வளவோ உழைச்சிருக்காள்."

அவர் பெருமூச்செறிந்தார். "அவளுக்கு உங்கம்மா பேரிலே ரொம்பப் பிரியம். லட்சுமின்னா அவ்வளவு ஆசை. நீ குழந்தாய், உன் மனசிலே உள்ளதைச் சொல்லு. உன் உத்தேசமென்ன? இங்கேயே இருக்க வேணுமானாலும் சரிதான்... இல்லை திரும்பிப் போக வேணுமானாலும் போ. உன் இஷ்டம் போலச் செய். நீ சந்தோஷமாய் இருக்கணும். அதுதான் வேணும்."

இந்தப் பிரசங்கத்தை மன்னிமார்கள் கேட்டால் எத்தனை துராங்காரப்படுவார்கள் என்று ஒரு கணம் நினைத்துப் பார்த்துக்கொண்டான் பத்மேஷ். பிறகு பதில் சொன்னான்.

"இங்கேயே இருக்க வேணுமென்றுதான் ஆசை. சொந்த மண்ணு என்றால் அது தனிதான். அங்கே இருக்கிறபோது அதை நினைக்கிற போதெல்லாம் ஓடி வந்துவிடணும் போல்தான் இருந்தது. ஆனால் வந்து பார்த்தால், பயமாயிருக்கு. இந்த ஆதித்திய நாட்டிலே நடக்கிறதைப் பார்த்தால் இங்கே எப்படி குடியிருக்கிறதுன்னு மலைப்பாய் இருக்கு."

“அங்கே மாத்திரமென்ன!”

“நீங்கள் கேட்பது ரொம்ப சரி. அங்கேயும் உள்ளூர அரித்துக் கொண்டுதான் வருகிறது. ஆனால் வெளிப் பார்வைக்காவது ஒரு நாகரிகப் பூச்சு இருக்கு. அந்த மேல் ஆடம்பரம் போலியாக இருக்கலாம். இருந்தாலும் சித்தத்துக்கு ஒரு ஆதாரம் கொடுக்கிறது. இந்த உலகத்தில் நாமிருப்பதிலே ஒரு உபகாரமுண்டு என்று ஒரு தைரியம் உண்டாகிறது.”

“அதுதான் இங்கேயில்லை. தைரியமென்பதே இந்த இடத்திலே சூன்யம். நானாச்சு சாதிச்சு விடுகிறேன்னு ஒரு துணிச்சல் எந்தக் காரியத்திலேயும் யாருக்குமே இல்லை. அடுத்தாப்போல நம்ப பாச்சப்பாவைப் பாரு. அவனைப் போல எல்லோரும் இருந்துவிட்டால்....?”

“அவன் பிரமாதமாய் ஆயுட்டான் போலிருக்கே!”

“இந்தப் பாழாய்ப்போன ஊரிலே கொஞ்சம் உற்சாகத்தோடு சுறுசுறுப்பாக ஏதானும் செய்யணுமானால் அவன்தான். நம்ப கிச்சானும் பிசினெசு பண்ணுகிறானே! திடமனசோடு, போனால் போச்சுன்னு முன்னே சாட அவனுக்குத் தைரியமில்லை. தொடங்குவோனுக்கு துணிவில்லாவிட்டால் வியாபாரம் எப்படி வளரும்? எனக்குக் கூடப் பாரு இவ்வளவு வயசாகியும் இந்த பிளான்ட்டை வெச்சுண்டு பிசினெசு நடத்தணுமுன்னு ஆசை வந்திருக்கு.”

“ரொம்பப் பெரிய எடுப்பாய் தோணுகிறதே!”

“என் சங்கதி தெரியாதா உனக்கு? செய்தால் சரியாகச் செய்யணும். அரைகுறை விஷயம் என்கிட்டே உதவாது. அத்தனையுமே போட்டுவிடலாமுன்னு இருக்கேன். பெரிய திட்டம்தான். கோடிக் கணக்கிலே முதல் வசூல் செய்து ஆகவேண்டிய காரியம். அப்படியுண்டானால், இந்த யோசனை தகுதியானது என்று காட்ட என்னுடைய பூரா சொத்தையும் போடுவதுதானே நியாயம்?”

“ஏதாவது நஷ்டம் வந்துவிட்டால்?”

“ஏதுக்கு வரணும்? ரொம்ப ஜாக்கிரதையாய் ஒண்ணு விடாமே கவனிச்சுண்டு வருகிறோமே! வேறு யாரிடமாவது கொடுத்து சரி பண்ணினால் தவறு வருமோ என்று நானும் பாச்சப்பாவும், சாந்தாவுமாகவே அத்தனையையும் மேற் பார்வை பார்க்கிறோம். அப்படித்தான் போச்சுன்னு வெச்சுக்கோ, என்ன ஆயுடும்?”

“இவாளுக்கெல்லாம் என்ன ஆகும்?” பத்மேஷ் சுவருக்குப் பின்னால் இருக்கும் குடும்பத்தைச் சுட்டிக்காட்டுவது போல் ஆள்காட்டி விரலை ஆட்டினான்.

“இத்தனை நாளாகத்தான் நான் செய்தாச்சே. நோட்டுக் கரென்சியெல்லாம் அட்டிகை, வளையல், டெலிவிஷன்னு கை மாறியாச்சு. ஆனால் அப்படியிருந்தும் முணுமுணுப்புக் குறையவில்லை. மன்னிமார் ஆண்பிள்ளைகள் காதுலே மந்திரம் ஓதுகிறது என்னமோ நிற்கலை. தனிக் குடித்தனம் போக வேணுமாம். புறப்பட்டுப் போகட்டுமே. யாரு வேண்டாமுன்னு சொன்னா? வெங்காச்சத்துக்கு வேலை இருக்கு. கிச்சானும் ஏதோ பிசினெசு பண்ணுகிறான். அந்தப் பிள்ளையாண்டானும் முன்னுக்கு வருவான். இன்னுமென்ன? இனியானாலும் என் பணத்தை இஷ்டம் போல செலவு செய்ய எனக்கு சுதந்திரம் வேண்டாமா?”

அப்போது அவர்கள் பயப்பட்டதில் பிசகில்லை. “சொத்துப் போயுட்டால் இந்த மாதிரி சொகுசா இருக்க முடியுமா?” பத்மேஷ் கண்கள் சுற்றுமுற்றும் பார்த்தன.

“சொகுசென்னடா சொகுசு? சுத்த டாம்பீகம். இந்த சோபா நாற்காலி டெலிவிஷன் எல்லாம் இருக்காவிட்டால் வாழ்க்கையிலே சுகம் கிடையாதாவென்ன?” என்று இரைந்தார் பெரியண்ணா. பிறகு கொஞ்சம் தணிந்த குரலில் சொன்னார். “இனிமேலாவது கொஞ்சம் செட்டும் கட்டுமாய் இருக்கக் கற்றுக்கொள்ளட்டுமே!” இவ்வார்த்தைகள் அவர் மனச்சாட்சியின் உறுத்தல் மேல் சொட்டுக் கொடுத்தாற்போல் இருந்திருக்க வேண்டும்.

பெரியண்ணா நாற்காலியில் நெளிந்தார்.

“இப்படியே இருந்து பழக்கமாயுடுத்தே. அப்போதே சின்ன வயசிலேயே தனியாய் போயிருந்தால் இதுக்குள்ளே அவாளுக்கு தான் என்கிற தைரியமும் கௌரவமும் உண்டாயிருக்கும்” என்றான் பத்மேஷ்.

ஆமாம். அப்போதே பாகம் பிரித்து, அவரவர்களுக்குச் சேரவேண்டியதைக் கொடுத்து, தனிக் குடித்தனங்கள் வைத்திருந்தால் சீராக இருந்திருக்கும். பெரியண்ணா முகத்தில் அவர் செய்த குற்றம் நன்றாகப் பிரதிபலித்தது. தன்னைப் பொறுத்தவரையில் சுதந்திரத்தை வெகுவாகக் கொண்டாடும் அவர் ஏனோ பிறருக்கு அதை வழங்கத் தவறிவிட்டார். அந்தக் குற்றம் அவர் நெஞ்சைக் குறுகுறுக்கத்தான் செய்தது.

ஒரு நிமிடத்திற்கு அவர் தேகம் தொய்ந்தது. சோர்வுடன் நாற்காலியில் சாய்ந்தார். ஆனால் உடனே நிமிர்ந்து கொண்டார். அவரா குற்றத்தை ஒப்புக் கொள்ளுவார்? தான் பிடித்த முயலுக்கு இரண்டு கால்கள் என்று பிடித்த பிடியை விடாத சுபாவம் கொண்டவராயிற்றே... ஏதோ இந்த பிளான்ட்டின் விஷயத்தில் மோகம் கொண்டு ஆவேசம் வந்தாற்போல அந்த பிசினெசிலே இறங்கிவிட்டார். இனிமேல் பிடியைத் தளர்த்தினால் கௌரவமாய் இருக்குமா?

பத்மேஷுக்கு இப்போதுதான் புரிந்தது. கூட்டத்தில் இருந்தவர்கள் பயப்பட்டதில் தவறொன்றும் இல்லை. பெரியண்ணா துணிந்து இறங்கும் இந்தக் காரியம் அபாயகரமானது.

அவர் சம்பாஷணையை சற்றுத் திருப்பிக்கொடுத்தார். “நம்மூரிலே தைரியம் என்கிறதே போயுடுத்து. பொய்யும் பித்தலாட்டமும் அதிகமாயுடுத்து. ஆதியிலிருந்து அந்தம் வரையில் ஒருவனையொருவன் வேவு பார்ப்பதுதான் வேலை. கலி தானாக முற்றுவது போ அதைப் பொய் சொல்லி பழுக்க வைக்கிறோம். இப்போ இந்தப் பிளான்ட் கம்பனி தொடங்கப் போகிறேன் பார்த்தாயா? வெகு ஜாக்கிரதையாக எல்லாவற்றையும் கவனிக்க வேண்டும். இந்த அல்காப் பயல்களையெல்லாம் நம்பி இருந்தால் காரியம் கெட்டுவிடும். எல்லாம் நம் வாழ்க்கை முறையாலே

வந்த வினை. அவ்வளவையும் சுக்குநூறா உடைச்சு எறியணும். அப்போதுதான் சோடை தீரும்."

பெரியண்ணாவின் மனப்போக்கை பத்மேஷ் நன்றாக அறிவான். அவர் வாசவேஸ்வரத்து வாழ்க்கை மரபை அனுசரிக்காதவர் இல்லை. இருந்தாலும் சுயவாழ்வு உண்டென்ற சுதந்திர மனப்பான்மை படைத்தவர்.

"நம் பழைய பண்பாட்டிலே எத்தனையோ உயர்வான அம்சங்கள் இல்லையா பெரியண்ணா?" என்று அவன் கேட்டான்.

அவர் முகத்தில் ஒரு சிறு புன்னகை அரும்பிற்று. சற்று முன் அவன் கண்ட சோர்வு வந்த இடம் தெரியாமல் மறைந்துவிட்டது.

"நீ இன்னுமா இந்தப் பண்டைக் கதையையெல்லாம் நம்பிக்கொண்டு இருக்காய்?"

"அப்படியே நீங்கள் சொல்கிற மாதிரியே முறை வாழ்வு அத்தனையுமே உடைச்சுப் போட்டோமுன்னு வெச்சுப்போம். அப்புறமாக என்ன? புதுசா ஒரு நாகரிகத்தை உண்டாக்க நமக்கு சக்தி இருக்கா?"

"அது சரி. எனக்கு என்னமோ ஆத்திரமாக வருகிறது. குப்பை, செத்தை, பழையது, வேண்டாதது எல்லாவற்றையுமே வழிச்செடுத்து இந்த அரபிக் குட்டையிலே எறிஞ்சுட்டால் என்ன என்று எரிச்சலாக வருகிறது. ஆனால் இந்த சின்னக் கிளைகளெல்லாம் பார்த்தால் ஏதோ உயிரை உறிஞ்சிவிட்ட மாதிரி தெரிகிறது. கொஞ்சம் விரட்டி விட்டால் உற்சாகம் படபடக்குமோன்னு பார்க்கணும்."

"அப்படி விரட்டி விரட்டித்தானே வெங்காச்சண்ணாவும் கிச்சண்ணாவும் இப்படி மனோபலமில்லாமே விண்டு கொடுத்தாற்போல ஆகிவிட்டார்கள்" என்று பத்மேஷ் எண்ணிக்கொண்டு சொன்னான்.

"சுலபமாய்ச் சொல்லி விட்டீரே. நடக்கக்கூடிய காரியமா?"

பெரியண்ணா முகத்தில் ஒரு ஏளனக் குறி தென்பட்டது.

“சரிதாண்டா சின்னவாளுக்கு ஆத்திரம் வராதோ யென்னவோ? எனக்கு பத்திண்டு வருகிறது. சொன்னேன்.” பிறகு சப்பென்று அவருடைய அந்த ஆவேசம் வந்த சுவடு தெரியாமல் மறைந்துவிட்டது. மறுபடியும் ஒரு தணிவு, இந்தத் தடவை அது சோர்வாகக் காணவில்லை. ஒருவித சாந்தமான பவ்வியமெனத் திகழ்ந்தது.

“ஏதோ சொன்னேன். இதெல்லாம் எங்கே நடக்கப் போகிறது? எனக்கும் வயசாச்சு. சில சமயம் தோணுகிறது. நாமும் அந்தக் காலத்து ரிஷிகள் செய்த மாதிரி என்னவென்று. பேசாமே எல்லோருமாய் அங்கே உட்கார்ந்து கொண்டு புது உபநிஷத்துகளை எழுதிப் போட்டால் இனிமேல் வரும் தலைமுறைகளாவது பிழைச்சுப் போக வழியிருக்குமே என்ன?”

பத்மேஷ் அவரைப் பெருமிதத்துடன் நோக்கினான். இந்த எழுபது வயதில் இவருக்குள்ள ஆர்வம் மற்ற சிறியோர் களுக்கு இருந்தால் நம் நாடு எத்தனை முன்னுக்கு வருமென்று எண்ணிப் பார்த்தான். யாரையும் ஆக்கிரமித்துத் தன் ஆட்சிக்குள் அடங்கச் செய்யும் அவருடைய ஊக்கத்தை இப்படி பொது நலனுக்காகப் பயன்படுத்தினால் அதைத் தவறு என்று அவன் எப்படிச் சொல்லுவான்? நாம் ஆத்ம ஞானத்தில்தான் சிறந்தவர்கள். லௌகிக ஞானத்தில் நம்மைக் காட்டிலும் வேறு பல தேசத்தார் மேன்மை அடைந்திருக்கிறார்கள் என்று அவன் நினைத்தது தவறு. இவருக்குள்ள முதிர்ந்த அறிவு மற்ற ஆதித்திய நாட்டார்களுக்கும் உண்டானால் நாம் காரியசித்தி பெறுவோம்.

பெரியண்ணா கொட்டாவி விட்டார். “சரி, நாளைக்குப் பேசிக்கலாம். நீ போய்ப் படுத்துக்கொள்” என்று விடை கொடுத்தார். பத்மேஷ் எழுந்து நடைவழியாகத் தன் அறைக்குப் போகக் கிளம்பினான்.

6

அப்போது சந்துரு குரல் கொடுத்தான். "வாடா இப்படிக் கொஞ்சம்."

அவன் ஃபிளாட்டின் பெரிய நடைக்கு வந்தான். எதிர் சாரியில் அடுக்களைப் பக்கத்திலிருந்த சந்துரு அறைக் கதவு திறந்திருந்தது. திரைக்குப் பின்னால் 'டேபிள்' விளக்கு எரிவது தெரிந்தது. பத்மேஷ் அதை அகற்றிக்கொண்டு உள்ளே நுழைந்தான்.

படுக்கையில் படுத்திருந்த சந்துரு தன் நீண்ட தேகத்தை நீட்டி விரித்து சோம்பல் முறித்தான். பத்மேஷுக்கு மதர்லாந்தில் கண்ட காட்டுக் குதிரைகளின் ஞாபகம் வந்தது. அதுகள் இப்படித்தான் புல்லாந்தரையில் படுத்து புரண்டு உருளும்.

"கிழவரைப் பார்த்தாயா? இந்த வயசிலே கூட எவ்வளவு உறுதியென்று தெரிந்துகொண்டாய் அல்லவா?" சந்துரு கடகடவென்று சிரித்தான். "ஆனால் அவர் சொல்வதிலே தப்பொன்றுமில்லை. பிசினெசுன்னா நல்ல மனோதிடமும் உரமும் வேணும். நம்ம கிச்சண்ணாவைப் போல எல்லோரையும் நம்பிவிட்டால் காரியம் எப்படி நடக்கும்? அது விண்டு கொடுத்துவிடுகிறது."

“நீ எல்லாவற்றையும் கேட்டுக்கொண்டு இருந்தாயா?”

“உனக்குத் தெரியாதா? இந்த வீட்டிலே சுவரெல்லாம் கொஞ்சம் மட்டம். நாங்களும், எல்லாருமே உரக்கப் பேசுவோம்.”

மறுபடியும் தான் மற்றொரு உலகத்திற்கு வந்திருக்கும் விஷயம் அவனுக்கு ஞாபகம் வந்தது. அவரவர் வாழ்வு அவரவர்களுடன் என்ற மேலை நாட்டு நோக்கம் வேறு நாகரிகத்தைச் சேர்ந்தது.

“கிச்சண்ணா பிசினெசை நீ எடுத்து நடத்தலாமே” என்றான் பத்மேஷ்.

“அப்படியெல்லாம் நான் ஒண்ணும் மாட்டிக்க மாட்டேன், கேட்டாயோ? அவர் ஒருவேளை ஆசைப்பட்டுக் கொண்டு இருக்காரோ என்னமோ! பிசினெசுன்னா பக்கபலம் வேணும். காரியத்தை முன்யோசனையோடு செய்யணும்.”

“அப்படின்னா நீ இந்தக் கம்பெனியிலேயே இருக்கப் போகிறாயா?”

“பார்க்கணும். இப்போ என்னமோ நான்தான் எல்லா மெஷினையும் கவனிக்கிறேன். ஏதேனும் ஆகிவிட்டால் உடன் மானேஜர் எனக்குச் சொல்லி அனுப்பிச்சு விடுகிறான்.”

“எ...பலே... நீ எப்போதுமே கெட்டிக்காரனாச்சே.”

“நான் கிச்சண்ணாவைப் பார்த்துக் கற்றுக்கொண்டுவிட்டேன். என்னவானாலும் எப்படியாவது சமாளிச்சுக்கணும். அவரைப்போல விழிக்கக் கூடாது. அதெப்படீன்னு கேட்கிறாயா? யார் யாரைப் பிடிச்சு ‘ஒரு வார்த்தை சொல்’ என்று கேட்கணுமுன்னு முன்னாலேயே தெரிஞ்சுக்கணும். அப்படியே சரியான ஆளையும் பிடிச்சுக்கணும். கேட்கிறதை சரியாகக் கேட்டால், அந்த ஆள் எப்படி மாட்டேன்னு சொல்லுவான்? நம்மூர்க்காரனை கை தூக்கி விட்டால் அவனுக்கல்லவா கௌரவம்? நான்தான் செய்து கொடுத்தேன்னு அவனுக்குச் சொல்லிக்கலாமே!”

பத்மேஷுக்கு அத்தான் முத்து நினைவிற்கு வந்தது. சந்துரு தொடர்ந்து சொன்னான். "இது தெரியாமே நம்ம கிச்சண்ணா இருக்காரே, எவனையோ பிடிச்சார். அவன் மோசமுன்னு அவர் அறிஞ்சுக்கலை. அத்தனை பிசினெசும் கெட்டுவிட்டது."

"வெங்காச்சண்ணாதான் எச்சரிக்கப்படாதோ? அவர்தானே பிசினெசுக் கணக்கெல்லாம் பார்க்க ஒத்தாசை பண்ணுகிறார்?" என்றான் அவன்.

"அவரா? அந்தப் பரிட்சையிலே முதலாக வந்தார் பாரு? அதிலிருந்து அவருக்கு ஒரு பயம்."

"பயமென்ன? பரிட்சை ஜெயிச்சால் தைரியமல்லவா வரும்?"

"உச்சாணிக் கொம்பிலே ஏறினால் அங்கேயே இருக்க வேண்டாமா? ஒரே தாவலிலே மேலே குதித்துவிட்டார். அப்புறம் கீழே பார்க்கவே பயமாய் இருக்கு. கணக்கு வழக்குப் பார்ப்பாரே தவிர, என்ன ஏது, ஏன் இப்படி ஆச்சுன்னு கேள்வி கேட்க தைரியம் கிடையாது. அப்படியே அதே உயர்ந்த கொம்பிலே இப்போதும் இருப்பதாக எண்ணம்" சந்துரு சிரித்தான்.

பத்மேஷ் அவனைக் கூர்ந்து பார்த்தான். மெருகு ஏறாத இந்த புது வாசவேஸ்வரத்தான் கூட, அவனையும் அறியாமல் ஒரு நுண்ணிய விளக்கத்தைச் சொல்லி விட்டான். இருந்தும், தம்மைத் தாமாக நையாண்டி செய்து கொள்ளும்போது கூட இவர்கள் எதிராளி என்ன நினைப்பான் என்ற நினைவோடுதான் அதைச் செய்வார்கள். சொந்தமாக செய்யும் மதிப்பீட்டில் கூட பிறர் சம்மதம் தேவை. சமூகத்தில் தமக்குண்டாகும் கௌரவத்தை ஒத்து, வாழ்க்கை விதிகளை நிர்ணயிப்பதில் யுவர் சங்கத்தவர்கள், வயோதிகர்களுக்குத் தோற்றவரல்ல. அன்று சாயங்காலம் விச்சு வீட்டில் நடந்த பேச்சில் இது பட்டவர்த்தனமாக விளங்கிவிட்டது. சந்துருவும் அதைப் பற்றித்தான் நினைத்தானோ என்னமோ, அவன் சொன்னான். "இன்று விச்சு வீட்டிலே பேச்சு நடந்ததே, அதை வைத்துக்கொண்டு எங்கள் யுவர் சங்கம்

சும்மா இப்படியே பாடிண்டு கூத்தாடிண்டு திரிகிறதுன்னு நினைத்து விடாதே. நாங்கள் செய்கிற காரியம் உனக்குத் தெரியுமோ?"

அதென்ன என்பது போல அவன் சந்துருவைப் பார்த்தான். "பொதுஜன சேவையடா. பொது ஜனத்துக்கு உபகாரம் செய்கிறோம். ரோடு பெருக்குவோம், குப்பை வாருவோம். கூட்டத்திலே கலாட்டா நடந்தால் போய் 'ஃபர்ஸ்ட் ஏய்ட்' கொடுப்போம். பப்ளிக் குழாய்கள் ஒழுகினால் 'வாஷர்' போடுவோம். இன்னும் எத்தனையோ... போயேன்."

"அடடாடா... உபகாரமுன்னா இப்படீன்னா இருக்கணும்!"

"சொல்றேனேன்னு நினைச்சுக்காதே, ஆனால் நம்ம பசங்கள் சேரிகளிலெல்லாம் சுற்றி, ஜனங்களுக்கு சுத்தமாய் இருக்கச் சொல்லிக்கொடுக்க என்ன பாடுபடுகிறா தெரியுமா? இப்படி நாங்கள் உழைக்கிறபோது இந்தப் பழம் பெருச்சாளிகளெல்லாம் சும்மா கயிறு திரிச்சுண்டே போனால் யாரு கேட்டுண்டு இருக்கிறது?"

அந்த இரவு வேளையில், தூங்கி வழியும் கண்களால் பார்க்கும்போது சந்துருவுடைய உருவம் பூதாகாரமாக ஊதி விட்டாற் போல பத்மேஷுக்குத் தோன்றிற்று. "அப்படியானால் நீ இந்த மூத்திர வாடையை ஒழிக்க ஏதாவது வழி செய்யேன். நாற்றம் வயிற்றைக் குமட்டுகிறது."

"செய்துவிடுகிறேன். கொஞ்சம் பொறு. இந்த மாசம் எங்கள் சங்கக் கமிட்டியோட தேர்தல் நடக்கப் போகிறது. மும்முரமாய் வோட்டு வேட்டை நடந்துகொண்டு இருக்கு. சில பேருக்கு என்னைப் 'பிரஸிடெண்டு' ஆக்கணுமுன்னு ஆசை இருக்கு. அப்படியாச்சோ, பார்த்துண்டே இரு. சக்கைப் போடு போட்டுவிடுகிறேன்." பத்மேஷ் தனக்கு வந்த சிரிப்பை அடக்கிக்கொண்டான்.

ஒரே அச்சு. அதே பிரதிபிம்பம். பலே காரியவாதி வோட்டு வாங்கப் பெரியவர்கள் மேடையில் கொடுக்கும்

வாக்குறுதிகளைப் போல இவனும் - தேர்தல் தீர்ந்த பிறகு காரியத்தை கவனிப்பதாகச் சொல்லுகிறான். இவனுக்குத் தன் சங்கத்தின் கண்யம், பெரியண்ணாவுக்கு பாச்சப்பாவின் பாராட்டு. சேது மன்னிக்கு முறை வாழ்வின் ஆதரவு.

எதானாலென்ன? மொத்தமாக சுய கௌரவம் வளர ஒரு ஆதாரம் தேவை. பத்மேஷ் தன் அறைக்குள் போனான்.

"பத்தூ... பால் சாப்பிடுகிறாயா?" பானு மன்னி வந்து நின்றாள்.

"படுத்துக்கவில்லையா மன்னி?"

"போகணும். தூக்கம்தான் வருமோ சொல்லு. இப்படியெல்லாம் அட்டூழியம் நடக்கிறபோது, தூக்கம் எப்படி வரும்? இப்படி கிளம்பிவிட்டாரே பெரியண்ணா. அதென்ன கரை புரளுகிற உற்சாகம், முரட்டுக் காளையைப் போல் ஒரு வேகம் வந்திருக்கே! எப்படித்தான் பெற்ற குழந்தைகளோடு ஆஸ்தியை வெச்சு இப்படிச் சூதாட மனசு வருகிறதோ. அம்புட்டும் தடுமாறி அழிஞ்சு போயுட்டால் எங்கள் கதியென்ன ஆகுமுன்னு யோசிக்கவில்லையே!" மனம் விட்டு வராத பேச்சைப்போல் அவள் இழுத்து இழுத்துப் பேசிவிட்டுப் போனாள்.

அவன் அறையென்பது அந்த ஃபிளாட்டின் பக்கத்து வராந்தாவில் மரத் தட்டால் பகிர்ந்து விடப்பட்ட ஒரு பகுதி. அடைப்பின் ஒரு புறம் பெரியண்ணாவின் சன்னல். மற்றொரு புறம் வெங்காச்சண்ணா அறையின் சன்னல். வெராந்தா வழியாக அவன் நேரே கூடத்துக்குப் போகலாம். இல்லையானால், உள்ளே வெங்காச்சண்ணா, பெரியண்ணா இவர்கள் அறைகள் வழியாகப் போகும் குறுக்குச் சந்தைக் கடந்து, பெரிய நடைக்குப் போகலாம். இடது புறம் திரும்பினால் கிச்சண்ணா அறை, பிறகு கூடம். வலது புறமாகப் போனால் அடுக்களை. ராகு, சந்துரு இவர்களுடைய அறைகள். சித்ராவுக்கு அடுக்களைப் பக்கத்தில் இவனுடையதைப் போல ஒரு வெராந்தாப் பகுதியுண்டு. ஆனால் அது ஒரு அழகிய கண்ணாடிகள் போட்டு மூடிய அறை.

பத்மேஷின் சின்ன அறையில் ஒரு கட்டில், ஒரு மேஜை நாற்காலி, சிறியதொரு மின்சார விசிறிக்கு வேண்டியமிருந்தது. பெற்றோர்கள் இறந்த பிறகு வெளிநாடு போகும் வரையில் அவன் இந்த வீட்டில்தான் வாழ்ந்து வந்தான். விசேஷமாக ஒருவித கஷ்டமும் படவில்லை. பெரியண்ணாவிடம் அவனுக்குச் சலுகையுண்டு என்று தெரிந்து அவ்வீட்டார் கூடிய மட்டும் தம் மனத்தாங்கலை மறைத்து வைத்துக்கொண்டார்கள்.

சௌகரியமாகத்தான் இருந்தான். ஆனால் முறை வாழ்வின் சூழ்நிலை அவனை கழுத்தைப் பிடித்து அமுக்கியது.

மூச்சுத் திணற அடித்தது. திக்குமுக்காடினான். மேல் படிப்பு என்று சாக்குச் சொல்லிக்கொண்டு தலை தெறிக்கும் வேகத்துடன் ஓடோடிப் போய்விட்டான்.

அவன் படுத்துக்கொண்டான். ஆனால் தூக்கம் பிடிக்கவில்லை. இருட்டில் கொட்டக் கொட்ட விழித்தபடி உத்தரத்தைப் பார்த்தான். ஒரு சகாப்தம் முடிந்து மற்றொன்று தொடங்கும் திருப்பத்தில் இருக்கிறது நம் உலகம் என்று நினைத்துக்கொண்டான். இதையொட்டிப் பாரெங்கும் கலகமும் சர்ச்சையுமாகத்தானிருக்கப் போகிறது. மேற்கத்திய நாட்டில் நடப்பதை அவன் பார்த்துவிட்டு வந்தவன்தானே... நன்றாக உள் புகுந்து கவனித்துவிட்டான். அவர்களுடைய வேலைத் திறனையும் ஒழுங்கையும் மெச்ச வேண்டியதுதான். ஆனால் வாழ்வின் அந்தரங்கக் கோட்டையின் சுவர்கள்...

அகத்தின் சுகத்தைத் தேடி அவர்கள் தீவிரமாக வேட்டையாட ஆட அது கண்ணிற்கு எட்டாமல் பறந்தோடிக்கொண்டு இருந்தது. எஞ்சி நின்றது கேவலம் இந்திரிய சுகங்களே. அதைத்தான் எத்தனை விதமாக அவர்கள் பருகுகிறார்கள். என்ன கூத்தடிக்கிறார்கள். இருந்தும் அவ்வழிகள் நமக்கு உதவுமா?

இந்த நிலையில்லாத காலத்தின் அச்சுப் பிரதி - சந்துரு. மேற்கத்திய உடை, பயிற்சி, தோற்றம். ஆனால் ஆதித்திய

நாட்டின் உடைந்த நாகரிகத்தின் பதிவுச் சின்னங்கள். பாளம் பாளமாக அவனுடைய ஒவ்வொரு பாவத்திலும் விரிந்து கொடுக்கின்றன. இம்மாதிரிய யுவன் தான் நம் மக்களை இந்தச் சந்தர்ப்பத்தில் கைதூக்கி விடக் கூடியவனா? மேற்கத்திய நாட்டு யுவர்கள் தம் நிலைமையைச் சமாளிக்கக் கையாளும் வழிகள் நமக்கு சரிவருமா? அவர்கள் சிக்கல்களின் உற்பத்தி வேறு மாதிரி ஆயிற்றே. நம்முடைய முக்கியமான பிரச்னை, ஜனங்கள் உள்ளத்தில் எப்படி நம்பிக்கை ஊட்டுவது என்பதல்லவா? தளர்ந்துவிட்ட அவர்கள் மனதில் எப்படி ஆர்வத்தையும் உறுதியையும் வளர்ப்பது? தொய்ந்துவிட்ட ஆத்மாவிற்கு எந்த விதத்தில் புத்துயிர் கொடுப்பது? இதைச் செய்தாக வேண்டும்.

அதுவும் நம்முடைய தனிப் பாணியில் நடக்க வேண்டும். மற்ற மேற்கத்திய முறைகள் உதவாது. நமக்குத் தகுதியேறும் பொருட்டு நம்மை நாமாகவே சோதனை செய்ய வேண்டும். புனருத்தாரணத்திற்குள்ள வித்து நம் அந்தரங்கத்திலேயே இருக்கிறது. அதைக் கெல்லி எடுத்து, காற்றாட உலரப் போட்டு, பிறகு விதைத்து, நீர்பாய்ச்சித் தளிர வைக்க வேண்டும். அதாவது எங்கிருந்து வருகிறது என்று தெரியாமல், அத்தர் கலந்தாற்போல நம் வாழ்வில் பரிமளிக்கும் அந்தப் புராண உணர்வை மறுபடியும் தட்டி எழுப்ப வேண்டும். இது முடிகிற காரியமா? இந்த இருபதாவது நூற்றாண்டில் கிருஷ்ணன் என்றும், ராமன் என்றும் எவன் அவதரித்து, பிசிறில்லாமல் தம்பூராவுக்கு ஜீவன் பிடிப்பது போல், தேசத்தின் அகநாதத்தை எழுப்பப் போகிறான்?

“சும்மா இப்படியே பேசிக்கொண்டே போனால் காரியம் நடக்குமா?”

பத்மேஷ் திடுக்கிட்டு எழுந்து உட்கார்ந்தான். ஒருவேளை மனதை வேவு பார்க்கும் கருவி ஏதாவது இங்கே இருக்கிறதோவென்று ஒரு கணம் தடுமாறினான். அப்புறம்தான் அவனுக்கு சங்கதி புரிந்தது. அது பானு மன்னியின் குரல். அவன் அறையின் மெல்லிய மரத் தட்டிற்கு அப்பால் வெங்காச்சண்ணா அறை

ஜன்னல் திறந்திருந்தது. காற்று வழியே பேச்சு மிதந்து வந்தது.

“இப்போது என்ன செய்யணும் என்கிறாய்?” மௌனம் சினமாக மாறும் கட்டம் அது.

“பெண் கலியாணத்துக்கு நிற்கிறது. பிள்ளைக்கோ படித்தம் கெடுகிறது.”

“என்ன செய்யச் சொல்கிறாய்?”

“சும்மாக்கிடந்து கணக்கு, பிணக்கு என்று பேசிண்டு இருந்தால் போதுமா? ஏதேனும் செய்தாகணும். இல்லையேல்.... இந்த சாந்தா கழுத்திலே தாலியே ஏறிவிடும். அப்புறம் உங்கப்பன் சொத்தை நீங்கள் பார்த்தாப் போலதான்.”

பதில் இல்லை.

“ஏன்னா... நான் சொன்னது காதிலே விழுந்துதா? நாளைக்கு சித்ராவுக்கு வரதட்சணை என்று பேச்சு வந்தால் என்னதான் செய்யப்போகிறேள்? உங்களோடு சம்பாத்தியமெல்லாம் எம்புட்டு தூரத்துக்குக் காணும்? வெளியே என்னமோ நம்மைப்பற்றி எல்லாரும் பிரமாதமாய் நினைத்துக் கொண்டு இருக்கா. உள்ளே நான் வைத்து இருக்கிற நகையைப் பார்த்தால் ஊர் சிரிக்கும். அந்தப் பிள்ளை ராகுவோ, எனக்கு ஒரு வழி பண்ணமாட்டாயா என்று தினம் வந்து அழுதுவிட்டுப் போகிறது.”

‘இதுக்கென்ன பதில்’ என்றுதானோ என்னமோ, வெங்காச்சண்ணா பேசவே இல்லை. அவன் முதுகைக் காட்டிக்கொண்டு படுத்து உறங்கிவிட்டான் போலும். பானு மன்னிக்குப் பற்றிக்கொண்டு வந்தது.

“அந்தப் பிள்ளைக்குத்தான் என்ன குறை? சீமைக்குப் போகிற மற்றவர்கள் மாத்திரம் ரொம்ப என்ன சாதித்துவிட்டு வருகிறாளா? இந்தப் பெரியண்ணாவுக்குத்தான் பெரிய மனசு வெச்சு, ராகுவை அனுப்பிச்சுவிட்டால் என்னவாகிவிடும்?”

எதிர்ப்பில்லாத மௌனத்தில் அவள் வார்த்தைகள் வெடித்துச் சிதறினாற்போல விழுந்தன. கடைசியில் அவள் குரல் தழுதழுத்தது. ஒருவேளை ஏமாற்றம் தோன்றிவிட்டதோ? பீறிக்கொண்டு வரும் அழுகையை அடக்கப் பார்க்கிறாள் என்று தெரிந்தது. பிறகு சிணுங்கினாள். அதற்கும் பதிலில்லை. மறுபடியும் அழமாட்டாக் குறையுடன் தன் புலம்பலைத் தொடங்கினாள். நடுநடுவே விம்மும் சத்தம்.

எதிர்பாராத சமயத்தில் பளாரென்று ஒரு ஓசை கேட்டது. என்னது அது? ஓகோ... பொறுமையின் எல்லையை மீறி வெங்காச்சண்ணா கையோங்கி, மனைவியை அறைந்து விட்டான். கூவே கூவென்று பானு மன்னி இப்போது இரைந்து ஓலமிட்டாள். “வாயை மூடு என்கிறேன்.” வெங்காச்சண்ணா பற்களை நறநறவென்று கடித்துவிட்டிருக்க வேண்டும். அவளைப் பிடித்து உலுக்கியும் விட்டானோ? சாது சுப்பண்ணாவான அவனுக்கு இவ்வளவு தைரியம் எப்படி வந்தது? ரௌத்திரம். கண் தலை தெரியவில்லை போலும்.

குடுகுடுவென்று ஏதேதோ சத்தங்கள் கிளம்பின. “இந்தா... இந்தா... அழாதே.”

“ஐய்யய்...யே.... போங்கோன்னா....”

“இந்தா... போனாப் போகிறது... ஊச்... ஊச்.”

“இப்படியெல்லாம் பண்ணி என்னை சமாதானப் படுத்தலாமுன்னு நினைச்சேளா?”

“இல்லையின்னா... இப்படி வாயேன்.”

“விடுங்கோன்னா...”

“பின்னென்னவாம்...”

“இந்தாருங்கோ... ஐயோ - இப்ப வேண்டாமுன்னா... போங்கோ என்கறேன்...”

அதற்கப்புறம் முனகும் சத்தமும்.... தொப் தொப்பென்ற ஓசையும், ஈ ஈயென்ற அசட்டுச் சிரிப்புமாக கலந்து சன்னல் வழியாக அவன் காதில் விழுந்தது. பத்மேஷ் முகம் சிவந்தது. குப்பென்று வியர்த்துவிட்டது.

எங்கேயாவது ஓடிவிடலாமென்றால், இந்த இரவு நேரத்தில் எங்கே போவது. கொஞ்ச நேரத்திற்கெல்லாம் ஓசைகள் அடங்கின. அரசாண்டு ஓய்ந்த ஒரு நிசப்தம்.

ஆனாலும் அவனுள் முளைத்துவிட்ட அந்த அச்சம், அவனைத் தூங்க விடவில்லை. மனம் நிலைகொள்ளாமல் ஓடி அலைந்தது. எழுந்து வெராந்தா வழியாக கூடத்துக்கு வந்தான். பிறகு குளிப்பறைக்குப் போகலாமோவென்று நினைத்து காலை எடுத்து வைத்தான்.

“நமக்கென்று இருந்தால் எவ்வளவு நன்றாயிருக்கும்?” சேது மன்னி குரல் கேட்டது.

அட கஷ்டமே ! அங்கிருந்து ஓடிவந்தானே. இங்கேயும் அதே கதைதானா? அவன் முன் நீட்டிய காலை பின்வாங்கிக் கொண்டு அப்படியே அங்கே சமைந்து நின்று விட்டான்.

கிச்சண்ணா எப்போதும் உள்ள தன் ஹாஸ்யக் குரலில் விஷயத்தைப் போர்த்தி மூடப்பார்த்தான். “ஏய் எல்லாமே சரியாக நடந்துவிட்டால் வேடிக்கையேது? கொஞ்சம் அபசுரம் வேண்டாமா?”

சேது மன்னி நைநையெனச் சொன்னாள். “வேடிக்கையாகப் பேசி நழுவிக்கொள்ளுகிறதுதான் உங்களுக்குப் பரிச்சயமாச்சே. இந்தச் சவுடாலைப் பெரியண்ணா முன்னே காட்டினாலும் காரியமுண்டு. ஏதோ இன்னிக்கி வீடு வாசல் என்று இருக்கோம். நாளைக்கு அம்புட்டையும் அந்தச் சாந்தா கொண்டு போகப் போகிறாள்.”

“அவளா?” கிச்சண்ணா சிரித்து மழுப்பப் பார்த்தான்.

“பெரியண்ணா என்ன லேசுப்பட்டவர் என்று எண்ணிக் கொண்டாயா?”

“என்னமோ! இதுவரைக்கும் பிசினெசுன்னு பண்ணிப் பார்த்தது இல்லையே! உங்களைப்போல சோப்ளாங்கியாக.”

“ஏது... நீ நினைச்சுண்டு இருக்காய். எனக்கு ஒரு யோசனை தோன்றுகிறது. பார்த்துக்கொண்டே இரு.”

“அப்படியா? உங்களுக்குக்கூட யோசனை வருமா?”

அவள் மிருதுவாகத்தான் கேட்டாள். ஆனால் அந்த வினாவில் ஏளனம் தளும்பி நின்றது.

“சும்மா இருப்பேன் என்று நினைத்தாயா?”

“என்ன யோசனையோ? சொல்லுங்களேன்.”

“சொல்லட்டுமா... இப்படி வா - சொல்லுகிறேன்....”

அவன் குரலில் குமுறும் ஆர்வம். பத்மேஷ் விடுவிடுவென்று வந்த சுவடு தெரியாமல் தன் அறைக்கு ஓடிவிட்டான். மனிதன் தன் ஆண்மையைக் காப்பாற்றிக்கொள்ள வேண்டுமானால் மணம் செய்துகொள்ளக் கூடாதோ...

அவன் படுக்கையில் நெளிந்து கொடுத்தான். நிலைகொள்ளாத ஒரு புழுக்கம். காற்றுதான் வருமோ. ஊஹூம். பேசக்கூடாது. சன்னல் வழியாக எட்டிப் பார்த்தான். இலை அசைய வேண்டுமே! உஷ்ணத்தை நினைத்ததும் உடல் பதறியது. ஆதித்ய உலகத்தின் இறுக்கத்தை நினைத்தால் உள்ளம் கலங்கியது. அப்போது அந்த இரவு வேளையில் பளீர் பளீரென்று கனமான இரும்புத் துண்டங்களை வீசி எறியும் சத்தம் அவன் காதைத் துளைத்தது. பக்கத்து மைதானத்தில் ஒரு புதிய கட்டிடம் கட்டுகிறார்கள். ஏதோ யந்திரம் பாரத்தைத் தூக்கிப்போட்டு வேலை செய்கிறது என்று அவன் ஊகித்தான். ஐந்து நிமிடத்திற்கு ஒரு தடவை பளாரென்று ஒரு அறை வானில் வெடித்தது. அப்பப்பா! வேதனை... நரக வேதனை. ஆனாலும் ஜனங்கள்

எவ்வளவு நிம்மதியுடன் தூங்குகிறார்கள்! அவனைப்போல யாரும் கவலைப்படுவதாகத் தெரியவில்லையே!

உதாரணமாக, இந்தக் குடும்பத்திற்குள் உண்டாயிருக்கும் காய்ச்சலைப் பார்த்து அவன் திணறுகிறான். திக்குமுக்காடுகிறான். மற்றவர்? புரளி செய்கிறான் ராகு. நமட்டுச் சிரிப்புச் சிரிக்கிறான் சந்துரு. நடுத்தர வயது கொண்ட வெங்காச்சண்ணாவும் கிச்சண்ணாவும் அங்குமில்லை இங்குமில்லை என்பது போல் ஊஞ்சலாடுகிறார்கள். தெம்புடன் எடுத்துப் பேசுகிறார் பெரியண்ணா. இதற்கிடையே மன்னிமார்களுடைய அரைகுறை நாடகம். அந்த அர்த்தஜாம வேளையில், அரைத் தூக்கத்தில் புகைப்பட நிகழ்ச்சிகளைப்போல் அவன் முன் சில சித்திரங்கள் தோன்றி மறைந்தன.

திடீரென்று ஏதோவொன்று அவன் மூளைக்குள் தைத்தது. இரும்புத் துண்டங்கள் பளார் பளாரென்று தெறித்து விழும் சத்தத்திற்கு இடையில் அவனுள் ஒரு வெளிச்சம் பறந்தோடிற்று. அதென்னவென்று ஆராயுமுன் மறைந்துவிட்டது. என்ன! அவனுக்கு மயக்கமா? தூக்கமா.... அல்லது சொப்பனமா? சட்டென்று கண்களைத் திறந்து விட்டுக்கொண்டான். வீதி விளக்கின் ஒளி வடித்தெடுத்த தேவியின் உருவத்தின் மேல் நர்த்தனம் செய்தது. தாயின் நினைவு ஒரு அறிக்கை போல் அவன் மனதில் எழுந்தது. “அதிராதே. வழுக்கி விழாமல், காலை உறுதியாக அழுத்தி வை. ஆமாம். எதையும் உட்புகுந்து பார்த்துத் தெளிந்து கொள். நீ சீக்கிரமாக உணர்ச்சி வசப்பட்டுவிடுகிறாய். அதுதான் கூடாது. திடமாக நில்லு.” அம்மாவின் இந்த வார்த்தைகளை நினைவூட்டுவதுபோல் அந்தப் பொன் உருவத்தின் முகத்தில் வானொளியின் நகை தவழ்ந்தது.

ஆமாம். அவன் நிதானிக்க வேண்டும். மனதைப் போகும் திக்கில் எல்லாம் செல்லவிடக் கூடாது. கிடுகிடு பாதாளத்தில் தலைகீழாக விழுவது போன்ற இந்த உணர்ச்சி வீண் பிரமை. வெளி உலகில் மோதல், குடும்பத்தில் இறுக்கம். அதனால் அவனுக்கென்ன? அவன் ஏன் வீணாகக் குமைய வேண்டும்? மறுபடியும் சுவர்ணதேவியைப் பார்த்து விழித்தான்.

மனிதன் எதைப்பற்றி ஆழ்ந்து தியானம் செய்கிறானோ அதைக்கொண்டே இன்பம் பெறலாம். இயற்கையின் அழகையோ நீர்வீழ்ச்சியின் வலிமையையோ எண்ணிச் சிந்தனை செய்தால் அவையே தெய்வத் தன்மை கொள்ளும்.

அப்படியே சுவர்ணதேவியை மனதில் கொண்டால் அதுவே அவனுள் குடியிருக்கும் சிவத்தின் பிரதிபிம்பமாகும்.

அப்படி நினைத்தானோ இல்லையோ விவரிக்கமுடியாத ஓர் ஆனந்தம் அவன் உள்ளத்தை நிரப்பியது. அதைக் கவி காவியம் இசைக்கும்போது அனுபவிக்கும் பிரம்மானந்தமென்று சொல்லலாம். அல்லது விஞ்ஞானி தேடித்தெளியும் போது அடையும் உவப்பு என்று கூறலாம். ஆமாம். வாழ்வை விண்டு பார்க்கப் பார்க்கத்தான் அதன் மர்மம் வெளியாகும். தெளியத்தெளிய பூரிப்பு. உண்மையைக் காணும்போதெல்லாம் அந்த உவகை அதிகரிக்கும். இப்போதும் ஜில்லென்ற ஓர் உணர்ச்சி அவன் அகமெங்கும் பரவிற்று. முக்தி விதையின் காம்பு துளிர்த்தது. இறங்கித் தொய்ந்த உள்ளம் மறுபடி மேலே எழும்பிற்று. முன்னிருந்ததைவிட இப்போது அது ஒரு பிடி உயர்ந்துவிட்டாற்போல தோன்றிற்று. மனோநிலையைத் தளரவிடாமல் இருக்க அவன் எதிரேயுள்ள அந்தப் பொன் பிம்பத்தை அகத்தில் இறுத்த வேண்டும். பத்மேஷ் கண்களை மூடிக்கொண்டான். நிதானமாக சுவாசம் விடத் தொடங்கினான். சிறிது நேரத்திற்கெல்லாம் உறங்கிவிட்டான்.

7

அதிகாலையில் எழுந்து ஜனநடமாட்டம் ஆரம்பிக்கு முன் பத்மேஷ் அணைக்கட்டு ஓரமாக நடக்கப் போனான். இரவில் அவனை இறுத்திய புழுக்கம் அகன்று விட்டது. லேசான ஒரு மெல்லிய காற்று. உயரே தொங்கிய மேகப் படலத்தினால் சமுத்திரத்தில் மங்கலான ஒரு நிழல். இரவிலுண்டான உளைச்சலும் அடங்கி விட்டது. பழைய பரதபுரியின் சித்திரம் கண்முன் நின்றது.

கடற்கரையின் வளைவு. அவனுக்குப் பிரியமான அந்த மணற்திட்டு. இந்தச் சவுக்கு மரங்கள் அப்போது கிடையாது. புதிதாக நட்டிருக்கிறார்கள். வீரியம் குலைந்து சுருங்கிய கடல் மறுபடியும் உயிர் பெற்று எழ முயல்வது தெரிந்தது. அந்தச் சித்திர விளக்கத்திற்குப் பின் திரை போல காணும் யுதாஜித் மலைமேல் அவன் கண்களை ஓட்டினான். அதன் மடியிலிருந்து ஒல்லியும் உயரமுமாக பல கட்டிடங்கள் வளர்ந்து மேகங்களை அளந்து பார்த்து நின்றன. தருக்கள், பச்சைக் குடங்கள் போல உருண்டு திரண்டு மலைத்திட்டைக் கவ்விக் கொண்டிருந்தன. இளம் சூரிய வெள்ளத்தில் சிவன் கோயில் ஸ்தூபி மிருதுவாக ஒளிர்வதைப் பார்த்தான். அப்பால், கும்பலாகத் தழைத்திருந்த

மயூர மரங்கள், ஈசனை அர்ச்சிப்பது போல தலை பணிந்து தம் புஷ்பங்களைக் கோபுரத்தின் மேல் உதிர்த்துக் கொண்டிருந்தன. காலை பனிமூட்டத்தில், பரதபுரி நகரம் துயிலெழுந்து வரும் மடந்தையைப் போல இருக்கிறது என்று எண்ணினான் பத்மேஷ்.

அம்மாவுடன் அவன் அடிக்கடி அந்த மணற்திட்டில் விளையாடப் போவதுண்டு. கொளகொளப்பான ஜெல்லி மீன்கள் ஈரமணலில் புரளும் காட்சி இன்று நிகழ்வது போல கண்முன் நின்றது. அந்தக் கணத்தில் மீன் வலையின் வாடைக் காற்று வந்து அவன் நாசியை எட்டிற்று. அத்துடன் நினைவு அலைகளும் வந்தன. இப்போது புரிந்தது. அவன் நாடு திரும்ப வேண்டுமென்ற ஆவலுக்குக் காரணம்.

அவன் கற்ற வித்தைகள் எத்தனையோ. கணிதம், வாணிகம் என்று பயின்றான். பிறகு வைத்தியக் கல்லூரியிலும் சில ஆண்டுகள் கழித்தான். கடைசியாக அவன் ஏற்றது மனோதத்துவ சாத்திரம். அந்த ஞானம் அவனுக்குத் தன்னகத்தையே ஊடுருவிப் பார்க்க உதவியது. தாயின் கர்ப்பப் பைக்குள் இருக்கும்போது உண்டாகும் கதகதப்பான பாதுகாப்பு உணர்ச்சியை பிற்பாடு மனிதன் வாழ்வு முழுவதும் வீணாகத் தேடி அலைகிறான். தாய்ப்பாலுடன் உண்ட அந்த மாசற்ற அன்பைத் திரும்பத் திரும்பப் பருக ஆசைப்படுகிறான். பால்யத்தில் கொண்ட கபடமற்ற உறவை ஆயுள் பூரா நீடிக்க வைத்து, ரசித்துச் சுவைக்க விரும்புகிறான்.

பத்மேஷுடைய சொந்த அனுபவமும் அப்படித்தானே! இனிமேல், அவனுடைய சுக துக்கங்களில் பங்குகொள்ள அவனுக்கென்று ஒருத்தி ஏற்பட்டால் ஒழிய... பத்மேஷ் முகம் வெட்கத்தால் குழைந்தது. பிறகு தன்னைத்தானாக உறுதிப்படுத்திக் கொண்டான். வெட்கமென்ன இதில்? அன்பைக் கொடுக்க வேண்டுமென்று ஆர்வங் கொள்ளுவது தவறா? இல்லை அதை ஆவலுடன் எதிர்பார்ப்பது குற்றமா? இதைப் பரஸ்பரமாகப் பரிமாறிக் கொள்ளும்போதுதானே வாழ்வு பிரயோசனமுள்ளதாகிறது? அதில்லாவிட்டால் ஒருவனுக்குப் பொறுப்புணர்வு எப்படி உண்டாகும்?

அவன் தன் சோதனையின் முடிவை அடைந்தான். மனதிலுறுதியுண்டு, லட்சிய நோக்கமுண்டு. திறமையில் மேம்பட வேண்டும். ஏன் விரும்பியது கிடைக்காது? அம்மா சொல்லுவாளே – 'தீரனுக்கு எங்கும் வெற்றி' என்று, அவன் தோள்களை நிமிர்த்திக் கொண்டான். பிறகு விடுவிடுவென்று வீட்டைப் பார்த்து நடந்தான்.

சிற்றுண்டியானதும் பத்மேஷ் பரத்வாஜ சவுக்கத்தைப் போய்ப் பார்க்கலாமென்று தீர்மானித்தான். இரு மருங்கிலும் வானளாவிய கட்டிடங்கள். வாயிற்புறங்களில் தோரண அலங்காரங்கள். எங்கும் நவீன கலை அம்சங்களின் அமைப்பு. இந்த ஐந்து வருடங்களில் இங்கே எவ்வளவு முன்னேற்றம்!

சவுக்கத்தை அடையுமுன்பே ஜனத்திரள் அவனை நசுக்கவாரம்பித்தது. தம் ஜீவனோபாயத்தை உத்தேசித்து, நாள்தோறும் நகரத்துச் சுற்று வட்டாரங்களிலிருந்து வரும் ஜனக் கூட்டம் அது. மின்சார ரயில் நிலையத்திலிருந்து பூகம்பப் பேரலைகள் போல கிளம்பி ஜனவெள்ளம் அவனை முன்னுக்கு அடித்துச் சென்றது. நடைபாதைகளில் வழிந்தோடிற்று. அனாமதேயமான அம்முகங்களை வெறித்துப் பார்த்தான் பத்மேஷ். வேறு வேறுபட்ட முகங்கள். ஆனால் அடிப்படை மனோபாவம் ஒரே மாதிரியானது. தினம் அவர்கள் வீடு திரும்பியதும் தங்கள் நைலான் சொக்காய்களைத் துவைத்துப் போடுவதிலிருந்து, மனைவியுடன் மார்க்கெட்டிற்குப் போவது, சபாகூட்டங்களில் விஜயம் செய்வது வரையில், எல்லாவித காரியங்களும் ஒரே மாதிரி செய்யக்கூடியவர்கள். அவர்களில் ஒவ்வொருவனும் விரும்புவது, சபரி நகரில் ஒரு ஃபிளாட்... முடிந்தால் குளிப்பறை மார்பிள் கற்களுடன் அமைய வேண்டும். அப்புறமாக ஒரு கார் வாங்கிவிட்டால் வேறு என்ன வேண்டும்? மற்றபடி யுகயுகமாக வேரூன்றிய முறை வாழ்க்கையை அவன் அப்படியே நடத்தி வந்தான். அதைப்பற்றி அவனுக்கு ஏதாவது அபிப்பிராயங்கள் இருந்தால்தானே அவற்றைக் காற்றாட எடுத்து உதறிப் பார்க்கத் தோன்றும்? நைலான் சொக்காயைப் போல அவனுக்குள்ள சித்த அறிவும் மூலையில் தொங்கிற்று.

உள்ளமும் கருணை வற்றிக் கிடந்தது. சித்தவுறுதி மட்டமானால் அசூயை விருத்தியடையும். அடுத்த வீட்டானுடன் போட்டி. பிறர் ஏதாவது செய்தால் அதைக் குறை சொல்வது. வம்பு தும்பு, சர்ச்சை சூழ்ந்த குறுகிய வாழ்க்கை. ஆனால் கோடி மக்கள் பழி வந்து சூழ்ந்தாலும் அஞ்சா நெஞ்சாக...

இதற்குள் ஜனக் கூட்டம் திரண்டு வந்து அவனைச் சவுக்கத்தில் கொண்டு அறைந்து மோதிற்று. செத்தேன் பிழைத்தேன் என்று திணறியபடி அவன் நடைபாதையின் விளிம்பில் தொத்திக்கொண்டான். நிமிர்ந்து பார்த்ததும் அவனுக்குப் பரிச்சயமான பாங்கின் பெயரிட்ட பலகை கண்ணில் பட்டது. ஓகோ கையில் பணமில்லை. அதை மாற்றி எடுத்துக் கொள்ளலாம். ஜேப்பில் ஒரு சல்லிக் காசு கூட இல்லாமல் வளைய வருவது தவறு. அவன் பாங்குக்குள் போனான். செக்கை எழுதி எடுத்துக்கொண்டு கௌன்ட்டர் நம்பரை அடையாளம் பார்த்து, அங்கே போனான். அதற்குப் பின்னால் ஒரு வாலிபன் உட்கார்ந்திருந்தான். “வணக்கம்” என்றான் பத்மேஷ்.

அவன் பல்லைக் காட்டினான். பற்கள் சுளைசுளையாக பளிச்சிட்டன. நீண்ட முகம். பிதுங்கும் விழிகள். கேசம் தோள்புறம் வரையில் அலங்கோலமாகத் தொங்கிற்று. அவனுடைய தேகமோ அந்த உயர்ந்த மேஜை மேல் துவண்டு கிடந்தது.

“கொஞ்சம் செக்கை பாஸ் செய்ய முடியுமா? பணம் அவசரமாய் வேண்டியிருக்கு.” பத்மேஷ் விநயத்துடன் கேட்டான். பிறகு செக்குத்தாளை நீட்டினான்.

“ஸாரி. இன்னிக்கி முடியாது. கணக்குப்படி தினம் நான் செய்ய வேண்டிய நாற்பது என்டிரியையும் முடிச்சாச்சு.”

“என்ன?” பத்மேஷுக்கு ஒன்றுமே அர்த்தமாகவில்லை.

“யூனியன் திட்டப்படி இன்னிய வேலை முடிந்து விட்டது.”

“மெதுவாகச் செய் என்று எங்கள் யூனியன் ‘அறிக்கை’

போட்டிருக்கு.”

“அவசரமாகப் பணம் வேணுமே.” பத்மேஷ் இறைஞ்சிக் கேட்டான்.

அவன் இளித்துக்கொண்டே தலையை அசைத்தான். இதென்ன! இந்தப் பிராணி சுத்த அசமந்தமாக இருக்கிறதேயென்று நினைத்தானோ என்னமோ...

“நான் நாளொண்ணுக்கு நாற்பது குறிப்புத்தான் போடுவேன். இன்றைய வீதம் ஆகிவிட்டது” என்று மறுபடியும் குழந்தைக்கு எடுத்துச் சொல்லுவது போல நிதானமாகச் சொன்னான்.

பத்மேஷ் யோசனையுடன் பாங்கின் படிகளைக் கடந்து நடைபாதைக்கு வந்தான்.

இவர்கள் யாரைக் குறித்து இப்படி வாதம் நடத்துகிறார்கள்? ஒருவரையொருவர் அடித்துக்கொண்டால் யாருக்கு நஷ்டம்?

“இங்கே என்னடா பண்ணுகிறாய்?”

தெரிந்த குரலைக் கேட்டு அவன் நிமிர்ந்து பார்த்தான். ஒரு சின்னக் கார் நடைபாதையின் ஓரக்கல்லை உரசிக்கொண்டு நின்றது. சாரதியின் இருக்கையிலிருந்த ராகு, அவனைப் பார்த்துச் சிரித்தான்.

“ஏறு உள்ளே.” பத்மேஷ் நன்றியுடன் காருக்குள் குதித்து, ராகு பக்கத்தில் அமர்ந்தான். பிறகு “ஏது கார்?” என்று கேட்டான்.

ராகு பற்கள் தெரிய நகைத்தான்.

“எனக்கென்ன தெரிந்தவர்கள் கிடையாதா? இந்தப் பெரியவர்களெல்லாம் என்னை ஒன்றுமே சொல்ல முடியாது. கவலையில்லாமல் இருக்கிறவனை என்ன செய்ய முடியும்... பரிட்சையிலே கோட்டை விடுகிறான் என்று தோன்றினால் தோன்றட்டுமே!” அவன் முகம் கபடமற்றுத் திகழ்ந்தது. பிறகு சொன்னான்.

“அம்மா மாத்திரம் தனி.”

“அவளும்தானே கூச்சல் போடுகிறாள்.”

“செய்கிறாள். எழுந்திருடாவென்று சத்தம் போடுவாள். ஆனாலும் அதுவே உரப்பிருக்காது.”

“வெங்காச்சண்ணா?”

“அவரா.... அவரா... அது ஒரு போக்கு. அம்மா ஒருத்திதான் நம்மோட மனசை கொஞ்சம் அறிந்தவள் என்று வெச்சுக்கோயேன்.”

இதைக் கேட்ட பத்மேஷுக்கு மலைப்பாக இருந்தது. பானு மன்னி மகன் மனம் அறிந்து நடப்பவளாக அவன் நினைக்கவில்லை.

“அதிருக்கட்டும், நீ எங்கே இப்போ பயணம் போகிறாய்?” என்று கேட்டான்.

“சனிவார்பேட்டை புவனீச்வரர் வட்டம்.”

“ருஷ்ய முக சதுரத்தைத் தாண்டி அல்லவா அங்கே போகணும்? இங்கே எங்கே வந்தாய்?”

“இன்னிக்கி அந்தப் பக்கமாக ஒரு பெரிய கலவரக் கூட்டம் போயுண்டு இருக்கும். அதுதான் இப்படிச் சுற்றி வளைக்கிறேன்.”

அவன் ராகுவின் முகத்தைப் பக்கவாட்டத்திலிருந்து கவனித்தான். அது தாடிக்குள் மறைந்திருந்தது. இருந்தாலும் பானு மன்னியின் கண்களையும் நாசியையும் அவன் அடையாளம் கண்டு கொண்டான்.

“அதோ பார்த்தாயா அந்தப் பெண்ணை... என்ன பிலுக்கு!” என்று சொல்லி ராகு சாலையோரமாகச் சென்ற ஒரு பெண்ணைச் சுட்டிக்காட்டினான்.

“ஏன் இப்படி ஆட்சேபிக்கிறாய்? அவள் நன்னாத்தானே

இருக்காள்!"

"எனக்கென்னமோ.... இந்தப் பெண்களுடைய சாகசமே பிடிக்கிறதில்லை."

"ஏன் அப்படிச் சொல்லுகிறாய்? பெண் தாயின் அம்சமில்லையா?"

"இது உன் மனோதத்துவ ஞானமோ? அம்மா என்கிறது ஒரு தனித் தோற்றமென்பது என்னோட எண்ணம். எனக்கு இதுகளை எல்லாம் பிடிக்காது. நான் பசங்களோடுதான் பழகுவேன்."

பத்மேஷ் சிரித்தான். "அப்படின்னா, உனக்குப் பெண்களைப் பார்த்தா பயமோ?"

"சீ... சீ... அதொண்ணுமில்லே. நான் பாட்டுக்குச் சும்மா என் சகாக்களோடு திரிஞ்சுண்டு சுகமாய் இருக்கேன். உனக்கேன் அது கஷ்டமாக இருக்கு?"

"அலுக்காமே அப்படிப் போக முடியுமா? பெண்களைச் சந்தித்தால் ஒரு நொய்மையான உணர்வு உண்டாகும். மனிதனுக்குத்தான் ஒரு வேறுபாடு வேண்டாமா?"

"என்னமோ போடா. ஒவ்வொரு சமயம் ஒண்ணுமே பிடிக்கிறதில்லை. உள்ளத்திலே ஒரே வதங்கல் - வாடல்."

"அகத்திலே வளருகிற ஆசை நிறைவேறாவிட்டால் இப்படித்தான் சோர்வு வாதம் வரும்."

அடடாடா... பானு மன்னியின் அதிகார ஆட்சி இவனுடைய உற்சாகத்தையெல்லாம் உறிஞ்சிவிட்டதா?

அவர்கள் புவனீச்வரர் வட்டத்திற்கு வந்துவிட்டார்கள். நீர்வீழ்ச்சியும் மாடப்புறாக் கூட்டமும் அன்று தொட்ட மேனிக்கு அழிவில்லாமல் காட்சியளித்தன. புடைத்து நிற்கும் நீல கண்டங்கள் ஒன்றோடு ஒன்று உரசிக்கொள்ளும் அந்த மாடப்புறாக் கும்பலைக் கண்கொட்டாமல் பார்த்தான் பத்மேஷ். மறுகணம் படபடவென்று இறக்கைகள் அடித்துக்கொள்ளும்

சத்தம் கேட்டது. இதோ விர்ரென்று கூட்டமாக அவை மேலே எழும்பி விட்டன. ஜிவ்வென்று விண்ணிடை எழும்பும்போது நார்ப்பட்டு கிழிவது போன்ற இரைச்சல் பளாரென்று வானைப் பிளந்தது. அப்பா! உள்ளத்தில் ஒரு நிறைவு. இந்த நெருக்கத்திலும் ஒரு கணத்திற்கு அமைதி.

சாலையில் நடக்க முடியாமல் இருபுறமும் சரக்குக் குவியல்கள். வெள்ளி போல் பளபளக்கும் தகரத்தில் விதவிதமான சாமான்கள். நைலான் பூக்கள். நகாசு வேலைப்பாடு செய்த பூச்சட்டிகள், வாசனைப் பூச்சரங்கள்... எப்போதுமே இந்த பரதபுரி இப்படித்தான். கலையும் கபடமும் அடையாளம் தெரியாமல் இப்படி கைகோத்துப் போகும் விந்தையை வேறு எங்குமே காண முடியாது.

ராகுவின் வண்டி ஊர்ந்தது. சந்துகளில் ஒரே குப்பைக் கூளம். பத்மேஷ் மூக்கைப் பிடித்துக் கொண்டான். ராகு வண்டியை வெகு ஜாக்கிரதையாகத் திருப்பினான். அந்தத் திருப்பத்தில் இருந்தாள் - மஹிஷாசுர மர்த்தனி. ராகு சிரித்தான். “பார்த்தாயா? தேவியும் இதையெல்லாம் பார்த்து நகைக்கிறாள்” என்று சொல்லி மண்டபத்தைச் சுட்டிக் காட்டினான். அதையொரு கோவிலென்று சொல்ல முடியாது. கடைகளை முட்டித் தள்ளிக்கொண்டு முளைத்திருந்த ஒரு சிறு சலவைக்கல் மண்டபம்.

காரிலிருந்த பத்மேஷின் கண்ணிற்கு தேவியின் அலங்கார உருவம் ஒரு நிமிடத்துக்குத் தோன்றி மறைந்தது. முடுக்கைக் கடந்ததும் ராகு வண்டியை நிறுத்தினான்.

“எனக்கு ஒரு ஆளைக் கொஞ்சம் அவசரமாகப் பார்க்கணும். இதோ அஞ்சு நிமிஷத்திலே ஓடி வந்துவிடுகிறேன். நீ இங்கேயே இரு.” என்று சொல்லிவிட்டுக் கீழே குதித்து இறங்கிப் போய்விட்டான்.

பத்மேஷ் போக்குவரத்தை அரைகுறை கவனத்துடன் பார்த்தபடி இருந்தான். அவன் மூளை ராகுவைப் பற்றிச் சிந்தித்துக்

கொண்டிருந்தது. உள்ளூர ஒரு முறுக்கல் இருக்கிறது. எதனால்? தந்தை பேரில் காரமா? எதிர்ப்பா? இல்லை. அந்த பாவனையை அலட்சியமென்றுதான் சொல்ல வேண்டும். ஏன் பெண்களைக் கண்டு இப்படி ஒதுங்குகிறான்? ஒருவேளை மணவாழ்வைப் பற்றி ஏதாவது தயக்கமுண்டோ? அந்த இடத்தில் அவன் தாய் பானு மன்னியின் நிழல் தெரிந்தது. ஆனாலும் அவளிடம் கூட துப்புரவான ஒரு நம்பிக்கை இருக்கிறாப்போல தெரியவில்லை.

ஏன் இன்னும் ராகு வரவில்லை? இத்தனை நேரமாய் என்ன செய்கிறான்? பத்மேஷ் கண்கள் அந்த இடத்தைத் துளாவின. தெருவோடு போகும் ஜனத்தின் முகச்சாயலைக் கவனிக்கத் தொடங்கினான். ரோதனம். நீண்ட முகங்களில் ஏங்கும் ரோதனம். ஒரு திக்கற்ற தன்மை. வாழ்வின் திக்குத் தெரியாத காட்டில் தேடித்தவிப்பது போன்ற ஒரு பிராந்தி அம்முகங்களில் தேங்கி நின்றது. இந்த ஜனங்களை இக்கதியிலிருந்து மீட்க வேண்டுமானால் அது வலுக்கட்டாயத்தின் பேரில்தான் நடக்கும். பலாத்காரமாக அவர்களைத் துன்பத்திலிருந்து விடுவிப்பதைத்தான் 'ஸோஷலிஸம்' என்கிறார்கள். அரசியல்வாதி இதைத் தெரிந்துகொள்ளவில்லை. மேடை மேலேறி 'ஸோஷலிஸத்தைக் கைக்கொள்ளுங்கள்' என்று உபதேசிக்கிறான். விருந்துண்ண அழைப்பது போல அழைக்கிறான். சிற்சில சமயங்களில் வற்புறுத்தக்கூடச் செய்கிறான். சொந்த வீட்டின் விவகாரம் விண்டு கிடக்க, மனித வர்க்கத்தைப் பன்மையில் காணும்போது மாத்திரம் அவர்களை வசியமாக்கி விடலாமென்று நம்புகின்றான் ஆதித்திய நாட்டான். மனுஷ்ய ஜாதி முதுகின் மேலே இருக்கும் இந்தச் சுமையை நீக்குவது அத்தனை எளிதாவென்ன?

இருவித மணங்கள் சேர்ந்து அவன் நாசியில் ஒரு மோதலுண்டாயிற்று. இதென்ன? ஓரத்தில் சாக்கடை. பக்கத்தில் பழைய மசாலா பலசரக்குக் கடை. அப்படியா? கமகமவென்று மசாலா வாசனை தூக்கியடித்து சாக்கடை நாற்றத்தை விரட்டப் பார்க்கிறது. சேற்றுக் குட்டை ஒரு வேளை சாக்கடை அடைத்து விட்டதோ? இருக்கும். குப்பையும்

பழத்தோலியுமாக இப்படிக் குவிந்து கிடந்தால்? ஐய்ய சீவி எறிந்த பழக்குவியலுக்கு மேல் ஆயிரக்கணக்காக ஈக்கள் கம்பீரமாக கொலுவிருந்தன. பக்கத்திலிருந்த கைவண்டிக்காரன் அன்னாசி, பப்பய்யா, கொய்யாவென்று விதவிதமான நிறங்களில் பளபளக்கும் பழத் துண்டுகளை தொன்னைகளில் சாவதானமாக அடுக்கிக் கொண்டிருந்தான். இடை இடையே உப்பும் மிளகுப் பொடியும் தூவித் தூவி, வந்தவர்களுக்கு அப்பச்சைக் கிண்ணங்களை வழங்கினான். வழிப்போக்கர்களும் அவற்றை வாங்கிச் சுவையுடன் ருசித்துப் புசித்தார்கள். அடிக்கடி இடம் மாறி குப்பைக் கூளத்திலிருந்து பழத் துண்டுகளுக்கு எழுந்து எழுந்து சவாரி போடும் ஈக்கூட்டங்களை அவர்களோ வண்டிக்காரனோ கவனித்ததாகத் தெரியவில்லை. முகத்தை மொய்க்கும்போது மாத்திரம் அவற்றைக் கொஞ்சலுடன் விரட்டினார்கள். காருக்குள்ளிருந்த பத்மேஷ் இதையெல்லாம் அருவருப்புடன் கவனித்து வந்தான். அதற்குள் கும்பலாக சில ஈக்கள் உள்ளே பறந்து வந்தன. ஒன்று அவன் உதட்டின் மேல்... தூ.... கைக்குட்டையால் முகத்தை அழுத்தித் துடைத்தான். பத்மேஷ் பிறகு அவசர அவசரமாக சன்னல் கண்ணாடியை உயர்த்திவிட்டு அலுப்புடன் முகத்தை மற்றொரு புறமாகத் திருப்பிக்கொண்டான்.

8

"என்னடா.... உனக்கு அலுத்து விட்டதா?" ராகு வந்து விட்டான்.

"ஏன் இத்தனை நேரம்?"

"ஒண்ணுமில்லை. கோபால் தாஸை ஒரு விஷயம் கேட்கப் போனேன். அவன் தமாஷ் பேர்வழி. எங்கள் கல்லூரியிலே லெக்சரராக இருக்கான். எல்லாரோடும் சகஜமாய்ப் பழகுவான். பேசிண்டு இருந்து விட்டேன்."

"இங்கேயா... இந்த இடத்திலேயா இருக்கான்?"

"அவா குடும்பத்திலே எல்லோரும் பரம்பரையாக வியாபாரம் செய்கிறவர்கள். அவர் அப்பாவுக்குக் கூட இங்கே ஒரு சின்னக் கடையிருக்கு. விசேஷமாய் ஒண்ணு ரத்தத்திலே ஊறியிருக்கிறதுன்னு தோணுகிறது. பார்த்துக் கொள்ளேன். காமர்ஸ் பரிட்சை ஜெயிச்சு, லெக்சரர் வேலை பாக்கறான். ஆனாலும் ஒழிந்த நேரத்திலே ஏதேதோ கம்பெனி... பங்காளி என்று என்னென்னமோ செய்துண்டு இருக்கான்." ராகு பேசுவதை நிறுத்திக் கொண்டான். மனதை ஒரே போக்காகக் கார் விடுவதில் செலுத்தும்படி ஆகிவிட்டது. அப்படியொரு

நெருக்கடி. கார் ஊர்ந்தது. முன்னால் ஒரு ஸ்கூட்டர் போய்க் கொண்டிருந்தது. சட்டென்று ஒரு இடைவெளி தென்படவே ஸ்கூட்டர்க்காரன் முன்னுக்குப் பாய்ந்தான். ராகுவும் வீச்சுப் போட்டான். ஆனால் துரதிர்ஷ்டம். எங்கிருந்தோ ஒரு மாடு ஓடி வந்து ஸ்கூட்டரை மறித்துக்கொண்டு தாவிற்று. அவ்வளவுதான். அந்த மனிதன் தலைகுப்புற கீழே விழுந்தான். நல்லவேளையாக சமயோசித புத்தியுடன் ராகு சட்டென்று பிரேக்கைப் போட்டான். வண்டி நின்றது. அந்த ஆள் தப்பினான். மாடும் எங்கோ ஓடி விட்டது.

“ஏய்” ராகு சிரித்தான்.

வண்டி அந்த ஆள் மேல் பாயாவிட்டாலும், அவன் ஏனோ நகரவில்லை. பத்மேஷ் எழுந்து சென்று அவனைப் பரிசோதித்தான். மயக்கம். ஒருவேளை, தலைகுப்புற விழுந்த அதிர்ச்சியில், மண்டையில் அடியோ? இதற்குள் திமுதிமு வென்று ஜனக்கூட்டம் காரைச் சுற்றிக்கொண்டது.

“செத்துவிட்டானா பாரு.”

“இவன்தாண்டா அவனை மோதியடிச்சான்.”

“பின்னே எப்படி விழுவான்.”

“மூர்ச்சைதான் போலிருக்கு.”

“சும்மா இருடா, அவன் மேலே கை வைக்காதே.”

“நீ ஏனய்யா இதிலே தலையிடுகிறாய்?”

“போலீஸ் வருகிறான்டா.”

விழுந்த ஆளின் தலையைத் திருப்பி காயம் பட்டிருக்கிறதாவென்று பார்க்க முடியவில்லை. கூட்டத்தின் உறுமலும் பொருமலும் அப்படி இருந்தது.

அப்போது நிஜமாகவே கையில் புத்தக சகிதம் ஒரு போலீஸ் ஆள் அங்கே தோன்றினான். சரிதான். இனிமேல் அவர்கள் வீடு

சேர்ந்தாற்போலதான். "என்னய்யா நடந்தது?" கான்ஸ்டபிள் ராகுவை அதட்டிக் கேட்டான்.

ராகு நடந்ததைச் சொன்னான். அவனுடைய நிதானத்தைக் கண்டு பத்மேஷ் பெருமைப்பட்டான். கான்ஸ்டபிள் தலையைச் சொறிந்தான். ராகு சொல்வது நிஜமாக நடந்திருப்பதாகத்தான் தெரிகிறது. ஆனால் விபத்து நடந்த இடம் எக்கச்சக்கமானது. பொது ஜனத்திரள். நல்ல உடைகள் அணிந்து காரில் போவோர்களை எரிச்சலுடன் பார்க்கும் கண்கள். அவர்களை சும்மா அப்படியே விடை கொடுத்து அனுப்பிவிட்டால் அந்தக் கும்பல் தன்னை லேசில் விடாது என்று அறிவான், கான்ஸ்டபிள். ஜனம்.... மூச்சுக்கூட விடாமல் என்ன நடக்கப் போகிறது என்று விறைப்புடன் எதிர்பார்த்துக் காத்திருப்பதை அவன் உணர்ந்தான். தர்ம சங்கடம்.

கைது செய்யவும் யோசனை. ஸ்டேஷனுக்குப் போனால் அங்கே அதிகாரி என்ன சொல்லுவானோ? வைத்தியக் கல்லூரியில் படித்த ஹோதாவில் பத்மேஷ் சொன்னான். "ஒண்ணுமில்லை. தலையிலே கொஞ்சம் லேசாக அடி. மூர்ச்சை தெளிஞ்சால் சரியாகி விடும். எதுக்கும் ஆஸ்பத்திரிக்கு அழைச்சுண்டு போகலாமே" என்றான்.

கலங்காமல், அதிராமல் ஒரு அலட்சியப் பார்வையுடன் உட்கார்ந்திருந்த ராகு தலையை ஆட்டினான். கான்ஸ் டபிளுக்கும் இது ஒரு சரியான யோசனையாகத் தோன்றியிருக்கலாம். அந்த இடத்தை விட்டு விலக ஒரு சந்தர்ப்ப மென்று நினைத்தானோ என்னமோ, சட்டென்று ஒரு முடிவுக்கு வந்த மாதிரி அவர்கள் பக்கம் திரும்பினான்.

"சரி. பேசாமே என்னோடு ஸ்டேஷனுக்கு வாங்க. பார்த்துக்கலாம்" என்றான் அதட்டும் குரலில். அவனுடைய பாவனையைக் கண்டதும் கூட்டத்தில் உற்சாகம் கிளம்பியது. ஜிலுஜிலுவென்று கிளர்ச்சி அலைகள் கொப்புளித்து ஓடின.

"அப்படித்தான். பிடிச்சுப் போடுடா."

"அடிச்சுப் போட்டால் இன்னும் ஜோராயிருக்கும்."

"என்ன வேடிக்கை பார்க்கிறே. எடு ஜோட்டை."

கூட்டத்தின் வெறி மெதுவாக ஊதிக்கொண்டு வந்தது. இதற்குள் ராகு, பத்மேஷ், கான்ஸ்டபிள் மூவருமாக பிரக்ஞை இழந்து கிடந்தவனைத் தூக்கி காரின் பின்புற ஸீட்டில் கிடத்தினார்கள். கான்ஸ்டபிளும் கூட ஏறிக் கொண்டான். வண்டி நகர்ந்தது. மூவர் உள்ளத்திலும் என்னவாகுமோவென்ற கவலை நெஞ்சைப் பிடித்திருக்க வேண்டும். இந்தக் கூட்டம் மனசு வைத்தால் அவர்களைப் பிய்த்தெறிய எத்தனை நிமிடம் பிடிக்கும்? ஆனால் புலியுடன் விளையாடுவது போலதான் இதுவும். மனதில் பயமிருப்பதாகக் காட்டினோமோ, அவ்வளவுதான்... அப்புறம் பிழைத்தாற் போலதான். உள்ளுக்குள் இதயம் என்ன படபடத்ததோ, அவர்கள் முகங்களை அமைதியோடு வைத்துக்கொண்டார்கள். கார் மெதுவாக முன் சென்றது. என்ன நினைத்ததோ, கூட்டமும் பேசாமல் வழி விட்டது. யாராவது ஒரு வார்த்தை சொல்லியிருக்கட்டும்? அல்லது ஒரு கல்லை விட்டெறிந்து இருக்கட்டும்? அவ்வளவுதான். தொலைந்தார்கள். ஆனால் அந்தக் கூட்டம் மௌனமாக வைத்த கண்ணை வாங்காமல் அவர்கள் போவதைப் பார்த்துக்கொண்டிருந்தது. வண்டி இப்போது கொஞ்சம் விரைவாக நகர்ந்தது.

"ஸ்டேஷனுக்கு விடு." என்றான் கான்ஸ்டபிள்.

ராகு விசைக் கருவியை அழுத்தினான். கார் விரைவாக ஓட ஆரம்பித்தது.

அப்பாடா... பத்மேஷ் ஆசுவாசத்துடன் பெருமூச்சு விட்டான். வகுப்புவாத துவேஷம் தலைக்கேறிவிட்டது. அந்தக் கூட்டம் அவர்களை என்ன வேணுமானாலும் செய்திருக்கலாம். பிழைத்தோம்.

அவர்கள் போலீஸ் ஸ்டேஷனை அடைந்தார்கள். அதென்ன இங்கேயும் ஒரே கூட்டம். பிடித்த சனியன் விட வில்லையா? மறுபடியும் கார் ஊர்ந்து போகும்படி ஆகி விட்டது. "என்ன

சங்கதி?” அவர்கள் கார் பக்கமாக வந்த ஒரு சிப்பந்தியைக் கேட்டான். இவர்களுடன் வந்த கான்ஸ்டபிள். என்ன.... என்னவாயிற்று? கூட்டத்திலுள்ள முகங்களும் இதே கேள்வியைக் கேட்பது போல ஒன்றும் புரியாமல் திகைத்திருந்தன.

“என்னவாச்சோ தெரியலை. எல்லா ஆபீசர்களுமாக ஒரு போலீஸ் ட்ரக்கிலே ஏறிண்டு எங்கேயோ போனாங்க. ஏதோ கமிஷனர் பேரிலே பெரிய குற்றச்சாட்டாம். அத்தனை பேருமா விசாரணைக்குப் போகிறார்களென்று பேச்சு. எது நிசமோ. யார் கண்டா” வென்று பதில் சொன்னான் அந்த ஆள்.

இதைக் கேட்டவுடன் ராகுவைப் பிடித்தவன் முகம் நீண்டது. இருக்கிற நிலைமையில் இவர்களை என்ன செய்வதென்று அவனுக்குப் புரியவில்லை. தானாக ஒரு தீர்மானத்துக்கு வரும் பொறுப்பு அவனுக்குக் கிடையாது. அவனைப் பொறுத்தவரையில் ஸ்டேஷன் அதிகாரியிடம் அவர்களை ஒப்பித்துவிட்டால் காரியம் தீர்ந்தது. ஆனால் அந்த அதிகாரி யைக் காணவில்லையே!

நிலைமையை விளக்கியவன் முகத்திலோ பயம் தளும்பி நின்றது. அங்கிருந்த சில போலீஸ் இலாகா வர்க்கத்தினர்கள் வாய் திறவாமல் கூட்டத்தின் ஓரத்தில் வளைய வந்து கொண்டிருந்தார்கள். அதிகாரம் தளர்ந்துவிட்டது என்று அறிந்ததும், கூட்டம் அவர்கள் மேல் பாய் எத்தனை நாழிகை செல்லும். நெருப்புடன் விளையாடுவது ஆபத்து என்ற மாதிரியில் அவர்கள் பேச்சுக்கொடுக்காமல் சுற்றினார்கள். நாமாக ஏதாவது சொல்லப்போனால் யாராவது ஏதாவது கலாட்டா ஆரம்பிக்கலாமென்று பத்மேஷும் பேசாமல் இருந்தான். ராகுவோ எதையும் லட்சியம் செய்யாதவன் போல் சிகரெட்டைப் புகைத்துக் கொண்டிருந்தான்.

அப்போதுதான் அந்த ஸ்கூட்டர் ஆசாமி மயக்கம் தெளிந்து விழித்துக்கொண்டான். அவனுடைய முதல் கவலை அவன் ஸ்கூட்டரைப் பற்றித்தான். கூடவந்த கான்ஸ்டபிள் சமாதானம் செய்தான். அவன் அதை சனிவார்பேட்டைக் கடை ஒன்றில்

பத்திரமாக வைத்திருப்பதாகவும், அவனுக்கு அதை எடுத்துக் கொடுப்பதாகவும் உறுதி கூறினான். "அந்தப் பாழாய்ப்போன மாடு செய்த வேலை இது. எனக்கும் ஒண்ணு படவேயில்லை. கொஞ்சம் மண்டைக் கனம், அவ்வளவுதான்" என்றான் ஸ்கூட்டர் ஆசாமி.

சட்டென்று ராகுவுக்கு ஒரு அபார யோசனை தோன்றிற்று. "வாங்கோடா. எல்லாருமா 'உதயணன்' ஹோட்டலுக்குப் போயிட்டு வரலாம்" என்றான்.

கான்ஸ்டபிள் தயங்கினான்.

"ஊம். ஏறிக்கொள். சும்மா போயிட்டு வந்தாப் போச்சு. அதுக்குள்ளே போலீஸ் ஆபீசர்களும் திரும்பிவந்து விடுவர். என்ன? வா... உட்காரு காரிலே." அவன் செய்த ஆர்ப்பாட்டத்திலே பக்கத்திலே உள்ளவர்கள் அப்படியே சில நிமிடங்களுக்கு ஸ்தம்பித்து நின்றுவிட்டார்கள். ராகுவா தயங்குகிறவன்? கண் மூடித் திறக்கும் நேரத்துக்குள்ளே, அவர்களைச் சுருட்டி வாரி காரில் அடைத்துக்கொண்டு, அவ்விடத்தை விட்டுக் கிளம்பிவிட்டான் - வண்டியும் பறந்தது.

'உதயணன்' என்பது அணைக்கட்டு. ராமர் அங்குலீக் சாலையிலுள்ள ஒரு பிரசித்தி பெற்ற ஹோட்டல். எல்லோரு மாக உட்கார்ந்து வயிறு புடைக்கச் சாப்பிட்டார்கள். கான்ஸ்டபிள் தண்டூரிக் கோழியைப் பிய்த்து பிய்த்து சுவைத்துக் கடித்தான். ஸ்கூட்டர்க்காரன் பூரி ஸ்ரீகண்டில் முழுகினான். ஆசை தீரச் சாப்பிட்டார்கள். திருப்தியின் மௌனம். நடுநடுவே ஏப்பத்தின் ஒலி. கான்ஸ்டபிள் சென்ற நிகழ்ச்சிகள் யாவையும் மறந்துவிட்டதாக பத்மேஷுக்குப் பட்டது. இச்சகத்தின் இன்பமெல்லாம் சுவைத்த மாதிரி அப்படியொரு போத நிலையில் இருந்தான், அவன்.

அவர்கள் வெளியே வந்தார்கள். ராகு அந்தக் கான்ஸ்டபிள் கையைத் தொட்டது போல பத்மேஷ் நினைத்தான். கைகுலுக்கினானோ என்னமோ! எல்லோருமாகப்

பேசிக்கொண்டும், தமாஷாக முதுகுகளை மாறி மாறித் தட்டிக் கொண்டும் நடந்தார்கள். பிறகு எப்படிப் பிரிந்தோமென்று தெரியாமலேயே அவரவர் வழி போய் விட்டார்கள். காரில் மறுபடியம் ஏறின பத்மேஷுக்கு எல்லாமே சொப்பனம் போலிருந்தது. அர்த்தமில்லாமல் இயங்கும் இந்த வாழ்வை எப்படிக் கணிப்பதென்று தெரியாமல் குமைந்தான். ஒரு திக்கில்லாமல், விண்டு விண்டு கொடுக்கும் இந்தச் சமூகம் எங்கே போகிறது. கூட்டத்தின் மூர்க்கத்தனத்தில் கூட உயிரில்லையே / மருந்துக்குப் பதிலாக மணலை அடைத்துப்போட்ட போலி வெடியைப் போல அது புஸுபுஸுவென்று அணைந்துவிடுகிறதே! அவன் தடுமாற்றம் கொண்டான். பக்கத்திலிருந்த ராகுவோ அவனுக்கென்று பிறந்த டாம்பீகத்துடன் காரை எதிரே பாய்ச்சினான். இந்தச் சூழ்நிலையில் 'எது எப்படிப் போனால் நமக்கென்ன' என்ற இந்த பாவம்தான் சரியானதோ. அவன் மேலே சிந்திப்பதற்குள் வீட்டை அடைந்துவிட்டார்கள். சமீபத்திலேயே இருந்த அவர்கள் ஃபிளாட்டுக்கு வர அதிக நேரம் பிடிக்கவில்லை.

"காலை அலம்பிண்டு உள்ளே வாருங்கோ. இப்போத்தான் பிராமணாள் சாப்பிடுகிறா'' கதவைத் திறந்த பானு மன்னியின் குரலில் வரவேற்பு தொனிக்கவில்லை. என்ன விசேஷமோவென்றபடி பத்மேஷ், ராகுவைப் பார்த்தான்.

"சேஷி மன்னி தெவசமடா," என்று அவன், பத்மேஷ் காதைக் கடித்தான். பிறகு உதயணனில் அவர்கள் சாப்பிட்டுவிட்ட விஷயத்தைப் பற்றிப் பேசக்கூடாது என்று சைகை செய்தான். மறுபடியும் ஒரு உலகம் மற்றொரு உலகத்தோடு மோதிக்கொள்ளும் வைபவம்.

உள்ளே நுழைந்ததும் வேத மந்திரத்தின் ஒலி கணீரென்று பத்மேஷ் காதில் விருந்தது. கூடவே 'ஏப் ஏப்' யென்று சேஷி மன்னியும் மற்ற பிதுர்க்களும் புசித்துத் திருப்தியடைந்த அனுபவம் கேட்டது. வெங்காச்சண்ணா பஞ்சகச்சத்துடன் கூடத்துக்கு வந்தான். அவனுடைய தோற்றம் பரிதாபகரமாயிருந்தது.

தினந்தோறும் இரவில் 'பாஸ்' என்று ஏசிவரும் அந்த அவன் இன்று லீவு அனுமதி கொடுத்தானோ என்னமோ கொடுத்திருப்பான். இல்லாவிட்டால் அவன் மண்டை இன்னுமல்லவா உருளும் என்று எண்ணினான் பத்மேஷ். பானு மன்னி மடித்தாறு கட்டியபடி உள்ளே வந்தாள் "ஓ - இங்கேயேது உட்கார்ந்தேள்? வாத்தியார் கூப்பிடுகிறது கேட்கலையா?"

வெங்காச்சண்ணா போய்விட்டான். இளைஞர்கள் இருவரும் சன்னல் பக்கமாக ஒதுங்கினார்கள். வெளியே 'அங்குலீக்' சாலையின் போக்குவரத்தைக் கவனித்தபடி நின்றான், பத்மேஷ்.

"இத்தனையும் ஆன பிற்பாடு பார்த்துக்கொள். கிச்சண்ணாவை இரவிலே கிளப்பில் காணலாம்." ராகு அவன் காதில் முணுமுணுத்தான்.

"அப்படியா?"

"ஆமான்னா. பிசினெசு ஆச்சே... பிசினெசு. வரவா போறவாளுடன் கோழி.... அப்புறம் விஸ்கி.... இல்லையா?"

"ஐய்யய்யோ! சேது மன்னிக்குத் தெரியுமோ?"

"ஏ! உனக்கு வாசவேஸ்வரத்து சம்பிரதாய வழிகளைப் பற்றித் தெரியாதா? வெளியே போய் என்ன செய்தாலும் அது கணக்கில்லை. எது எப்படியானாலும் வீட்டிலே மாத்திரம் தவறாமே முறையா நடந்துண்டு போனால், அது போதும். சேது மன்னிக்கு அதுதான் வேணும். அப்படி யாராவது ஏதாவது சொன்னால் கூட 'என்ன செய்ய... பிசினெசுன்னா எல்லாம்தான்' என்று அவளே இழுத்தாற் போல அங்கலாய்த்துக் கொள்ளுவாள்."

ராகு பற்களைக் காட்டி இளித்தான். "சந்துருவோ?"

"அவனைச் சும்மா விடுவாளா, சேது மன்னி. முறை வாழ்வுக்கு அவனும் விலக்கில்லை. ஆனால் பாரு. ஒரு விஷயத்திலே

சந்துரு ஒரு அசல் வாசவேஸ்வரத்தான். தன்னைப் பற்றியே பேசிண்டு இருப்பான். பேசுவதிலே அவனை யாரும் தோற்கடிக்க முடியாது. அதென்னமோ அப்படியொரு தற்பெருமை...” ராகு மறுபடியும் சிரித்து தான் சொன்னதை வேடிக்கை போல மழுப்பப் பார்த்தான். ஆனால் பத்மேஷுக்குப் புரிந்துவிட்டது.

சந்துரு பரிட்சையில் தேறி, வேலையில் அமர்ந்து விட்டான். இவனோ கோட்டு அடித்துக்கொண்டே வருகிறான். இந்த வருஷமும் அவன் பாஸாகாவிட்டால், ஊரிலுள்ள நில புலன்களைப் பார்வையிட ராகுவை அனுப்பப் போவதாக பெரியண்ணா சொல்லியிருப்பதை பத்மேஷ் அறிவான். மேலுக்கு எத்தனை சவுடால் அடித்துப் பேசினாலும், உள்ளூர காய்ச்சல் இருக்காதாவென்ன? முறைப்படி சகோதர பாவமும் அந்தரங்கத்தில் எரிச்சலும் வாசவேஸ்வரத்தில் மிகவும் சகஜமானது. சதா சிகரெட்டுப் புகைத்துக் கொண்டு, ஒரு கவலையுமில்லாமல் ஊர் சுற்றும் ராகுவும் அதற்கு விலக்கில்லையென்று பத்மேஷ் நினைத்தான்.

வெளியே சாலையில் ஒரு ஸ்கூட்டர் பக்கத்து சந்திலிருந்து திரும்பி விர்ரென்று வந்தது. ஓட்டுகிறவன் பின்னால் இருந்த இளம்பெண் ஒருத்தி, அவன் தோள் மேல் ஒய்யாரமாகச் சாய்ந்து கொண்டிருந்தாள். சாய்வதென்றால் தன் முழு பாரத்தையும் அவன் மேல் அழுத்துவதென்று தொடாத மாதிரி. அப்படிச் செய்தால்தானே தனக்குப் பின்னாலுள்ள தேகம் மிருதுவாகக் கரைந்து கொடுப்பது ஸ்கூட்டரைச் செலுத்தும் இளைஞனுக்குப் புலனாகும்?

அப்பா! அவள் முதுகு வளைவின் குழைவுதான் என்ன! காற்றில் புடவைத் தலைப்பு லேசாகப் பறந்தது. இடுப்பிற்கு மேல் மொழுமொழுவென்று, சந்தனக் கட்டை போல் மிளிர்ந்த அவளுடைய வழவழப்பான நடுவயிற்றை பத்மேஷ் கவனித்தான். ஸ்கூட்டர் அவர்கள் கட்டிடத்திற்கு முன்னால் நின்றது. அந்தப் பெண் நேர்த்தியாக இறங்கி நடைபாதையில் நின்றாள். மறுபடியும் புடவை நகர்ந்தது. இந்தத் தடவை நாபீஸ்தல

தரிசனம் கிட்டிற்று. ஓரக்கல் பக்கமாக இருந்த அந்தப் பெண், தன் கண் இமைகளைத் தாழ்த்தியபடி விழிக் கோணத்தால் அந்த இளைஞனைப் பார்த்துச் சிரித்தாள். பிறகு கையை உயர்த்தி ஆட்டிக்கொண்டே உள்ளே போனாள். பத்மேஷ் நெற்றிப் புருவங்களை உயர்த்தினான். இந்தக் காட்சி ஏதோ ஒன்றை அவன் நினைவிற்குள் புகுத்தியது. ஓகோ! ஆமாம். ஆதித்திய நாட்டுத் திரைப்படங்களில், யுவ - யுவதி கட்டங்களில் கதாநாயகி விடைபெற்றுக் கொள்ளும்போது, இப்படித்தான் நடிப்பாள். வாழ்க்கையே ஒரு நாடகம்தானே.

வாசற்கதவில் சாவி செருகும் சத்தம். அந்தப் பெண் உள்ளே வந்தாள். ஓகோ! இது சித்ராவாக இருக்க வேண்டும். ஐந்து வருஷங்களில் அவள் உருமாறி, ஒரு யௌவனப் பெண்ணாக வளர்ந்து விட்டதால், அவன் அடையாளம் கண்டு கொள்ளவில்லை. உள்ளே நுழைந்ததும், மந்திரங்களின் ஒலியைக் கேட்டு அவள் முகத்தைச் சுளித்தாள். பிறகு வேண்டா வெறுப்புடன் வாசற்படி பக்கமாக ஜோடுகளைக் கழற்றிவிட்டு குளிப்பறையைப் பார்த்துச் சென்றாள்.

"இவாளெல்லாம் இன்னமும் இத்தனை நாட்டுப்புறமா இருப்பான்னு தெரிஞ்சிருந்தால் நான் வாசவேஸ்வரத்திலேயே இருந்திருப்பேன். தெரியாமே போச்சு" திரும்பி வந்த சித்ரா ஆத்திரத்துடன் சொன்னாள்.

"அதே வாசவேஸ்வரத்து முறைகள்தாமே இங்கேயும் புரளுகிறது?" என்றான் ராகு.

"உனக்குத் தெரியாது. தெவசம் கிவசமுன்னு இப்போவெல்லாம் யாரு அங்கே பண்ணிண்டு இருக்கா? போன வருஷம் மாமி போனப்புறம் அம்மாஞ்சி காசி, கயான்னு போய் அத்தனையும் ஒரேயடியாய் தொலைச்சுட்டு வந்து விட்டான்! இங்கே என்னன்னா, கர்நாடகமாய்... இப்படி என்னவெல்லாமோ செய்துண்டு இருக்கா. அதுதான் போகட்டுமுன்னா... இதோ பாரு இதை. பழைய நாளைய ரேடியோ பெட்டி! டிரான்ஸிஸ்டரானால் வாக்காய் எங்கே வேணுமானாலும்

தூக்கிண்டு போகலாம். அதில்லாமே... சொல்கிறேனே....” சித்ரா உதட்டைப் பிதுக்கினாள். ராகு, பத்மேஷுக்கு நிலைமையை விளக்கினான்.

“நீ மதர்லாந்துக்குப் போனாய் அல்லவா? அப்போவே சித்ராவும் ஊருக்குப் போய்விட்டாள். அவளுக்குக் காச நோய் பலமாய் வந்துவிட்டது. டாக்டர், வாசவேஸ்வரத்துக் காற்று நல்லது, அங்கே கொஞ்சநாள் இருக்கட்டுமுன்னு சொல்லிவிட்டார். அதனாலே இத்தனை நாளாக சித்ரா அங்கேதான் அம்மாஞ்சி ஆத்திலே இருந்து படிச்சுண்டு இருந்தாள். இப்போதுதான் காலேஜிலே சேர இங்கே வந்தாள்.”

“ஊரிலேயும் இப்போ காலேஜுக்கு ஒண்ணும் குறைவில்லை.”

“சித்ராவோட முடிவு பழைய வாசவேஸ்வரம் புதிதை விஞ்சிவிட்டது என்பது. அங்கே எல்லோரும் அத்தனை நாகரிகமாய் இருக்காளாம்.”

“ஆமாம். அம்மாஞ்சி ஆத்து மாடியெல்லாம் புதுப்பிச்சு இங்குள்ள புது ஃபிளாட்டுக்களைப் போல ஜோரா வெகு ‘மாடர்னா’ கட்டியிருக்கா. அடுக்களையிலே அம்மி அலம்புகிற இடத்திலே கூட சலவைக் கல்லு. இது தெரியுமா?”

9

சொந்த தேசத்திற்கு வந்தாய்விட்டது. அப்படியிருந்தும் அவன் மனம் நிலைகொள்ள ஆரம்பிக்கவில்லை. சோர்வு, குறிக்கோள் அன்றி செயலற்று இப்படியே போனால் இந்த அலுப்பு அதிகமாகிவிடும். இப்படி ஆகி ஆகித்தான் வெங்காச்சண்ணாவும், கிச்சண்ணாவும் மனோ சக்தியை இழந்து விட்டார்கள். 'அந்த வாக்கிலே.... நாமுண்டு நம் காரியமுண்டு... சும்மா இப்படியே... இருக்கலாமே....' பத்மேஷ் அவர்கள் அடிக்கடி சொல்லும் வார்த்தைகளை நினைத்துப் பார்த்தான். வாழ்க்கையில் உண்டாகும் சிக்கல்களை எதிர்த்துப் போராட மனோபலமில்லாமல் தள்ளாடி உள்ளுக்குள் ஒதுங்கியவர்கள் அவர்கள். அதைப்போல் அவனும் ஆகக்கூடாது. ஆமாம். அகத்தை கெட்டிப்படுத்திக் கொள்ள வேண்டும். இந்தச் சோர்வெல்லாம் செயலாற்றல் இல்லாமையினால் உண்டாகிறது. அதைத் தொலைக்க அவன் சுறுசுறுப்புடன் இயங்க வேண்டும். இடைவிடாத முயற்சி உண்டானால் சக்தி பிறக்கும்.

இதென்ன! நடந்துகொண்டே வந்தவன், யுதாஜித் மலைக்கு வந்துவிட்டான். அந்த நாட்களில் மனதில் அசதி தட்டும் போதெல்லாம் அவன் யுதாஜித் மலையில் ஏறுவதுண்டு. இப்போதும் கால்கள் தானாகவே அவனை அங்கே இழுத்து வந்துவிட்டன.

மலையேறும்போது ஏற்படும் முயற்சியை ஒரு சங்கேதமான பிரயோகமென்று சொல்லலாம். அந்தரங்கச் சோர்வை தீர்க்க தேகம் சிரமப்பட்டாலும் போதுமே. அவன் ஏறவாரம்பித்தான். அகத்தில் மெதுவாக ஒரு நாதம் கிளம்பிற்று, சுருதி சேர்ந்தது. உயரே நிமிர்ந்து பார்த்தான். பறவைக் கூட்டம். வானத்திலே பறப்பதினால் அவற்றின் மனநிலை சங்கீதத்திற்கு இசைவாக இருக்கிறது. மனிதன் உடலாலே பறக்காவிட்டாலும் உள்ளத்தை திசை வெளியிலே பறக்கச் செய்கிறான்.

மலைச் சரிவில், இயற்கை போல் படர்ந்திருந்த மரம் செடிகள் நிஜமாகவே மானிடனின் செயற்கை உழைப்பு என்பதை அவன் அறிவான். நேர்வாளம், நீர்வேம்பு, தாழை, கானா வாழை என்ற கட்டை சாதிகள். அரளி நந்தியாவட்டை, தெத்தி, செம்பருத்தியென்ற பூ வகைகள். குதிரை வளைப்பு, தங்கப்பூ. கண்ணுவேலி முதலிய கொடிகள். சின்னஞ்சிறு பாதைகள் சரிவைச் சுற்றி சுருண்டு சென்றன. சிறு வயதில் அவன் இப்பாதைகளில் ஓட்டமும் குதியுமாகக் கூத்தாடுவதுண்டு. சலவைக்கல் பெஞ்சுகள். செம்பருத்தியும் நந்தியாவட்டையுமாகச் சேர்ந்து வளர்ந்திருந்த ஒரு இடத்தில் அவன் உட்கார்ந்தான். வெள்ளையும் சிவப்புமாகப் பூக்கள் குலுங்கின. ஒன்றோடொன்று கொஞ்சிக் குலாவின. நந்தியாவட்டைப் பூவொன்று ரத்தச் சிவப்பான செம்பருத்தியின் இதழைத் தொட்டு முத்தமிட்டது. நொய் என்று அவன் இதயத்தில் சுருதி கூடியது.

"டார்லிங்... ஜானா..."

ஐயய்யோ! சந்துரு குரலைப்போல் அல்லவா இருக்கிறது! செடிக்கு அப்பால் அவர்கள் இருக்கிறார்கள் என்று தெரிந்தது. என்ன செய்ய? எழுந்து போக யத்தனித்தால் ஒரு வேளை அவர்கள் கண்ணில் தென்பட்டு விடலாம். தர்ம சங்கடமாய் வந்து சேர்ந்ததே. அப்படியே மறைவில் இருப்பதைத் தவிர வேறு வழியில்லை.

சந்துரு சொன்னான். "எனக்கென்னமோ உன்னைத்தான் என் வாழ்க்கைத் துணையாய் அடையணுமுன்னு ஆசை.

ஆனால் எங்காத்துக்காரா இதுக்கு இசைய வேணுமே என்று கவலையாக இருக்கு.”

“ஏன்? உங்களோடு வாசவேஸ்வரத்து முறை வாழ்வுக்கு நான் இணைய மாட்டேனோவென்று பயமா?”

“என் நிலைமை உனக்குப் புரிஞ்சதானால்... நீ கொஞ்சம் பொறுத்துக் கொள்வாய்.” இயற்கையாக இறுமாந்து தொனிக்கும் அவன் குரல் கனிந்து கொடுக்க மிகவும் பாடுபட்டது.

“இருந்தாலும் நாமெல்லாம் நவ நாகரிகக் குழுவைச் சேர்ந்தவாளாச்சே! இதையெல்லாம் சமாளிக்கத் தெம்பு வேண்டாமா?” பிறகு ஜானா குரல் தழுதழுத்தது.

“எல்லாத்தையும் தள்ளிப் போடுகிற மாதிரி நீ இதையும் செய்ய முடியாது சந்துரு... பயமா இருக்கே அம்மா கண்டு பிடிச்சு விட்டால் என்ன பண்ணுகிறது?”

“எப்படியானாலும் நீ தைரியத்தைக் கைவிடாதே” என்றான் சந்துரு. ஆனால் அவன் குரலில் நம்பிக்கை ஒலிக்கவில்லை. அதில் ஒரு சஞ்சலம் நிழலாடியது.

“இந்த நாசமாப் போன ‘பில்’ ஏமாற்றிவிட்டது.” என்றாள் ஜானா.

“ஒருவேளை நீ கணக்குப் போட்டது தப்பி இருக்கும். அவசரப்பட்டு ஒண்ணும் செய்யாதே.” தான் பரபரப்புடன் பேசினதை அவன் தெரிந்து கொள்ளவில்லையா? சந்துரு மேலும் பேசினான். “கூடிய சீக்கிரமாய் எல்லாவற்றையும் சொல்லப் பார்க்கிறேன். நீ மட்டும் மனவுறுதியைக் குதிரையேறிப் போகவிடாதே... சரியா?”

ஜானா பதில் சொல்லவில்லை.

“இதுக்குத்தானா அவசரமாப் போனிலே கூப்பிட்டாய்? எனக்கு வேறு ஜோலி இருக்கு. போகணும். அப்புறம் என்ன ஆச்சுன்னு போன் பண்ணு. என் அனுமானம் சரியாக இருந்தால் இன்னிக்கு நாளைக்கு உன் கவலை தீர்ந்து போகும்.”

அவளுடைய பதிலுக்குக் காத்திருக்கப் பயப்படுவது போல அவன் துரிதமாய்ப் போய்விட்டான். சற்று நேரத்திற்கு பத்மேஷ் மூச்சுவிடக்கூடப் பயந்து அசைவற்று உட்கார்ந்திருந்தான். எங்கே தானிருப்பதை அவள் கண்டு கொள்வாளோ வென்ற அச்சம் அவனுக்கு. ஜானா எழுந்து நின்றாள். இலைகளின் இடைவழியாக அவன் கண்கள் அவளுடைய அழகான உருவத்தைக் கவ்விக்கொண்டன. ஒளிமுகம் இப்போது சுண்டி இருந்தது. கயல் விழிகள் வெறித்தாற்போல பராக்குப் பார்த்தன. ஆனாலும் எது நேர்ந்தாலும் எதிர்த்துப் போராட வேண்டுமென்ற பாவனையில் அவள் நிமிர்ந்து நடந்து அவனைக் கடந்து போய் பாதை வழியாக இறங்கினாள்.

பத்மேஷ் அவள் சென்ற திக்கை நோக்கியவாறு சிந்தித்தான். சந்துருவிடம் மன்றாடும்போது அவள் குரல் தள்ளாடிற்றே. அப்படியானால் இவள் பார்ப்பதற்கு மட்டுமே நவீனப் பெண். உள்ளுக்குள்ளே மெலிந்தவள் என்று அவன் எண்ணினான். ஆனால் போகும்போது காட்டின அந்த மிடுக்கான நடையில் தளர்ச்சியே இல்லையே! வேண்டுமென்றே ஒரு நாடகம் நடித்தாளா? புதுப்பெண் நேருக்கு நேராக கபடமில்லாமல் பேசுவாள் என்று நினைத்தானே! ஒருவேளை நொடித்து விழயிருக்கும் அக நிலையை சட்டென்று சமாளித்தாளோ? அது லகுவான காரியமா? அப்படிச் செய்யும் பெண்களும் இந்த ஆதித்திய நாட்டிலுண்டா?

அப்படி நினைத்தானோ இல்லையோ, அவன் உள்ளம் புளகாங்கிதம் அடைந்தது. விவரிக்க முடியாத ஒரு உவகை கொண்டான். சோர்வுக்கு மருந்து இதுதான். ஒரு கண நேரத்திற்கு அவன் அகத்தில் ஏதோ ஒன்று சுடரிட்டது. அந்த நிமிடத்தில் வாழ்வின் கருத்தையே அவன் புரிந்து கொண்டாற் போல தென்பட்டது. இன்ப வெள்ளம் பொங்கி வழிந்தது. அந்த விநாடியில் அவனுக்குப் படைக்கவும், இன்புறவும், நெருங்கி உறவு கொண்டாடவும் ஒரு அபாரசக்தி உண்டாய் விட்டது போல நினைத்தான். பத்மேஷ் எழுந்து, திரும்பி நடக்கலுற்றான்.

நவீன சித்தாந்தங்களைத் தன் அந்தரங்க உலகத்துடன் இணைக்க

சந்துருவுக்குப் போதுமான உரமில்லை. இது தெளிவாய் விட்டது. சொல்லப் போனால் அவனும் ராகுவைப் போலதான். வித்தியாசம் பாவத்தில் மட்டுமே. இரு இளைஞர்களுக்கும், குடும்பச் சூழ்நிலை ஒரே மாதிரிதானே! அங்கே ஆதாரமோ ஆறுதலோ பெறாதவன். சொந்த உலகில் எப்படி உறுதியோடு நடந்து கொள்வான்? இது விஷயத்தை அவன் முன்னாலேயே தெரிந்து கொண்டிருக்க வேண்டும். சொல்லப்போனால், அந்த வீட்டில் சித்ரா ஒருத்தியே தன் குறிக்கோள் தெரிந்து வளைய வருவதாகத் தோன்றுகிறது. அவன் வீடு சென்றான்.

இரண்டு நாட்கள் கழிந்தன. வட்டமான அணைக்கட்டு ஓரம். அதை இணைத்தாற்போல 'அங்குலீக்' சாலை. பத்மேஷ் எப்போதும் போல நடக்கப் போனான். காலை வேளையின் மூட்டம். மங்கலான வெளிச்சம். அணைக்கட்டு மேல் பத்மேஷுக்குப் பரிச்சியமான ஒரு உருவம் தெரிந்தது. சரியாக அடையாளம் கண்டு கொள்ள முடியவில்லை. யாரது? அருகில் சென்றான். ஜானா.

எதிரே இவன் நின்றதை அவள் கவனிக்கவில்லை. அப்படி ஏதோ ஆழ்ந்த சிந்தனையுடன் கடலையே வெறித்துப் பார்த்திருந்தாள். ஆனாலும் அவன் பாய்ந்து விழித்த வேகம் அவள் அகத்தில் விரிந்ததோ? அவள் திரும்பினாள். கண்கள் சந்தித்துக்கொண்டன. ஒளிக் கடலிலே களித் தோணி என பத்மேஷ் நினைத்துக்கொண்டான்.

"ஹல்லோ! நானும் இப்படி உட்காரலாமா?" என்று அவன் கேட்டான்.

அவள் மௌனமாகத் தலையை அசைத்தாள். "யோசனை பிரமாதமாக இருக்கும் போலே தோணுகிறது."

"உனக்கு மாத்திரம்தான் யோசனைகள் வருமோ?" அவள் சிரித்தாள். தந்தப் பல் வரிசை. சோதி முகம்.

"அப்படி நினைப்பேனா? நீயும் உன் ஸெட்டும் ஒரே சுறுசுறுப்பு ஆச்சே. நவயுவ நாகரிக வாழ்விலே விறுவிறுப்பு இல்லாவிட்டால் எப்படி?"

“விறுவிறுப்பு எங்களுக்கு சிந்தனை உனக்கு. அப்படித்தானே?” அவன் தன்னை ஒரு விசேஷ அறிவுள்ள மனிதனாக நினைக்கிறான் என்று ஒருவேளை சந்துரு அவளிடம் ஏதாவது சொல்லிவிட்டானோ!

“எனக்கு சந்துரு மாதிரி பேசத் தெரியாது.” என்றான் அவன்.

“பேசினால் மாத்திரம் போதுமா?”

“அதென்ன அப்படிச் சொல்லுகிறாய்? அவன் பேச்சைக் கேட்க உனக்கு ரொம்பப் பிடிக்குமென்றல்லவா நினைச்சேன்.”

“பிடிக்கும். ஆனால் அது நீ நினைக்கிறாப்போல் அல்ல.” பத்மேஷ் லஜ்ஜை கொண்டான். “நீ அவனை... அவன் உன் மேலே.... உங்களைப் பார்த்தால்...” அவன் பேச முடியாமல் திணறினான்.

ஜானா நிதானமாக பதில் சொன்னாள். “சந்துருவெல்லாம் சும்மா பேசிண்டு இருக்க வேடிக்கை.”

“அது தெரியணுமே. இந்தக் காலத்து யுவதிகளுக்கு அதுதானே தேவை” என்றான் பத்மேஷ் கசப்புடன். அப்படிச் சொன்னானோ இல்லையோ, தன் அடிமனதின் ஏமாற்றம் வெளிவந்து விட்டதைப் பற்றி வெட்கினான். மற்றொரு சந்தேகப்புறா அவனுக்குள் நெளிந்து கொடுத்தது. அவள் வேண்டுமென்றேதான் சந்துருவைப்பற்றி இப்படிப் பிணக்காகப் பேசுகிறாளா?

“நீ சொல்லுகிறது சரிதான். இருந்தாலும், இப்படி வறட்டு ஜம்பமா பேசிக்கொண்டே வாழ்க்கை முழுவதும் நடத்த முடியுமா? சிரிக்கலாம், பேசலாம், சினிமாவுக்குப் போகலாம். சந்துரு அதுக்கெல்லாம் தேவலை. அப்புறம்?”

“நான், என்னை ஒரு படித்த மேதாவி என்று நினைச்சு அகம்பாவப்படுகிறேன் என்று சந்துரு நினைக்கிறான். அப்படித்தானே? உன்னிடம் சொல்லியிருப்பானே.”

“நானும் நீ நினைக்கிறாப் போல் அல்ல. கவர்ச்சியாக

உடுத்திக்கொண்டு ஜாலியாகப் போகவெல்லாம் பிடிக்கும். இருந்தாலும் அப்படி ஒன்றும் சிரத்தைக் குறைவாக இருக்க மாட்டேன். ஒரே ஒரு புதுமை நோட்டமுண்டு. சந்துரு வைப் போல 'எதிராளி என்ன நினைப்பான்' என்று மாத்திரம் பயப்பட மாட்டேன்." இதைச் சொல்லும்போது ஜானா குரல் கரகரத்தது.

பத்மேஷ், சந்துருவுக்காகப் பரிந்து பேசினான். "வாசவேஸ்வரத்து மரபுகளை அப்படியே உதறித்தள்ள யாருக்குத்தான் தைரியம் வரும்?"

ஜானா நிமிர்ந்து உட்கார்ந்தாள். "அந்த துணிச்சல் இல்லேன்னா இந்த நவயுவ புதுப்பண்பு ரீதியிலே அர்த்தமே இல்லையே."

"நடுத்தர வகுப்பைச் சார்ந்தவர்களோடு கொள்கைகளை அசட்டை பண்ணினால் என்னைப்போல தனியாய் அகப்பட்டுக் கொண்டு அவதிப்பட வேணும். அதுக்கு மனம் ஒப்ப வேண்டாமா?"

"அப்படின்னா, எதுவானாலும் சரி. அது சாமானாகட்டும், நட்பாகட்டும், சொந்த விஷயமாகட்டும். அல்லது பரஸ்பர உணர்ச்சி சம்பந்தமாகட்டும், எல்லாவற்றையுமே இந்த வறட்டு வாஸ்வேஸ்வரத்து கௌரவத்தைக் கொண்டு அளவிடுகிறது என்று ஆனால், என்ன அர்த்தம்? நீ சொல்லு. மற்றவர்கள் அனுமானப்படி நம் வாழ்க்கையை நிர்ணயிக்கிறதா? அப்படியானால் நவயுகமுன்னு ஆடுவதெல்லாம் ஒரு திரைதானா?" அவன் நகைத்தான்.

"எல்லாமே நாடகம் மாதிரிதானே! முறை வாழ்வானாலும், எதிர்ப்பானாலும் நோக்கமென்னவோ ஒன்றுதான் - எப்படியாவது முன்னுக்குப் போக வேணும். அப்படிச் செய்ய வழியில் உதவ ஒரு துணையுங்கூட இருந்தால்..." அவன் குரல் தாழ்ந்தது.

தொனி அயர்வதைக் கேட்டு அவள் அவனை உற்றுப் பார்த்தாள். பிறகு எதையோ நினைத்துக்கொண்ட மாதிரியில் பெருமூச்செறிந்தாள். அவன் வைத்த விழியை வாங்காமல் அவள்

பேசும்போது அவளுடைய மதுரவாயை அங்காந்து பார்த்து இருந்தான். பொன்னொத்த அவள் மேனியழகு அவனைத் தலைகிறுக்க வைத்தது, நல்ல மொந்தை கள்ளைப் போல.

"நீ சொன்னாயே - தனியாய் அகப்பட்டுக்கொண்டு அவதிப்படுகிறேன் என்று. இந்தத் தனிமையைத் தகர்க்கத்தான் ஆண், பெண்ணின் உறவைத் தேடுகிறானோ?"

இவள் எதைக் குறிப்பிடுகிறாள்? அவன் அவளை சந்தேகத்தோடு நோக்கினான்.

ஜானா சிறிதும் கூசாமல் மேலே விளக்கினாள்.

"நீ சொல்லு. பாலுணர்ச்சியால் திருப்தி கொண்டால் மனிதனுக்கு சுகமுண்டாகி விடுமா?"

அப்படியா? புரிந்தது. புரிந்தது. சந்துருவின் நடத்தையை மனதில் கொண்டுதான் அவள் பேசுகிறாள்.

"ஆண் பிறவியிலும் பெண்மை உணர்ச்சி உள்ளவாள் இல்லை என்று சொல்ல முடியாது."

"பெண்ணுக்குப் புணர்ச்சி உறவைக் காட்டிலும் அகத்திலே ஊறி நிற்கிற ஒரு உளநிலை - வேண்டியிருக்கு. அதை காமமுன்னு சொல்ல முடியாது. பிரீதீன்னும் சொல்லுறதுக்கில்லை. விவரிக்க முடியாத ஒரு அனுபவம் - ஆனால் அதுதான் முக்கியமாகத் தேவை."

"புரிஞ்சுண்டேன். நீ சொல்லுகிறதை சங்கீத பாஷையிலே சொன்னால், அதை அன்பின் ஆலாபனை எனலாம்."

அவள் அவனை ஆச்சரியக் கண்களுடன் பார்த்தாள்.

என்ன நீரோட்டம் ததும்பும் பார்வை.

"சரியாய்ச் சொன்னாய். பெண் தாம்பத்திய வாழ்வுக்கு ஆசைப்படுகிறதே, இந்த ஆலாபனையை நீடிப்பதுக்குத்தான். ஆனால் நவயுவனோ காரியவாதியாக இருக்கிறானே!

அவனுக்குப் புது ஃபிளாட், பதவி, அந்தஸ்து இதிலெல்லாம் மோகம்.”

“இல்லையானால் பிழைக்கும் வழி?”

“பின் எதற்காக இந்த மேல் பூச்சு? காதல், சாதல் உள்ளத் தொடர்பு, நவீன வாழ்வுமுறை என்று பேச்சு நடக்கிறது என்னமோ, புதுமுறைப்படி செய்ய வேண்டியதை பழைய சம்பிரதாயத்தோடு சேர்த்துப் போடுவது. உதாரணமா நம் சந்துருவை எடுத்துக்கொள்....”

“அதுக்கென்ன செய்கிறது? இது இந்த யுகத்திலே விரவி நிற்கிற தாத்பரியம். ஒருவேளை புதுமைப் பெண்ணைப் பார்த்தால் அவனுக்கு பயமாக இருக்கிறதோ என்னமோ?”

“என்ன பயம்?”

“அவனால் அவளை அடக்க முடியுமோவென்று.”

“அன்புதானே காரியம்?”

“கௌரவம் முந்திக்கொண்டால்? மனைவி அதுக்கு ஏற்றாப்போலே எல்லாம் ஆடவேணுமே. நவயுவதி அதைச் செய்வாளா?”

“புரிஞ்சுது. மினுக்கிண்டு, குலுக்கிண்டு, சிரிச்சுண்டு, ‘பாஸை’ வீட்டுக்கு அழைச்சு, வந்தனம் சொல்லிண்டு.... அப்படியானால் நாம் சுற்றி சுற்றிப் பேசினதிலே இந்த கௌரவத்தைக் காதலோடு ஒப்பிட்டாச்சு. அப்படித்தானே. நல்ல வேளையாக எனக்கு சமயத்துக்குக் கண் திறந்தது.”

“எதைச் சொல்லுகிறாய்?”

“ஒண்ணுமில்லே. ஒரு ஆபத்து வர இருந்தது. ஒரு வழியா ஒழிந்தது. கவலையும் விட்டுப் போச்சு.” மறுபடியும் நீண்ட ஒரு மூச்சு.

அப்படியானால் சந்துரு எதிர்பார்த்த மாதிரி அவனுக்கு

வர இருந்த சங்கடம் தீர்ந்து போய்விட்டதோ? அப்படித் தானிருக்கும்.

ஜானா சொன்னாள். "என்னைப் போல வெகுளியா நேருக்கு நேர் பேசுகிறவள் இந்தக் காரியத்துக்கெல்லாம் உதவாது. சித்ராவானால் தகுதியாக இருக்கும்."

"அவள் எப்படி?"

"அவள் பழைய வாசவேஸ்வரத்துப் புதுப்பூச்சு."

"அப்படீன்னா..."

''பழைய முறை வாழ்க்கையிலே பெண்ணுக்குக் கெட்டிக்காரத்தனத்தோடு ஒரு குழந்தைப் பாவனையும் கூட உண்டு. ஆண்கள் எதிர்ப்பைக் குறைக்க இந்தத் திக்கற்ற வேடம் அவசியமாக இருந்தது. எப்படித் தெரியுமா? ரகசியமாக பேசுகிறது போல ஒரு கண் சாடை.... சாகசச் சிரிப்பு... குழையும் பேச்சு... இல்லையா? யோசித்துப் பாரு. நம்ம சித்ரா குனிந்து கண் இமை பறக்க - தெரிகிறதா? படமெடுத்தாற்போல இப்போ எல்லாம் விளங்குகிறதா? ஆனால் ஒன்று. அவள் காரியத்திலே வெகு கெட்டி. பார்த்துக்கொண்டே இரு. அவள் எல்லோரையும் ஏய்த்துவிட்டு தான் நினைத்ததைச் சாதித்து விடுவாள்." ஜானா சொல்வது நிஜம். சித்ரா அப்படிப்பட்ட பெண்தான். இவளோ? ஆழ்ந்த நட்பைத் தரக்கூடியவளாகக் காண்கிறாள். சொல்ல வந்த வார்த்தைகள் உதட்டிற்கு இடையே துடித்தன. ஆனால் சமாளித்துக் கொண்டான். ஒருவனிடம் அடிபட்டுப் பின் வாங்கியிருப்பவளை... அதற்குள்... வேண்டாம்.

பொறுத்துக்கொள்ள வேண்டும். மனதிலுள்ளதை மறைக்க, அவன் மேலெழுந்தவாரியாகச் சிரித்தான். பிறகு போக எழுந்தான். நின்றபடியே இருவரும் சில நிமிடங்களுக்கு அர்த்தமில்லாமல் பேசினார்கள். மனங்கள் வெவ்வேறு திக்கில் பறந்தன. அவனுக்கு அவள் உள்ளத்தை அறிய ஆசை. அவளுக்கோ? கண்ணில் இனிமை பொங்கிற்று. அதை என்னவென்று புரிந்து கொள்ளுகிறது?

வீட்டிற்கு வந்ததும் மீண்டும் ஒரு பெண்ணுருவின் தோற்றம். பானு மன்னி அதற்குள் குளித்துவிட்டு பூஜையில் அமர்ந்திருந்தாள். ரௌத்திரம் மாறி தியான கட்டம். நடைவழியே போகும்போது அவள் பூஜை அவன் கண்ணில் தென்பட்டது. சுவருக்குள் ஒரு அலங்கார அலமாரி படங்களும் விக்கிரகங்களும் அங்கே கூட்டமாக நெருங்கியிருந்தன. மகிஷாசுர மர்த்தினி, சத்துருக்னபுரி ஸ்ரீ வைஷ்ணவ குருபாதர், சித்தர் கோவில் ஆண்டாள் திலகம், ஸ்ரீபுரத்து சுவாமிகள் என்று படங்கள் ஒன்றையொன்று இடறியடித்துக் கொண்டன. அலமாரித் தட்டில் ஒரு சிறு பீடத்தில் யந்திரம் அச்சிட்ட பொன் தகடு. ஸ்ரீபுரத்து சுவாமிகள் அவளுக்கு பீஜாட்சர மந்திரத்தை உபதேசித்து அதைக் கொடுத்த விவரத்தைப் பானு மன்னி சொல்லி அவன் எத்தனையோ தடவை கேட்டிருக்கிறான். அது போலவே சாலிக் கிராமம், கிருஷ்ண விக்கிரகமென்று, ஒவ்வொரு தேவதையைப் பற்றியும் ஒவ்வொரு அனுபவமும் கதையுமுண்டு. பூஜையில் உட்கார்ந்தால், அவள் முழுமனதுடன் அதில் லயித்து விடுவாள். சாவதானமாக, எல்லாவற்றையும் பக்தியோடு எடுத்துத் துடைத்து, சந்தன குங்குமப் பொட்டிட்டு... நிதானமாக மந்திர உச்சாடணை செய்து, பூக்களை வர்ஷிப்பாள். பிறகு திவ்விய நைவேத்தியம். இத்தியாதி.

பத்மேஷ் திரும்பி வந்தபோது தீபாராதனை சமயம் மணியடிக்கும் சத்தம். பூஜை முடியும் தருணம்.

“காப்பி இல்லையா?”

ராகுவின் தூங்கி வழியும் குரல் கேட்டது. உடன் பானு மன்னி அலமாரியை நறுக்கென்று சாத்தினாள். பூஜைக்கு முத்தாய்ப்பு வைத்துவிட்டு அவள் எழுந்திருந்த விதம் அவன் மூளைக்கு ஏதோ ஒரு தகவலைக் கொடுத்தது.

அதற்குள் பானு மன்னி அடுக்களையிலிருந்து போடும் கூப்பாடு கேட்டது.

“இம்புட்டு நேரமாகவா தூங்கிண்டு இருந்தாய்? சொல்லி என்ன

லாபம்? நீ கேட்கவா போகிறாய்? அதிருக்கட்டும், அவனைப் பார்த்தாயோ? ஏதாவது நடக்குமா?"

"உச். பத்திரம். எல்லாம் ஒரு வழியா சரியாக வருகிறது. அதிகமாக ஏதாவது சொன்னால் அப்புறம் ஆபத்துதான். நான் பார்த்துக்கிறேன். நீ பேசாமல் இரு."

"அப்படித்தானே இருக்கேன்? என்னை யாரு வகை வெச்சிருக்கா. சங்காணி... அடி சங்காணி..."

பிறகு அவள் குரல் தாழ்ந்தது. பத்மேஷுக்கு இது புதிதாக இருந்தது. "சந்துருவிடம் கூட கிச்சண்ணா ஏதேதோ சொல்லிக்கொண்டு இருந்தான்."

"அதிருக்கட்டும். நம்மோட யோசனை வெகு ஜோர். பார்த்துக்கொண்டே இரு. அப்போ தெரியும். என்ன அம்மா!"

"நடக்க வேணுமே." பானு மன்னி கவலையுடன் சொன்னாள்.

"சத்தம் போடாதே. நடந்துவிடும்."

"நீ இருக்கிறாயே, வைத்த பிடியைத் தளர விடாதே. எப்படியானாலும் இந்த வருஷம் சித்ரா கலியாணம் நடக்க வேணும்."

எதற்காக பானு மன்னி அந்தத் தூங்குமூஞ்சியை இப்படித் தூண்டுகிறாள்? கடினமான வேலை அல்லவா?

தூங்குகிறவனை எழுப்பலாம். ஒன்றிலையுமே சேராத இந்த நடுநிலைக்காரர்களை உந்தித் தள்ளுவது அசாத்தியமாயிற்றே. தேரைக்கூட நிலையிலிருந்து கிளப்பிவிடலாம்.

பானு மன்னியின் உள்ளம் அவனுக்கு ஒருவாறு விளங்கிற்று. பூஜைக்கெதிரில் அமரும்போது அவள் அடிமனதின் சித்தம் குருபாதரின் உபதேசம், ஆண்டாள் அம்மையின் வாக்கு என்று அகம் நிறைவை நாடிச் செல்லுகிறது. ஆனால் புறத்தே உள்ள முறை வாழ்வின் பிடி அவளை மென்னியைப் பிடித்து

திருகி இழுத்துப் போகிறது. அதிலிருந்து தன்னை விடுவித்துக் கொள்ளவும் அவள் சிரமப்படவில்லை. அப்படியொரு வசீகரிக்கும் பலம் அதற்கு. ஆமாம். அவள் அலமாரியை அழுத்தி மூடின செயலின் தாத்பரியம் இப்போது விளங்கிற்று. ஆத்ம நிறைவை எண்ணி ஏங்கும் நினைவுகளை பூஜையுடன் அப்படியே இறுத்தி சாத்தி அலமாரிக்குள் மூடிவிடுகிறாள் பானு மன்னி. அழுத்திப் புதைத்து விட்டாலும் அந்த ஏமாற்றம் சீற்றலாகவும் குத்தலான பேச்சாகவும் வெளிவருகிறது. அவனுக்குள் ஒரு ஆழ்ந்த அனுதாபம் பிறந்தது.

வெராந்தாவுக்குப் போனான். கூடத்துக் கதவோரத்தில் சேது மன்னி தனயனுடன் நின்றுகொண்டிருந்தாள். சந்துரு ஆபீசுக்குப் போகும் சமயம். பத்மேஷ் தன் அறைப் பக்கமாகப் போனதை அவர்கள் பார்க்கவில்லை. “சாந்தாவைப் பார்க்கிறாயோ?” சேது மன்னி குரல் நைஸாக வந்தது.

“அடிக்கடி.”

“ஏதாவது தகவலுண்டா ?”

“சமயம் வரும்போது உன்னிடம் சொல்லுகிறேனே!”

“நீயும் கிச்சண்ணாவுமாக ஏதோ பேசிண்டேளே - என்னவாக்கும்.”

“அதுதான் சொன்னேனே.... அவசரப்படாமே இரு.”

“இல்லை. ஏதாவது எக்கச்சக்கமாக ஆகிவிட்டால்....”

“எனக்குத் தெரியாதா? நீ ஏதுக்குக் கிடந்து இப்படி அலட்டுகிறாய்?”

“என்னதான் ஆலோசிச்சு இருக்கேள். சொல்லப்படாதா...?”

“பொறுத்துக் கொள்ளேன் கொஞ்சம்” என்று சொல்லிவிட்டு சந்துரு போய்விட்டான்.

10

சாப்பாடு முடிந்ததும் தன் வேஷத்தை மாற்றிக்கொண்டு பானு மன்னி வெளியே கிளம்பும் தோரணையைப் பார்த்ததும் பத்மேஷுக்கு சிரிப்பு வந்தது. அடுக்களை வேடத்துக்கும் அதற்கும் அப்படியொரு மாறுபாடு.

எல்லோரும் கூடத்திலிருந்தார்கள். "வருகிறாயா 'ஷாப்பிங்' போகலாம்" என்று அவள் சேது மன்னியைக் கேட்டாள்.

'உங்களுக்கு ஒருவேளை தெய்வபக்தி குறைவாக இருக்கலாம். எனக்கு அப்படியல்ல' என்று இடித்துக் காட்டும் முறையில், சேது மன்னி பதில் சொன்னாள். "எனக்கு எங்கே வரமுடியப் போகிறது? இன்னிக்கி 'சௌந்தர்யலகரி கிளாஸ்' உண்டே. தேவி துதியைப் பாடுவதை விட்டுவிட்டு இப்படியெல்லாம் சுற்ற என் மனசு கேட்குமா?"

பானு மன்னி மௌனமானாள். அறைந்து சாத்தியிருந்த பூஜை அலமாரி தானாகக் கொஞ்சம் திறந்து கொண்டதோ?

வாசற்கதவு மணியடித்தது. "வந்தாச்சா? எப்படித்தான் இப்படியொரு ஜோலி முளைத்ததோ..... பாச்சப்பாவோ...

சாந்தாவோ - ஒரே உபத்திரவம்." பானு மன்னி பொரிந்து தள்ளினாள்.

சேது மன்னி கதவைத் திறந்தவுடன் பாச்சப்பா பிரசன்னமானான். அவள் முகம் நீண்டு உறைந்திருந்தது. பாச்சப்பாவா இதையெல்லாம் லட்சியம் செய்வான்? அவன் விடுவிடுவென்று உள்ளே போய்விட்டான்.

பானு மன்னி தன் பெண்ணுடைய முகத்தைக் குறிப்புடன் திரும்பிப் பார்த்தாள். சித்ரா புரிந்துகொண்டாள்.

"எனக்கு எங்கே நேரம் அம்மா. 'பாட்டிக் ஓவியம்' கற்றுக்கொள்ளப் போக வேண்டாமா?" சித்ரா சிணுங்கினாள்.

சற்றைக்கெல்லாம் பெண்கள் யாவரும் அவரவர் அலுவல்களைக் கவனிக்கப் போய்விட்டார்கள்.

பெரியண்ணா அறையில் பெரிய சர்ச்சை நடந்து வருகிற மாதிரி தோன்றிற்று. ஏற்கனவே சாந்தா அங்கிருந்தா ளென்பது பத்மேஷுக்குத் தெரியும். இப்போது பாச்சப்பாவும் சேர்ந்துகொண்டான். கேட்க வேண்டுமா? கெடுபிடியாக ஏதேதோ நடக்கிறாற்போலத் தெரிந்தது. ராகு நமக்கென்ன என்பதைப் போல தோள்களைக் குலுக்கினான். சோபாவில் கொஞ்ச நேரம் உருண்டான். பிறகு சோம்பல் முறித்துக்கொண்டே எழுந்தான்.

"நானும் இப்படியே போயுட்டு வருகிறேன்."

"ஏது? நீயும் சங்கம், கிளாஸுன்னு கிளம்பி விட்டாயா?" என்று பரிகாசம் செய்தான் பத்மேஷ்.

"இந்த மன்னிமார் நிலைமையை நீயே கொஞ்சம் யோசித்துப் பாரு. தினம் கரப்பு அடிச்சால் அலுப்பா இருக்காதா?" என்றான் ராகு.

கரப்பு என்ற வார்த்தையைக் கேட்டதும் பத்மேஷ் உள்ளம் பதறியது. அவன் அறையின் மரத்தட்டிதான்

அந்தக் கரப்பின் இருப்பிடமென்பது பத்மேஷ் எண்ணம். அதைக் கரப்பின் கோட்டையென்று கூடச் சொல்லலாம். அப்படி ராப்பகல் அச்சுவர்களில் கரப்பு வளைய வந்தது. சின்னது, பெரியது, கறுப்பு, வெள்ளை...பொன்.... என்ற பலவகை வர்ணங்கள். நினைத்தாலே அவனுக்கு என்னென்னமோ செய்தது. உடல் சிலிர்த்தது. நாடி படபடத்தது. முதல் நாள் இரவுதானே சேது மன்னி காதில் ஒரு கரப்புப் புகுந்து கொண்டு, சுவரோரமாக இருந்த தன் கட்டிலை பத்மேஷ் அவசர அவசரமாகத் தள்ளிப் போட்டுக்கொண்டான். கரப்புக் கூட்டம் நெருங்கும் இந்த உலகத்தில் இவர்களால் இவ்வளவு நிம்மதியாக எப்படியிருக்க முடிகிறது! அவன் தேகம் வெலவெலத்தது. இதயம் குன்றியது.

ராகு மறுபடியும் சொன்னான். "அம்மாவுக்குக் கொஞ்சம் விச்ராந்தி வேண்டாமா? போகிறாள். இப்படீ ஏதேனும் பேசிண்டு இருப்பாள். சில சமயம் நமக்குத் தெரியாத விஷயமெல்லாம் கேட்டு வந்து சொல்லுவாள். போன மாசம் அம்மாவோட தோழி ஒருத்தி மதர்லாந்து போயிருந்தாள் - பெண்ணுக்குப் பிரசவம் பார்க்க. அவள்கிட்டேயிருந்து கருவி விஷயங்கள் எத்தனையோ நம்ம பானு மன்னி தெரிந்து வந்து சொன்னாள். கேட்க சந்துருவே மலைச்சுப் போய்விட்டான்னா. பார்த்துக் கொள்."

பத்மேஷ் உரக்கச் சிரித்துவிட்டான்.

என்ன சமாசாரம் என்பதுபோல ராகு அவனை ஏறிட்டுப் பார்த்தான்.

"நம்முடைய இந்த விசித்திரமான வாழ்வை நினைத்துத்தான் சிரிக்கிறேன். மேலை நாட்டு நவநாகரிகமும் நம் தொன்மை மரபுமாகச் சேருகிறபோது ரொம்ப விசித்திரமாக ஒரு சித்திரம் உண்டாகிறது. கோமாளிக் கூத்தாகக் கூடத் தோணுகிறது."

"அப்படியா சொல்லுகிறாய்? அப்படியானால் நீ இன்று சாயங்காலம் கட்டாயம் என்கூட வரவேணும். இதெல்லாம்

ஒண்ணுமே இல்லை. உனக்கு நிஜமாகவே ஒரு விந்தை உலகத்தைக் காட்டுகிறேன்.” ராகு குறும்பாக நகைத்துக் கொண்டே வெளியே போனான்.

அந்தி மயங்கும் வேளை. தேயும் ஒளியில் சேது மன்னி முகம் கம்மியிருந்தது. அவள் பூஜையருகில் கோலம் போட்டு விளக்கேற்றி வைத்தாள். ஏதோ செய்த குற்றத்திற்கு மன்னிப்பு கேட்பது போல சந்துரு, வெங்காச்சண்ணா, கிச்சண்ணாவென்று ஒவ்வொருவராக அடங்கி ஒடுங்கி வந்தார்கள். கைகால் கழுவி, விபூதி தீட்டிக்கொண்டு பூஜை எதிரில் அவர்கள் அமர்ந்த கோலத்தை பத்மேஷ் கண்கொட்டாமல் பார்த்தான். முறையென்று ஏளனம் செய்யும் ராகுகூட 'அம்மா'வுக்குப் பயந்து அவர்களுடன் சேருவதை அவன் கவனிக்காமல் இல்லை. பிறகு பொழுதோடு பலகாரம் செய்துவிட்டு அவரவர் தம்தம் வழியே கம்பி நீட்டினார்கள். குற்றமுள்ள நெஞ்சு குறுகுறுப்பதுபோல அவர்களுடைய போக்குகளில் ஒரு மருட்சி தென்பட்டது. மந்தம் விரவிக்கிடந்தது. எதனால்? பத்மேஷால் இதை நிறைபோட்டுப் பார்க்க இயலவில்லை.

“சரி. ஆச்சு. கிளம்பியாச்சு. கிச்சண்ணா கிளப்பு. சந்துரு நவயுக நகர சுத்தி சபா. வெங்காச்சண்ணா சபரி நகர் பஜன சமாஜம்” என்று விரலை அடுக்கினான் ராகு.

“நீ இருக்கிறாயே, பத்தூ.... என் கூடவா. நான் உனக்கு நிஜமான பரதபுரியைக் காட்டுகிறேன் - என்ன?”

அவர்கள் யுதாஜித் மலையைக் குறித்துக் கிளம்பினார்கள். இந்தத் தடவை ராகுவின் வண்டி மிக நேர்த்தியாக இருந்தது. அது ஒரு வெளிநாட்டுச் சரக்கு. குளிர் யந்திரம். பக்கத்தில் மெத்தென திண்டுகள், வழவழப்பான ரெக்ஸின் மெத்தையென்று, அது வெகு சொகுசாக அமைக்கப்பட்டிருந்தது. கார் பறப்பது போல் பூமியைத் தொட்டும் தொடாததுபோல நகர்ந்தது.

“உனக்கு எப்படியடா இப்படி விதவிதமாகக் கார் கிடைக்கிறது?” என்று கேட்டான் பத்மேஷ்.

“காருன்னா போதும். எனக்கு அத்தனை ஆசை. கேட்டால், பெரியண்ணா வாங்கித்தரப் போகிறாரோ? அதுதான் இப்படி... இரவல் வாங்கித் திருப்திப்பட்டுக்கிறேன். இன்னிக்கி நாம் போகப் போகிற இடம் ஒண்ணாந்தரம். வண்டியும் அதுபோல இருக்க வேண்டாமா?” ராகு அவனைப் பார்த்து பல்லைக் காட்டினான்.

கார் குன்றில் ஏற ஆரம்பித்தது. சற்று நேரம் சென்றதும் ராகு அதை சமுத்திரப் பக்கமாகத் திருப்பினான். ஒரு பிரமாண்டமான வானளாவிய கட்டிடத்திற்குப் பின்புறமாய் அது போய் நின்றது. நிலவொளியில் பத்மேஷுக்கு எதிரேயுள்ள வரிசையான பல மோட்டார் கராஜுகள் தெரிந்தன. வண்டியை இங்கே ‘பார்க்’ செய்துவிட்டு பிறகு கட்டிடத்திற்குள் நுழைந்து லிஃப்டில் ஏறிச் செல்லலாமென்று ராகு நினைக்கிறானோ? ஆனால் அதற்கு நேர் மாறாக, ராகு வரிசைக்கிரமமாகக் கட்டியிருந்த அக் கராஜுகளைத் தாண்டி கராஜின் சுவரோரமாகப் போனான்.

அப்போதுதான் பத்மேஷ் கண்ணிற்கு ‘அலி பாபா குகை’ வாயிலைப் போன்ற அந்த மரக்கதவு தென்பட்டது. அதனுடைய நகாசு வேலை அபாரமாக இருந்தது. இடையிடையே இழைத்துவிட்டிருந்த பலநிறக் கண்ணாடித் துண்டுகள் வெண்ணிலாவில் மங்கலாகப் பிரகாசித்தன. ராகு கதவின் பக்கத்திலிருந்த பட்டனை அழுத்தினான். கதவு தானாகவே திறந்து கொண்டது. கீழே இறங்கிச் செல்ல சில படிகள் தென்பட்டன. இருவரும் இறங்கிப் போனார்கள். என்ன ஆச்சரியம்! இந்திர லோகமென ஒரு அலங்கார ஃபிளாட்! சித்திரங்கள், ஓவியங்கள், கண்ணாடி வினோதங்கள், ரத்னக் கம்பளங்கள், ரசகுண்டுத் தோரண விளக்குகள் என்று பிரமிக்கும் விதத்தில் அது சிங்காரிக்கப்பட்டிருந்தது. போகிற போக்கில் அவன் பார்வையில் சில காட்சிகள் தோன்றின.

மேலை நாடு ஒன்றிலிருந்து வந்த உயர்தர பூ ஜாடி, ஒரு சுவர் முழுவதையும் நிரப்பிய மதுபானிச் சித்திரங்கள் மற்றொரு சுவரில் ஜைனக் கோவிலிலிருந்து வந்த வெள்ளிக் கதவுகள்

பதிவாயிருந்தன. அடிச்சமுத்திரத்து அபூர்வப் பாசிகள் சில பளபளக்கும் தாம்பாளங்களில் கொலுவிருந்தன. தெற்குக் காண்டத்தின் சில தொன்மை உருவங்கள். ஆதித்திய நாட்டின் ஆடும் தெய்வத்தின் உருக்கி வார்த்த பதுமை.

“மேலே பார்” என்று ராகு விரலைச் சுட்டிக் காட்டினான். பத்மேஷ் அண்ணாந்து பார்த்தான். அப்படியா அது? உத்தரத் தண்டுகள் மோட்டார் கராஜுகள் அளவில், வரிசை வரிசையாய் அமைந்திருந்தன. அது, அவர்கள் தாண்டி வந்த அக் கராஜுகளுக்குக் கீழே கட்டியுள்ள ஒரு ஃபிளாட். நிஜமான குகைதான். “இதோ பார். அரபிக் கடல்” என்று சொல்லி, ராகு அவனை அந்தப் பெரும் அறைக்கு அப்பால் அழைத்துப் போனான். அதை ஒரு வெராந்தாவென்றும் சொல்லலாம். இல்லை, மொட்டை மாடியென்றும் கூறலாம். திறந்த வெளி, புல்லாந்தரை. ஓரத்தில் இரும்புச் சட்டம். பத்மேஷ், அதன் மேல் சாய்ந்தபடி வெளியே எட்டிப் பார்த்தான். என்ன விந்தை! அந்த வீடு யுதாஜித்மலை நுனியில் ஒட்டிக்கொண்டு, கீழே விழுந்து விடுமோவென்று பயப்படும் விதத்தில் கடல்மேல் தொங்கிற்று. மலையின் சரிவு - பாறை - பிற்பாடு கிடுகிடு பாதாளம். எதிர்ச்சாரியில் அவர்கள் காரில் வந்த வழி - வளைந்தோடும் ராமர் ‘அங்குலீக்’ சாலை. சாலையின் ஆயிரக்கணக்கான மின்விளக்குகள் வைரங்கள் கோத்த ஹாரம் போல ஒளித்திரளாய் முளைத்திருந்தன. “இந்த ஃபிளாட்டின் சொந்தக்காரன் குபேரனோ?” என்று ராகுவைக் காதோடு கேட்டான் பத்மேஷ்.

அப்போது ஒரு யுவன் அவர்களோடு வந்து சேர்ந்து கொண்டான். “இவன்தான் என்னோடு காலேஜிலே படிக்கிற தனுர்வேதி. தனுவோடு அண்ணா மதர்லாந்து போயிருக்கார். ஃபிளாட்டைக் காக்க இவனை இங்கே விட்டிருக்கார்.”

நல்ல வேலை. கசக்குமா? அண்ணன் இல்லாத வேளையில் இவன், தன் சகாக்களைக் கூட்டிக்கொண்டு இங்கே கும்மாளம் அடிக்கிறான். அப்படித்தானே?

அவர்கள் அறைக்குள் திரும்பி வரும்போது அது நிறைந்துவிட்டது. இவர்கள் ஏன் இப்படி உடுத்திக் கொள்கிறார்கள்? அலுப்பு மீறி, கிரமமாக உடுப்பதையும் வாழ்வதையும் வெறுத்து மேல் நாட்டார் இப்போது விசித்திர ஆடைகளை உடுக்கத் தலைப்பட்டிருக்கிறார்கள். நம் தேசத்திலோ எப்போதுமே எது வேண்டுமானாலும் அணிந்துகொள்ளலாம். ஆதித்திய நாட்டு நேதா முழத் துண்டுடன்தானே வளைய வந்தார்? பார்க்கப் போனால் இந்தச் சிங்காரமற்ற தோற்றம், நடையிலும் நிலையிலும் தொங்கும் தளர்ச்சியைக் காட்டுகிறது. அகச் சோர்வைக் கண்ணாடி போல விளக்கி விடுகிறது. மோதியடிக்கும் நிறங்கள், தாறுமாறாகக் கத்திரித்துவிட்ட அங்கிகள், நீண்ட சடைகள். விரஸமாக அல்லவா தோன்றுகிறது!

கலகலவென்று டம்ளர்களும், பேச்சுகளும் சேர்ந்து ஒலித்தன. சிகரெட்டுப் புகை அறையைச் சூழ்ந்தது. பத்மேஷ் கூட்டத்திற்கு நடுவில் நுழைந்து சுற்றிச் சுற்றி வந்தான். தட்டுத் தட்டாக பண்டங்கள் வளைய வந்தன.

இதென்ன பச்சை மாமிசம் போல இருக்கிறது! அருகில் போனான். ஆமாம். நாசூக்காக அறுத்துக் குவியல் குவியலாகத் தட்டுகளை அலங்கரித்த செந்நிறப் பண்டம் பச்சை இறைச்சிதான்! அவரவர்கள் அதற்கு வேண்டிய சேர்க்கை ரகங்களைக் கலந்துகொண்டு ருசித்துப் புசித்தார்கள். இதைப்போல் அவன் மதர்லாந்தில் எத்தனையோ வினோதங்கள் பார்த்திருக்கிறான்.

“சிவ சிவ... இதுதானா நம்முடைய நவீன முறை வாழ்வு?” பத்மேஷ் தன்னையும் அறியாமல் உரக்கக் கேட்டு விட்டான்.

“மாய உலகத்தில் வாழ்கிறோம்” என்றது பதிலுக்கு ஒரு பரிகாசக் குரல். தான் பகிரங்கமாகப் பேசிவிட்டதை பத்மேஷ் அப்போதுதான் உணர்ந்தான். நாணத்துடன் வந்த இளைஞனைப் பார்த்தான். அவனுடன் மற்றும் இருவர் இருந்தார்கள்.

அவர்களில் ஒருவன் சொன்னான். “ஏன் வெட்கப்படுகிறாய்?

நீ நிஜத்தைத்தானே சொன்னாய்? நம்முடைய சமூகத்தை அடியோடு உருவாக்க வேணும். இது ரொம்ப அவசியம். ஆனால் அப்படிச் சொன்ன அளவிலே நம் மனசிலேயுள்ள குறுகுறுப்பு அடங்கி விடுகிறது! மேலே அதை நிஜமாகவே நடத்தி வைக்க யாருமே கவலைப்படுகிறதில்லை."

மற்றொருவன் -"அதுதானே நம் பாணி? சொல்கிறது ஒண்ணு செய்கிறது வேறு."

"ஆமாம். அப்படி ஏதாவது ஒண்ணு, கொஞ்சம் நெஞ்சை சங்கடம் பண்ணினால், கசப்பு மாத்திரையைச் சக்கரைப் பாகிலே தோய்த்து தின்பதுபோல், சில காரியங்களை நடத்துகிறாப்போலே காட்டிவிட்டு அப்பால் போனால் போச்சு."

பத்மேஷுக்கு உற்சாகம் பிறந்தது. தேவலையே. பேச்சென்றால் காரணார்த்தமாக இப்படி அல்லவா இருக்க வேண்டும்?

முதலில் பேசியவன் சொன்னான். "நேராய்ச் சொல்லேன். இந்த மாதிரி இருப்பவர்களைத்தான் இருதலைக் கொள்ளிகள் என்று சொல்லணும். இவர்கள் எப்படித் தெரியுமா? சொந்தப் பையிலே நிதி வந்து விழும்போது அதைத் தகுதி என்று ஏற்றுக்கொள்வார்கள். மாற்றான் அதைப் போலவே ஏதாவது வாங்கினால் அதுக்குப் பெயர் கைக்கூலி. கெட்ட பழக்கங்களை அவர்கள் வளர்த்தால் அது ஏதோ சின்ன பலஹீனங்கள். பிறர் அப்படிச் செய்தால் மகா பாவம். இப்படி அடுக்கிக்கொண்டே போகலாம்."

"சுருக்கமாய்ச் சொல்லேன். வீட்டிலே நாம் விபூதி பூசிக்கொண்டு ஜபம் பண்ணுவோம். ஆனால் மேடை மேலே போகிறபோது அதே தெய்வங்களை நிந்திப்போம்."

"ஆமாம். யுகயுகாந்திரமாய், புத்தர், மீரா, நேதா என்று நாம் தெய்வமாகக் கொண்டாடி வருகிறோமே, அவாளுடைய வார்த்தைகளை எப்படி நிராகரித்து அலட்சியம் செய்கிறோம் பார்த்தாயா?"

“அதனாலேதானே சமூகத்திலே இப்படியொரு மோதல்? நம் பிரதாபங்களை நடைமுறைக்குக் கொண்டுவர முடியாததினாலேதானே இத்தனை தவிப்பு?” அந்த யுவன் பத்மேஷைப் பார்த்தான்.

அவன் நறுக்கென்று பதில் சொன்னான். “நீங்கள் சொல்லுகிற சீர்திருத்தம் நிஜமாகவே அமைய வேண்டுமென்று உண்டானால், நம்மைப் போலுள்ளவர்கள் தம் தற்போதைய உறுதியான சுகநிலையைத் தியாகம் செய்யத் தயாராக இருக்க வேணும். முன்னேற்றம் என்று புறப்பட்டால் எத்தனையோ சுகங்களை இழக்க நேரும். அதற்கு நாம் ஆயத்தமாய் இருக்கிறோமா?”

சட்டென்று தான் தனிமையிலிருப்பதை பத்மேஷ் உணர்ந்தான். ஓகோ! அவன் உண்மைகளை விளக்க ஆரம்பித்ததும்... அப்போது இவர்களும் விலக்கில்லை. எல்லோரையும் போல பேச ஆசைப்படுகிறவர்கள்தாம். துணிந்தவர்கள் இல்லை. இளைஞரென்றால் தயக்கத்தை உதறி எறியும் துணிவும்..... இளைக்காத வீரியமும் வேண்டாமோ? உலகத்தில் எல்லோருமே வீரர் ஆக முடியாது.

இருந்தாலும் - நம் நாட்டில் பயந்தவர்கள் அதிகம்.

அவன் ராகுவைத் தேடினான். அந்த அறையின் கீழ் மற்றுமொரு தளமிருப்பதை அறிந்து படி இறங்கி அங்கே போனான். சில வாலிபர்கள் கூட்டமாக நின்றுகொண்டிருந்தார்கள். என்ன வேடிக்கையென்று பார்க்க அவனும் கூட்டத்திற்குள் புகுந்துகொண்டான்.

கீழ்த் தளத்திலும் புல் தரை வெராந்தாவொன்று இருந்தது. சிறிய சிங்காரத் தோட்டம். நடுவே செயற்கைப் பாறையால் செய்த ஒரு குகை. அதற்குள் படுத்திருந்த மலைப்பாம்பைக் கண்டதும் பத்மேஷ் பின்வாங்கினான். ஐயோ!

பக்கத்திலிருந்த இளைஞன் ஒருவன் பலமாக நகைத்தான். பிறகு “காது கேட்கிறதா” என்று கேட்டபடி அவன் பக்கம் திரும்பினான்.

அவன் ஒன்றுமே புரியாமல் விழித்தான். "பாப் சங்கீதம் கேட்கவில்லை?"

பத்மேஷ் சற்று நேரம் கூர்ந்து கேட்டான். பிறகு ஆமென்பது போல தலையை அசைத்தான்.

அந்த யுவன் விழுந்து விழுந்து சிரித்தான். "இந்தப் பாம்பின் வயிற்றுக்குள்ளே ஒரு சின்ன டிரான்ஸிஸ்டர் இருக்கு. அங்கேயிருந்துதான் இந்தச் சங்கீதம் வருகிறது." அவன் திரும்பவும் இடி இடியென்று சிரித்தான்.

சிறுபிள்ளைத்தனத்துக்கும் ஒரு வரம்பு கிடையாதாவென்ன என்று எண்ணிக்கொண்டே, அவன் முன்னுக்குப் போனான். மற்றுமொரு அறை.

"வா, வா, உட்காரு" என்று நாலைந்து பேராக அவனைப் பிடித்துத் தரையில் பரப்பியிருந்த மெத்தை மேல் இறுத்தினார்கள். "இந்தா" என்று ஒருவன் அவன் கையில் ஒரு டம்ளரைத் திணித்தான்.

"சாப்பிடு. மதுரசம்" என்றான் மற்றொருவன். பத்மேஷ் விழித்தான்.

"மதுகா மரம் தெரியாதா? மௌவாப்பூ. நல்ல சாறு. ஆசை தீரக் குடித்துவிட்டு, இன்பமாக இருப்போம், வா."

"உட்காரு அண்ணே. பாபா கதை சொல்லுகிறான். கேட்போம்" என்றது ஒரு குரல்.

பாபா! அவன் ஏதோ வேடிக்கையாக மனதிற்குள் அந்த ஃபிளாட்டுக்கு 'அலிபாபா குகை' யென்று பெயர் வைத்தான். நிஜமாகவே இங்கேயொரு பாபா இருக்கிறானா?

"ஊம், சொல்லு" என்று தூண்டின பல குரல்கள். அவன் அங்குள்ள முகங்களை ஏறிட்டுப் பார்த்தான். சிவந்த கண்கள், கலைந்த கேசம், சிறு நகைப்பு. ஆனால் ஒருவரும் வரம்பை மிஞ்சி விடவில்லையென்று தெரிந்தது. அவன் அந்த பாபாவைப்

பார்த்தான். தாடியுண்டு. முகம் வழித்து நாளாகியிருந்தது. ஆனால் மற்றவர்களைக் காட்டிலும் கொஞ்சம் – அதிகமில்லை – கொஞ்சம் வயது முதிர்ந்தவன்.

“பாபா ஒரு எழுத்தாளன். கவியுங்கூட. அவனுக்கு சாயங்கால வேளையிலே மதுரசம்தான் ஆகாரம்” என்றான் ஒரு யுவன்.

“பாட்டிலே சிவத் தனி நாதம். அது போல இந்தத் தித்திப்புச் சாற்றிலே சிவமது இருக்கு” என்றான் பாபா.

“சொல்லு... மேலே சொல்லு.”

“என்னத்தைச் சொல்ல?”

“எது வேணுமானாலும். நாங்களெல்லாம் உன்னைப் போல எழுத ஆசைப்படுகிறோம். அதையெப்படிச் செய்யலாமென்று சொல்லேன்.”

“இதோ பாரு பழச்சாறு. சத்து. இதுபோல்தான் எழுத்தும், சத்தாக இருக்கணும். இப்போது இளைஞர் எழுதும் இலக்கியத்திலே இருக்கிற சத்தெல்லாம் அவர்களைப் பற்றியேதான். ஆழ்ந்த சாராம்சமே எதிலுமில்லை. இதனாலே தான் எழுத்திலே ஒரு வறண்ட தோற்றமிருக்கு. ரசத்தைப் பிழிந்த சக்கையைப் போல அவர்களும் கத்தை கத்தையா எழுதித் தள்ளுகிறார்கள். பாலுணர்வு, தனிமை, சிறுமை என்று திரும்பத் திரும்பச் சொல்லுகிறார்கள். ஆனாலும் அதிலே வாழ்வின் அடிப்படை நோக்கத்தைப் பற்றி ஒரு குறிப்பையும் காணவில்லை.”

சற்றுமுன், உண்மையை ரசிக்காது சிலர் அவனிடமிருந்து விலகிச்சென்றது பத்மேஷுக்கு ஞாபகம் வந்தது. பாபா சொன்னதை இவர்கள் எப்படி ஏற்கிறார்கள் என்று அறிய சுற்றுமுற்றும் பார்த்தான். அந்த யுவர்கள் பாபாவைக் கவனித்ததாகவே தெரியவில்லை. கருவியை முடுக்கி ஆகிவிட்டது. அவன் பாட்டுக்குப் பேசிக்கொண்டிருக்கட்டும் என்று நினைத்தார்கள் போலும். அதற்கப்புறம் அவர்கள் அவன் பக்கமே திரும்பிப் பார்க்கவில்லை.

பெண்களுடன் குலாவுவதுபோல் அந்த ஆண்மக்கள் ஒருவர் மேல் ஒருவர் கையைப் போட்டுக்கொண்டோ முகத்தோடு முகத்தை உராய்ந்து கொண்டோ, ரகசியங்கள் பேசுவதும், தொட்டு மகிழ்வதுமாக இருந்தார்கள். ஒரு ஓரத்தில் அவன் ராகுவைக் கண்டான். தன் பக்கத்திலிருந்த மற்றொரு வாலிபன் வாயில் ராகு ஏதோ ஊட்டிக்கொண்டிருந்தான்.

அவர்கள் இவனைக் கவனிக்காதது போலவே இவனும் அவர்களைப் பார்க்காமல் திரும்பிக்கொண்டான். இவர்களை எதற்காகக் கவனிக்க வேண்டும்? பத்மேஷ் மதுரசத்தை உறிஞ்சிய வண்ணம் பாபா பக்கம் பார்த்துத் திரும்பினான். "நீ சொல்லுகிற குறிப்புகள்... சிறுகதைகளை ஒட்டியதா?" என்று கேட்டுவைத்தான்.

"சிறுகதை அம்சம் பரவாயில்லை. சுமாராய்ப் போகிறது. ஏன் என்றால் ஒரு குறித்த சம்பவத்தை வைத்துக்கொண்டு அதைத் துரிதமாக, சாதுர்யமாக எழுதிவிடலாம். வாழ்க்கையின் முக்கியமான தாத்பரியமென்னவென்று ஆராயாமலே அதை எழுதி முடித்துவிடலாம். அதிலே மனிதன் உள்ளத்தைக் கலக்கும் வாழ்க்கைப்போர், பிரபஞ்சத்திலே அவனோடு நிலை, அவன் விதி, இவற்றை ஒட்டிய பிரச்சனைகள் தேவையில்லை. ஆனால் ஒரு நாடகத்தையோ, நாவலையோ அப்படி எழுதி உருவாக்க முடியாது. தேசத்தோட சொந்தக் குறிக்கோளையோ, நியமங்களையோ வெளியிடாத நாவல் உபயோகமில்லை."

"அப்படியென்றால் இப்போது நம் நாட்டிலே வளையவரும் இந்த வேற்றுமை வேற்றுமை என்கிற பாவமெல்லாம் வீணா?" என்று கேட்டான் பத்மேஷ்.

"இந்தப் பாணியே மேற்கத்திய வாழ்வைச் சேர்ந்தது. அவர்கள்தான் தெய்வத்துக்கே ஏதோ குற்றம் செய்த மாதிரி மருண்டு தம்மைத் தாமே வதைத்துக்கொள்ள இப்படி ஒரு வழி தேடியிருக்கிறார்கள். தெய்வத்தைவிட்டு தனியாக ஒதுங்கும் நிலைதான் இந்த வேற்றுமை என்று சொல்லவேணும். நம்முடைய மரபோ, அகத்திலே சிவமிருக்கிறதென்று ஓதுகிற தன்மை

கொண்டது. அந்த சிவம், பாவமோ புண்ணியமோ அறியாத தூய நிலையைச் சேர்ந்தது. பார்த்தாயா? நம் பண்போட ரீதி தனின்னு தெரிஞ்சுதா?"

பத்மேஷ் தலையை ஆட்டினான். அவனுக்கு மிகப் பிரீதியான கட்டம் வந்துவிட்டது.

"இந்த அடிமனத்துச் சிவத்தைத் தொடவேணுமானால் நாம் நம் இலக்கியத்தைப் பண்டை நாகரிகத்தின் அடிப்படை யிலே உருவாக்கவேணும். உத்தி புது முறையாக அமைந்தால் வசீகரமாக இருக்கும். ஆனால் படைப்பு காண பரம்பரைக் கதைகளை ஒட்டி முளைக்க வேணும். மக்கள் உள்ளத்தை அது வழியாகத்தான் கவர முடியும். அப்படிச் செய்தால்தான் நம் எழுத்து வளம் பெறும்" என்று பத்மேஷ் சொன்னான்.

பாபா பதில் சொல்லவில்லை. அவன் ஒரு பக்கமாகத் திண்டில் சாய்ந்துவிட்டான். மதுரசத்தின் வேகம் தலைக்கு ஏறிவிட்டதோ? என்னவானாலும் அவன் முகம் மாத்திரம் பொலிவுடன் பிரகாசித்தது. பத்மேஷ் யோசித்தான். அறிவுள்ளவர்கள் ஏன் இப்படிக் குடிக்கிறார்கள்? தன்னை மறக்கவா? கள் வெறி ஏறிய அவன் முகத்தைக் கூர்ந்து பார்த்தான். பாபா ஏதோ பேரன்பில் ஒன்றிப் பெருஞ் சிவயோகத்திலிருப்பதுபோல் தோன்றினான். அவனிடமிருந்து அப்படியொரு சோதி வெளிக் கிளம்பிக் கொண்டிருந்தது. தனிமையின் தனிப் பிடியிலிருந்து கொண்டே..... ஏதோ எல்லாம் சிவனின் திருக்களி என்பது போல... ஆமாம். மனிதன் தீவிரமான ஒரு உச்சஸ்தாயியில் நிலைத்திருக்க விரும்பும் சமயம் மதுரசம் உண்ணுகிறான். போதம் கொள்ளும்போதுதான் அந்த அபூர்வ கிட்ட முடியாத அனுபவம் அவனை வந்து அடைகிறது.

அவ்வறையை விட்டு வெளியே வந்த பிறகு, கொஞ்ச நேரத்திற்கு அவனுக்கு சுய நினைவே இல்லை. தலை சுற்றியது. பார்வை இருண்டது. மறுபடி பிரக்ஞை வந்ததும் அவன் கண்டது எதிர் சுவரில் பாவியிருந்த அந்தக் கோலாகலமான ஓவிய விளக்கம்.

"என்ன விழிக்கிறாய்? புரியவில்லையா? தேவியின் ஆத்மரூபம் தெரியவில்லை? இப்படி வா. எடுத்துச் சொல்லுகிறேன். தந்திர ஓவியம் புரிவது கஷ்டம்" என்றான் ஒரு வாலிபன். அவன்தான் அதை வரைந்த ஓவியனாக இருக்க வேண்டுமென்று பத்மேஷ் ஊகித்தான்.

ஓவியம் என்னமோ அவன் ஆசைப்பட்டபடி பழைய தந்திர சாத்திர முறையில் அமைந்திருந்தது. ஆனாலும் அதில் ஆர்வமோ, ஆழமோ, உயிரோ தென்படவில்லை. இதை ஒரு யந்திரங்கூடச் செய்திருக்கலாம். மந்தமான படைப்பு. வறட்டு நிறக் குழம்பு. சிற்சில இடங்களில் சூத்திரத்தின் போதனையை வெளிப்படுத்த முயல்வது போல தோன்றிற்று. ஆனால் தெளிவாக ஒன்றுமே புலப்படவில்லை. ஓவியனின் விளக்கம் அல்லாது அவனால் அதை இன்னதென்று புரிந்துகொண்டிருக்க இயலாது. இது நம் நவீன உலகத்தில், மனிதன் சமைத்த இன்னுமொரு முகத் தோற்றம். மக்கள் உதவியைக் கொண்டுதானே நாகரிகம் பிறக்கிறது?

மேலே யோசிக்குமுன் ஒரு இளைஞன் அவனுடைய முழங்கையைப் பற்றி இழுத்தான்.

"இதோ - புதிய அனுபவம். இப்படி வா. இந்த அறையில் 'தேஜஸ்' கிடைக்கும்" என்று அவனை அழைத்தான். ஒரே புகை மூட்டம். தரையிலுள்ள மெத்தைமீது பல யுவர்கள் மெய்மறந்து புரண்டு படுத்திருந்தார்கள். பத்மேஷுக்கு இதொன்றும் புதிதல்ல. மேலை நாட்டில் அவன் பார்க்காத மயக்கலாகரிகளுண்டா? இப்படி சொப்பனவுலகில் மிதப்பது போன்ற ஸ்திதிகளை எவ்வளவோ பார்த்திருக்கிறான். ஆச்சரியமென்ன? அப்படி நினைவிழந்து இருக்கவேண்டுமென்றுதானே அவற்றைச் சாப்பிடுகிறார்கள்? அவன் கூட வந்தவன் சொன்னான். "நான் ஒரு கவிஞன். இதைச் சாப்பிடும் போதுதான் எனக்கு அகவெளிச்சமுண்டாகிறது. அகந்தை குறைகிறது. படைப்புத் தன்மை வளருகிறது."

"மறைபொருள் எல்லாமுமே தெரியுமே" என்றது கீழே புரளும் ஒரு உருவம்.

“தத்துவமஸி” என்றது வேறு ஒரு குரல்.

“ஆ... எல்லாம் சக்தி இயல்பல்லவா? தாயே, உன்னைக் கட்டித் தழுவும்போது...” தலைவிரி கோலத்தில் சுவரோடு சாய்ந்தான் ஒரு வாலிபன்.

“மூடர்கள்தான் சுகத்தைத் துச்சமாக எண்ணுவார்.”

“எதெல்லாம் இன்பம் தருகிறதோ அதெல்லாம் தாயின் அருள்...” நாக்குழறச் சொன்னான் ஒருவன்.

கடைசியாக அவன் சென்ற அறையில் ஆண்களும் பெண்களும் கும்பலாக சரச சல்லாபம் செய்துகொண்டிருந்தார்கள்.

சேர்ந்து உணர்ந்து ரசிப்பதில் ஒரு அலாதித் திருப்தி.

“குடிக்க மதுவிருக்க... சாறு இருக்க... தேனிருக்க... கூடவே பழமிருக்க...” இடி இடியென்ற சிரிப்பின் ஒலி காதில் விழ கனவில் நடப்பது போல அவன் நடந்து போனான். இதென்ன? அவன் எப்படி மறுபடியும் இந்தப் படிகளின் பக்கம் வந்தான்? எல்லாமே கனவோ என ஐயுறும் வண்ணம் அவன் படிகளைக் கடந்து மேலே வந்தான்.

11

ஆ... மறுபடியும் திறந்த வெளி. உப்புநீர் கோத்த தென்றல் அவனை மிருதுவாகத் தழுவி நகைத்தது. சலனமற்ற அந்தக் காற்று வெளியில் கூட மக்கள் மனதில் குமையும் சோர்வு அவனுக்குப் புலனாயிற்று.

"நடக்கலாமா? காற்று சுகமாக இருக்கிறதே?" ராகுவின் குரலைக் கேட்டு அவன் திடுக்கிட்டான்.

"நீயும் வந்துவிட்டாயா?"

"ஆமாம். என்னவோ! ஒன்றுமே வேண்டியிருக்கலை."

அவன் அலுப்புடன் சொன்னான். "நடக்கலாமா? கார் இல்லை."

பத்மேஷ் புரிந்துகொண்டான். அவன் கார் மறைந்து விட்டது.

"நம்மூரிலே முக்கால்வாசிக் காரியம் மாட்டுவண்டி வேகத்திலே போகும். கார் வேண்டிய அவசியமே இல்லை. உயரே மாத்திரம் 'ஜெட் பிளேன்' பறக்கும். அது கூட கீழே விழுந்தால் விழுந்ததுதான்." என்றான் ராகு பரிகாச தொனியில்.

“என்னைக் கேட்டால் அந்த மாட்டு வண்டியிலே கூட காளையைப் பின்னுக்குப் பூட்டி விடலாம்” என்று பதில் சொன்னான் அவன்.

“சரியாகச் சொன்னாய். நாமெல்லாம் பின்னுக்குப் போகிற விதத்தை அப்படித்தான் விளக்க வேணும்.”

அந்தச் சமயத்தில் பத்மேஷ் காலில் ஏதோ தட்டுப்பட்டது. நடைபாதையில் ஜனங்கள் குறுக்கே கிடந்தார்கள்.

“பஞ்சம்... இந்தப் பிரதேசத்திலே எல்லாம் பஞ்சம்” என்றான் ராகு குரலைத் தாழ்த்தியபடி.

“அப்படியானால் இவர்களெல்லாம்...”

“பிச்சைக்காரர்கள் என்று சொல்ல முடியாது. எல்லாம்தான்...”

திரும்பவும் ஏதோ ஒன்றின் மேல் இடறி விழப் போனான், அவன். ஒரு செத்த நாய். அதை மற்றொன்று முகர்ந்து பார்த்துக் கொண்டிருந்தது. பிறகு பல்லை வைத்துக் கடிக்கப்போவது போல வாயை அகலத் திறந்தது.

அந்தக் கணத்தில் இருள் மையத்திலிருந்து ஒரு ஆள் குதித்து வந்து நாயை உதைத்துத் தள்ளினான். பிறகு செத்த மிருகத்தைத் தூக்கித் தோள் மேல் போட்டுக்கொண்டு விரைவில் ஓடிவிட்டான். எலும்பும் தோலுமான தேகம். கன்னங்கள் குழிந்திருந்தன. பல நாட்கள் பட்டினியிருந்த ஒரு வாடல். சவமெனத் தென்பட்ட அந்த உருவம் உயிர் கொண்டெழுந்து வந்து மற்றொரு சவத்தைத் தூக்கி ஓடியது. அந்தக் காட்சி அவன் உடலை உலுக்கி எடுத்தது.

“பாவம், வயிறு காய்கிறது. கறி சமைத்துச் சாப்பிடுவான். ஒரு குடும்பத்தோடு பசி ஆறும்” என்றான் ராகு.

பத்மேஷ் பதில் பேசாமல் மௌனமாக நடந்தான். இந்த மாந்தம் பிடித்த தேசத்திலே முன்னமே ஒரு அசதியுண்டு. இப்போது அந்தரங்கக் குற்றமும் குறுகுறுப்பும் இப்படி சிரங்குகளாக

வெடித்து வெளியே பிதுங்கி நிற்கின்றன.

மழை பெய்வதற்கு முன் தோன்றும் புழுக்கம் போல சமூகத்தில் ஒரு ரகசிய இறுக்கம். முறுக்கல். அது வெடித்து சூறைக் காற்று அடிக்குமோ? அல்லது இடியும் மின்னலுமாகக் கிளம்புமோ? நாட்டில் இப்படியென்றால் வீட்டிலோ? ஊரினிலே புயற்காற்று அடித்தால் அதை சுதந்திர எழுச்சி எனலாம். வீட்டிலே கிணற்றோரத்தே பூசலென்றால் அது குடியைக் கெடுத்து விடாதோ?

அவனுடைய பிரச்னைக்குப் பதில் சொல்லுவது போல ராகு பேசினான்.

“ஏதோ என்னிக்கி என்ன ஆகிறதோ என்றுதான் நாங்களெல்லாம் இப்படி வாழ்வைக் கழிக்கிறோம்.”

பிறகு எதையோ நினைத்துக்கொண்டதைப் போல சிரித்தான். “உலகமே மயக்க மாயையாலேதானே நடக்கிறது? எல்லோருமே எல்லாத்தையும் மறக்கத்தானே வழிதேடுகிறோம்? ஒவ்வொருத்தனுக்கும் ஒவ்வொரு ஆதாரம். எனக்கு மதுரசம்... இல்லேன்னா - இல்லையா... அது இது எவ்வளவோ. வெங்காச்சண்ணாவுக்கு ஸ்டாடிஸ்டிக்ஸ்.... அல்லது கிராஸ்வேர்டு. கிச்சண்ணாவுக்கு கிளப்பு அல்லது சாய்மான நாற்காலி. சந்துருவுக்கு யுவர் சங்கம். எப்படியாவது மறக்க வேணும். பெரியண்ணா மாத்திரம் யதார்த்தமான வாழ்வைப் பார்த்துக்கொண்டு எப்படித்தான் இருக்காரோ?”

அவன் சொல்லாதது யாவும் பத்மேஷுக்கு விளங்கி விட்டது. அந்தக் குடும்பத்தை கிலி, பேய் பிடிப்பதுபோல, பிடித்துக்கொண்டு விட்டது.

இந்தச் சூழ்நிலையில் எப்படி வாழ்ந்தால் வாழ்வில் தோல்வியுறாமல் இருக்கலாமென்ற அவனுடைய பிரச்சனைக்கு எங்கே பதில் கிடைக்கப் போகிறது? அப்போது தேசம் வந்தும் தேடியது கிடைக்காதா? எங்கேயெல்லாமோ சுற்றியாகிவிட்டது. என்னென்னவோ கற்றாய் விட்டது. ருசியும் பார்த்தாய்

விட்டது. இன்ப லாகிரிகளை உண்ணும்போது ஏதோ ஒன்று உள்ளத்தில் தெறித்தோடுவது போலத் தோன்றும். அதைத் தேடிப் பிடிப்பதற்குள் மறைந்துவிடும். இப்படி யந்திர வாழ்வில் தன்னை இழக்க விருப்பமில்லாமல்தானே ஊருக்கு வந்தான்? இங்கேயும் அபாயம் அவனை வெருட்டுகிறதா?

நிஜத்தை ஒப்புக்கொள்வது மேல். அவன் மனம் ஆறுதலையும் ஆதாரத்தையும் நாடுகிறது. அது கிடைத்தால் அகத்திலுள்ள சிவம் உவப்புகொள்ளும். அப்புறம் காரிய சித்தி அடைய ஒரு குறிக்கோள் தேவை.

மனதை ஊடுருவிப் பார்க்கும் போதெல்லாம் அவனுக்கு அவள் நினைவு வந்தது. எப்படியோ கால்கள் ஜானாவைத் தேடி அவனை சமுத்திரக் கரைப்பக்கம் கொண்டு போய்ச் சேர்த்தன. கூடிப் பேசுவார்கள். பொதுவாக மேற்கத்திய சித்தாந்தங்கள். அவற்றை நம் வேதாந்தத்துடன் பிணைக்கக் கூடுமாவென்ற பிரச்சனைகள்.

"அப்படிச் செய்ய ஆசைப்பட்டுத்தான் இப்படிக் குழப்பமாக ஆகிவிட்டது" என்றான் பத்மேஷ்.

"இருபதாவது நூற்றாண்டிலே வாழவேணுமானால் யந்திர சௌகரியமில்லாமே நடக்காது."

"வண்டியிலே ஒரு மாடும் ஒரு குதிரையுமாகக் கட்டினால்? அது இப்படித்தான் போகும்."

"சேர்த்து ஓட்டக் கற்றுக்கொள்ள வேணும்."

"உன்னாலே எப்படி இந்த வாழ்வை இப்படியே ஒத்துக் கொள்ள முடிகிறது? எனக்கென்னமோ எரிமலை மேலே உட்கார்ந்திருக்கிறாப்போலே உள்ளூர ஒரு நடுக்கமுண்டாகிறதே."

"எல்லாம் நம் மனதோடு நினைப்பிலேதானே இருக்கு. உன்னைப் பொறுத்தவரையிலே நீ எங்களை எல்லாம் ரொம்ப தத்தளிக்கிறாப்போலே நினைக்கிறாய். உன் கண்ணுக்கும் அது

அப்படியே தெரிகிறது."

"பின்னே? நிஜம் அப்படி இல்லையா?"

"நிஜம் என்பது ஒரு இடத்திலே நிற்காது. அப்படி நினைத்துக்கொண்டு நீ அதைத் தாவிப் பிடிக்கப் பார்க்கிறாய். அதற்குப் பதிலாய் அசையாமே அதிராமே குறிபார்த்து நம் காரியமுண்டு நாமுண்டு என்று போனால் எத்தனையோ தெளிவுண்டாகும்."

"என்ன?" பத்மேஷ் அவளை விழுங்கிவிடும் கண்களுடன் பார்த்தான். சற்று நேரத்திற்கு அங்கே மௌனம் நிலவியது.

"அப்போ... நீ சொல்லுகிறது என்னவென்றால்."

"பேசாமே வாழ்வின் குறிக்கோளை உத்தேசித்து எல்லோரும் போனால்தானே சங்கதிகள் இசைவாக மாறும்."

அவன் அகத்தில் இழுத்துக் கட்டினாற்போல இருந்த அந்தப் பிடித்தம் படீரென்று அறுந்துகொண்டது.

"நீ சொல்லுகிறது சரி. நான் வாழ்வில் ஒரு குறிக்கோள் வேண்டுமென்று அதைத் தேடித்தான் இவ்வளவு தூரம் வந்தேன்" என்று சொல்லி அவன் அவளை அர்த்த புஷ்டியுடன் பார்த்தான். ஜாக்கிரதையென்று அவன் மனம் அவனை எச்சரித்தது.

ஜானாதான் பேசினாள். "நாளை சாயங்காலம் எங்காத்துக்கு வாயேன்." அந்த அழைப்பில் விரவி நின்ற வாக்குறுதி அவனைக் கிளுகிளுக்கச் செய்தது. கருமேகத்திற்கிடையே ஒரு சிறிதளவு வெளிச்சம் தென்பட்டது.

இனிமேலாவது மனதின் சோர்வு நீங்க வேண்டும். செயலற்ற நிலைமை நீங்கி இயக்கம் தொடங்கும் கட்டம் கண்ணில் படுகிறது. ஜானா சொல்லுவது போல மனப்போக்கை மாற்றி அமைத்துவிட்டால் எல்லாமே சுலபமாகிவிடும்.

தன்னைப்பற்றி சிந்திப்பதை ஒழிக்க வேண்டும். அப்படி நினைத்ததும் அவனுக்குள் ஜீவதாதார சுருதி ஒன்று எழும்பிற்று.

ஜானாவின் பெற்றோர்கள் இருந்த இடம் யுதாஜித் மலைமேலுள்ள ஒரு வீடு. அழகான சிறியதொரு பூந்தோட்டம். அதையும் அந்த வீட்டின் அமைப்பையும் கண்டதும் பத்மேஷ் ஜட்ஜின் பொருளாதார நிலைமையை ஒருவாறு ஊகித்தான். ஒரு கணத்திற்கு அவன் இதயம் சுருங்கிற்று. இவ்விதமான செல்வத்தில் வளர்ந்த பெண் தன்னை நாடி வருவாளா? ஒரு நிமிடம் அவன் அப்படியே அங்கேயே நின்றுவிட்டான். பிறகு நினைத்துப் பார்த்தான். அப்படியொரு வாய்ப்பு உண்டாகும்போதுதானே அதைப் பற்றி யோசிக்க வேண்டும்? தோட்டத்திற்குள் போனதும் சண்பகப்பூவின் மணம் வீசிற்று. இந்த நறுமணம் கமழும் பரதபுரிக் காற்றை இதற்குமுன் அவன் நுகர்ந்திருக்கிறான். ஜானா அவனை எதிர்கொண்டு அழைக்க அருகே வந்தாள். ஓகோ... இது வேறு விதமான பரிமளமோ... அது ஜானாவின் மிருதுவான சருமத்திலிருந்து வந்த அத்தர் மணம். “வா” என்று சொல்லி அவள் அவன் கையை லேசாகத் தொட்டாள். அந்த ஸ்பரிசம் அவனை விறுவிறுக்கச் செய்தது. சீ... இதென்ன! சிறுபிள்ளைத்தனம் இதற்குமுன் அவன் பெண்களுடன் பழகினதே இல்லையா?

அவன் உள்ளே போனான். அலிபாபா ஃபிளாட்டைப் போல அங்கே விசித்திர அலங்காரம் ஏதுமில்லை. ஆனால் சூழ்நிலையில் ஓர் அமிழ்ந்த பொலிவு விரவிக்கிடந்தது. குத்து விளக்கைப்போலத் திகழ்ந்தாள், ஒரு பெண். ஜானாவின் சகோதரி. அள்ளிச் செருகிய கொண்டை முடிச்சு, நீண்ட காலணி, சீன தேசத்தாரைப் போன்ற கழுத்துப் பட்டை கொண்ட ஒரு உடுப்பு. அவள் முகத்தில் மாத்திரம் ஆதித்திய தேசத்துப் பெண்களுக்கென்று ஏற்பட்ட ஒரு நாணச் சிரிப்பு தவழ்ந்தது.

ஜட்ஜ் உள்ளே வந்தார். முழு வழுக்கையான அவருடைய மண்டை, விளக்கு வெளிச்சத்தில் பளபளவென்று மின்னிற்று.

“அன்னிக்கி மாணவர்களோடு பேசும்போது, நீங்கள் எடுத்துக்கொண்ட நிலை ரொம்பவும் பொருத்தமாக இருந்தது. குறை சொல்லாமே பேசினீர்கள். இருந்தாலும் சில வார்த்தைகள் சொட்டுக் கொடுத்தாற்போல விழவும் செய்தது.”

அவர் இந்தப் பாராட்டை சிரித்தபடி ஏற்றார். பிறகு அந்தப் பேச்சையொட்டி மேல்நாட்டுக் கல்வி முறைகள், வழிகள் என்று சம்பாஷணை பொதுவாகப் படர்ந்தது. இதற்குள் இன்னும் சில நண்பர்கள் அங்கு வந்து சேர்ந்தார்கள். இதென்ன... ஒரு விருந்தா? ஜானா தன் பெற்றோரைச் சந்திக்கவென்று அவனைப் பிரத்யேகமாக அழைத்திருப்பதாக அல்லவா நினைத்துவிட்டான். என்ன அசட்டுத்தனம். ஜானாவிடம் தனியாகப் பேச சந்தர்ப்பம் கிடைக்குமென்று எதிர்பார்த்த அவன் ஆசையில் மண் விழுந்தது.

ஏமாற்றம் கொண்டு அவன் சீக்கிரமாகவே அவ்விடத்தைவிட்டுக் கிளம்ப வாயிலண்டை போனான். அங்கே இரு பெண்மணிகள் பேசிக்கொண்டிருந்தார்கள். ஒருத்தி ஜானாவின் தாயார். அவள் சொன்னாள்:

“ஜானாவுக்குத் தகுந்த வரன் ஏதாவது தெரிஞ்சாச் சொல்லேன்.”

“உனக்கு எதுக்கு இப்படியெல்லாம் சிரமப்பட வேண்டும்? இத்தனை தூரம் அவளை சுயேச்சையாகப் பழகவிட்ட அப்புறம் அதெல்லாம் சாத்யமாகுமா? பேசாமே இரு. அவளே யாரையேனும் கூட்டிண்டு வருவாள்.”

“அதுதான் பயமாக இருக்கு. அவன் எப்படி இருப்பானோ?”

“மகளை சுதந்திரமாக இருக்கப் பழக்கிவிட்டு இப்படியெல்லாம் பயப்பட்டால் முடியுமா? ஆனாலும் பரவாயில்லை. ஜானாவுக்கென்ன பொறுக்கி எடுக்கத் தெரியாதாவென்ன? மாப்பிள்ளை ஜோராக அமைவான்.”

அவன் வாசலுக்கு வந்ததும் ஜானா எப்படியோ அவன் பக்கத்துக்கு வந்துவிட்டாள் என்பதை உணர்ந்தான். அவனுடைய

ஏமாற்றத்தை அவள் கண்டுகொண்டாள் போலும்.

“அப்பாவுக்கு தினம் போதுபோக்குக்கு நாலுபேர் வேணும். எங்காத்திலே நித்தியமே இப்படி மனுஷாள் வந்துண்டு போயுண்டு இருப்பா” என்று அவள் சாக்குச் சொன்னாள்.

யுதாஜித் குன்றைத் தழுவும் காற்று சண்பக மணத்துடன் விளையாடிற்று. இப்போது நினைவுக்கு வந்துவிட்டது. தன் பெற்றோருடன் அவன் வசித்த வீட்டுத் தோட்டத்தில் ஒரு சண்பக மரமுண்டு. கருத்த நிழல் கொண்ட அதன் கீழ் அவனும் அம்மாவும். அதுதான் பழைய நினைவுடன் பொறிவீசி எழும் இந்த இன்பமும் அனுபவமும் பறிமாறிக் கொள்கின்றன. அவள் மிருதுவாகப் பேசினாள். “ஒண்ணு செய்வோமா? நான் சிந்தூராவுக்குப் போனதே இல்லை. அங்கே வேணுமானால் என்னை அழைத்துப் போ. வருகிறேன்.” வீணைக்குரல். முகம் நிலவைக் கொண்டு சமைக்கப்பட்டது போல ஒளிர்ந்தது. அழகு என்பது அகத்தின் சோதி. அதாவது அறிவும் பயிற்சியும் கலந்தது என்று நினைத்தான் அவன். பிறகு அவள் கையைப் பற்றி இரு கண்ணிடை ஒற்றிக்கொண்டான். காதலினால் உயர்வும் தோன்றும். வீரம் ஏறும்.

12

அவள், அவன் மனதைப் புரிந்துகொண்டுதான் அப்படிக் கூப்பிட்டாளா? அப்படியானால் அவளுக்கும் அவன்பால்...

“ராகு... ராகு.” மத்தியான வேளையின் மயங்கும் நிசப்தத்தைக் கிழித்துக்கொண்டு வந்தது பானு மன்னியின் குரல்.

பகற்கனவு கண்டுகொண்டிருந்த பத்மேஷ் அந்த வெண்கலக்குரலைக் கேட்டதும் திடுக்கிட்டான். அண்டங்கள் இடிந்து போகும்படி வெடித்தது அந்த நாதம். இன்பத் தந்திகள் அறுந்துவிட்டன. பத்மேஷ் யுத்த களமான இந்த நனவு உலகத்திற்கு இழுத்து வரப்பட்டான்.

“என்ன தூக்கமடா இப்படி. எழுந்திரு. ஏது இப்படி இரண்டு நாளாக படுத்த படுக்கையாய் போயுட்டாய்... ஒண்ணுலே ராவா பகலா தெரியாமே ஓடுவாய். இல்லையேல் இப்படி படுக்கை போடுவாய். சொல்கிறேனே!”

ராகு ஏன் பதில் பேசுகிறான்?

“சும்மா உட்கார்ந்திருந்தவனுக்குக்கூட இந்த நாளிலே பணம் வருகிறது. குறுக்கு எழுத்துப் போட்டியிலே பரிசு எம்புட்டுப்

பேருக்கோ கிடைக்கிறது. உங்கண்ணாவும் போடுகிறாரே.... கிராஸ்வேர்டு. சம்பாதிக்க வக்கில்லை."

ஐய்யய்யோ! ரோதனை பலமாக இருக்கிறதே! வாசற்கதவு மணி கேட்டது. "ஆச்சு, வந்தாச்சா. அந்த துடைகாலி வந்து நிற்கப் போகிறது. சாந்தாவாம் சாந்தா. ஆனால் அதை ஏதுக்குச் சொல்ல? எல்லாம் இந்த பாச்சப்பா பண்ணுகிற ரகளை... பிசினெசாம், பிசினெசு."

அவனுக்குப் பக்கென்றது. இந்தக் குடும்பத்தின் அகத்தில் ஆயிரம் பிசாசு சேர்ந்து நர்த்தனமாடுவது போல அவனுக்குத் தோன்றிற்று.

"என்னடா உனக்கு? ஏன் இப்படி விழுந்து கிடக்கிறாய்?"

"என்னமோ தெரியலை. ஒரே சோர்வாக இருக்கு. செத்தே போயுட்டா என்னவென்று கூடத் தோணுகிறது. ஒருவேளை செத்துத்தான் போயிட்டேனோ? மேலே இருந்துண்டு இதையெல்லால் புகைப்படம் பார்க்கிறாப்போலே பார்க்கிறேனோ? ஒண்ணுமே புரியலை போ. ஒரே பிரமையாக இருக்கு."

ஒருவேளை 'பூஜாஸை' அதிகமாக விழுங்கிவிட்டானோ? நாகரிக வாழ்வே ஒருவித சாவு மாதிரிதானே. சிவசிவ, சோம்பல், குடி, தேசாபிமானம், அரசியல் எதுவானாலும் மனிதனை விழுங்கி ஏப்பம் விடும் சக்தி வாய்ந்தது. போன் மணியடித்தது. அடக் கஷ்டமே! பானு மன்னி முணுமுணுத்துக்கொண்டே ரிஸீவரைப் பிடுங்கி எடுத்து காதில் வைத் துக்கொண்டாள். அடக்கமான மேற்கத்திய பண்பில் பழகிவிட்டதாலோ என்னமோ, இந்தக் கூப்பாடு அவன் நரம்புகளை நொறுக்கி வெலவெலக்கச் செய்தது.

"ராகு... ராகு ... உன்னோட சனிவார் பேட்டை ஃபிரெண்டு போனிலே கூப்பிடுகிறான்." அவள் உள்ளே வந்தாள். இந்தத் தடவை என்ன காரணத்தினாலோ, பானு மன்னி முகம் பிரசன்னமாய் விளங்கியது. ஒரு வேளை இந்தச் சனிவார்

பேட்டை கோபால் தாஸை அவளுக்குப் பிடிக்குமோ? இல்லை. ராகு வீட்டுக்கு வரும்போதெல்லாம் புவனீச்வரர் சவுக்கத்து கறுப்பு மார்க்கெட்டு பண்டங்கள் கொண்டு வருகிறானோ? என்னவோ!

ராகு எழுந்து போனான். பத்மேஷ் குளிப்பறைக்குப் போகப் புறப்பட்டான். பானு மன்னியும் சேது மன்னியும் அடுக்களையில் கரப்பு அடிக்க ஆரம்பித்தார்கள். "நம்ப என்னமோ அவருக்குப் பார்த்துப் பார்த்துச் செய்கிறோம். ஆனால் அவர் கவனமெல்லாம் அந்த ஜாலக்காரி சாந்தா மேலேதான் இருக்கு" என்றாள் சேது மன்னி.

"அவளாலே என்ன முடியும். எல்லாம் இந்தப் பாச்சப்பா செய்கிற வேலை... ஓ... போடு ஒரு அடி..." (இது கரப்புக்கு) என்றாள் பானு மன்னி.

"என்னமோ நீ மாமனாருக்குச் செய்யறாய்." இது இழுக்கும் ஒரு தொனியில்.

"செய்ய வேண்டாமா பின்னே? நம்மோட கடமை அல்லவா..."

சற்று நேரத்திற்குப் பேச்சில்லை. சாமான்களைக் கரகரவென்று இழுக்கும் சத்தம் கேட்டது. பிறகு பளார் பளாரென்று விளக்குமாற்றை அறையும் ஓசை கூடிற்று.

"நேக்கென்னமோ அந்த சாந்தாதான் ஓசைப்படாமே வைக்கிறாள் என்று தோணுகிறது. நேத்துக்கூட சந்துரு அவளைப் பார்த்தானாம். எங்கே சந்திச்சானாம்?" என்றாள் சேது மன்னி.

"எங்கேன்னு தெரியாது. யுவர் சங்கமாய் இருக்கலாம்."

"என்ன சொன்னாளாம்?"

"என்னவாக்கும் சொல்லுவாள்? அவளுக்கு ஒண்ணுமே தெரியாதாம். பெரியண்ணா சொன்னதை செய்வாளாம். போதுமா... பாசாங்கு?"

“பாச்சப்பாகூட அப்படித்தானாம். பெரியண்ணா என்ன உத்தரவு போடுகிறாரோ, அதுதான் நடக்குமாம். தானாக ஏதுமே சொல்லமாட்டாராம். ராகுவோடு சனிவார் பேட்டை ஃபிரண்டு சொல்கிறானாம். இதையெல்லாம் எப்படி நம்புகிறது?”

“கோபால் தாஸுக்கு எப்படி இது விஷயம் தெரியும்?”

“மாதுவைப் பார்க்க பாச்சப்பா அடிக்கடி அவன் ஆபீசுக்குப் போவதுண்டு. நினைக்கிறேன், கோபால் தாஸ் அவரை அங்கே சந்திச்சதாக ராகுவிடம் சொன்னானாம்.”

“ஆனால் பார்த்துக்கோ. பெரியண்ணா நினைக்கிறாப் போலே இந்த சாந்தா அம்புட்டு நல்லவள் அல்ல. நேத்துக் கூட சந்துரு அவளைப் பார்த்தானாம். கூட இருந்தவன் கொஞ்சம் மட்டமானவனாம். அவள் இப்படி யார் யாரோடெல்லாமோ சுற்றுகிறாளாமே...”

“பெரியண்ணாவுக்கு மாத்திரம் கண்ணில்லை. நாம் என்ன செய்யலாம்?”

“ஏதோ நம் கடமை. முறை. அவருக்குப் பணி செய்யணும் – செய்கிறோம். கிச்சண்ணாவிடம் எம்புட்டோ சொல்லியாச்சு. நேருக்கு நேர் தைரியமாகக் கேட்டு வாங்குங்கள் என்று. கேட்டால்தானே!”

“அதுக்குத்தான் ஒத்தருக்குமே துப்பில்லையே!”

“இதோ ஓடுகிறது. போடு ஒரு அடி.”

கரப்பு வேட்டை மும்முரமாக நடந்தது. அவன் குளிப்பறையிலிருந்து திரும்பி வரும்போது அவர்கள் ஓய்ந்து உட்கார்ந்துவிட்டார்கள். யுத்தம் நடந்திருக்கிறது என்று தெரிந்தது. அடுக்களை தரையிலே சிறியதும் பெரியதுமாகக் கரப்புப் பூச்சிகள் நசுங்குண்டு, ஊசிக் கால்கள் விறைத்துக் கிடந்தன. பத்மேஷுக்கு வயிற்றைக் குமட்டியது. இவர்கள் எப்படி... அவன் ஓயாமல் வியந்துகொண்டான்.

“நேத்து ராவெல்லாம் தூக்கமேயில்லை” என்றாள் சேது மன்னி, அலுப்புடன்.

“ஏது? கிச்சண்ணாவுக்குக் கிளப்பிலே பலமான உபச்சாரமாக இருந்திருக்கும். அதுதான் உன்னை விடாமே புடிச்சுண்டுட்டான்.”

“பெண்ணாப் பொறந்தவாளுக்கும், தான் என்கிறது வேண்டாமா? இப்படி புருஷாள் பிரியப்பட்ட சமயத்திலே எல்லாம்... நம்மோடு இஷ்டமென்பதை சிறிதேனும் கவனியாமே...” அவள் வெறுப்புடன் சொன்னாள்.

“ஓ... நீ முறை தெரிஞ்சவளாச்சே. ஆணுக்கு அடங்க வேண்டியது நியாயம் அல்லவா?”

“அம்புட்டுக்கு ஏன் நாம் குறைஞ்சு போகணும்? மேலும் இந்த விஷயத்திலே மாத்திரம் அப்படிச் செய்தால் என்னமோ ஒரு மாதிரி ஆகிவிடுகிறது. சொல்லத் தெரியலை. உள்ளுக்குள்ளே ஒரு பிடித்தம். ஒரு அதிருப்தி என்று சொல்லலாம்.” அவள் குரல் தழுதழுத்தது.

“உங்க வெங்காச்சண்ணாவுக்கு என்னமோ கூடல் என்கிறது கவர்மெண்டு ஃபைலைப் போல. தொட்டோமானால் அவ்வளவுதான். விடாமே துரத்துகிறது. இல்லாவிட்டால், காணாத ஃபைலைப்போலே மூலையிலே கிடந்தாலும் கவனிப்பார் அற்று இருக்கணும்.”

13

"ஏய்"

"ஆச்சு. காப்பி போட்டாகணும்." மாமனாருக்குப் பணிவிடை செய்யும் பாரத்தை முழுவதையும் தானே தாங்குவதுபோல பெருமூச்சு விட்டாள் சேது மன்னி.

"நான் வேணுமானால் பெரியண்ணாவுக்குக் காப்பியைக் கொண்டு கொடுக்கிறேன்." பத்மேஷ் கதவண்டை நின்று கொண்டு சொன்னான்.

"ஏதுக்கு? நாங்கள் இல்லையா?" என்றாள் சேது மன்னி. அப்படிச் சொல்லியும் அவள் தன்னிடமிருந்த ஆவி பொங்கும் காப்பிப் பாத்திரத்தை அவனிடம் நீட்டினாள். அவன் அதைக் கொண்டு உள்ளே போனான்.

"வா. மன்னிமார் கரப்பு அடிக்கிறாப் போலே இருக்கு" என்று சொல்லி, அவனை ஒரு ஏளனச் சிரிப்புடன் வரவேற்றார் பெரியண்ணா.

"அதை மருந்து போட்டுத் தொலைக்கக்கூடாதோ?"

"சந்துரு ஒரு ஸ்பிரே மிசினும் மருந்தும் வாங்கிண்டு வந்தான். அது சரியாகலை. நம் காரியமெல்லாம் இப்படித்தானே. தெரியாதது ஒண்ணுமே இல்லை. ஆனால் செவ்வனே நடத்தி வைக்கச் சோம்பல். என்னமோ யாரோ தலையைப் பிடிச்சு அமுத்தறாப் போலே நம் உற்சாகம் அப்படியே அவிஞ்சு போய்விடுகிறது. எங்கே போ இப்படித்தான். மின்சாரம் – டெலிபோன் – போக்குவரத்து ஒண்ணுமே சரியாக வேலை செய்யாது. ஸ்டிரைக்குகளுக்கு என்னமோ குறைவில்லை. சம்பளம் உயரவேணும். விடுமுறை வேணும். 'ஸோஷலிஸம்' இப்போ சோம்பலுக்குத் துணையாக வந்திருக்கு."

"ஆமாம். கேட்கிறேனே என்று நினைச்சுக்காதேயும். நம்மோடு காரியமே இப்படீன்னா, பாச்சப்பாவோடு குடி ஜல பிளான்ட் மாத்திரம் எப்படி சரியாக வரப்போகிறது? உப்பு ஜலத்தைக் குடி ஜலமாக்குவது சாதாரண காரியமா?"

"நீ இந்த மன்னிமார் பேச்சையெல்லாம் கேட்டுண்டு இருக்காயோ?"

"இல்லை. சந்தேகமாக இருந்தது. கேட்டேன்."

"அழிஞ்சு ஒண்ணும் போகாது. பிசினெசு ஆதாரமெல்லாம் நன்னா தெம்பாகத்தானிருக்கு. கட்டியும் வரும். அப்படிப் போனால் போகட்டுமே. இனிமேலாவது இவாளெல்லாம் தானாக பிழைச்சுக்கக் கற்றுக்கொள்ளட்டுமே. இத்தனை நாளாக உதவி செய்து என்னத்தைக் கண்டேன். ஒருத்தனாவது உருப்பட்டானா?"

பத்மேஷ் யோசித்தான். அந்தந்த இடங்களில் சிறுசிறு மின்னல்களைப் போல ஒளிர்ந்த அறிக்கைகளை நினைத்துப் பார்த்துக்கொண்டான். யார் யாரை ஏமாற்றிக் கவிழ்க்கப் போகிறார்கள்? அவர்களை மடக்க நினைக்கும் பெரியண்ணாவே ஏமாந்து விட்டால்? ஓ.... ஆச்சு, கிச்சண்ணா வந்தாச்சு. சேது மன்னி நடையிலிருந்தாள் என்று தெரிந்தது.

"கைகால் அலம்பிண்டவுடன் அந்த வாக்கிலே

பெரியண்ணாவைப் பார்க்கப் போய்விடுவார். ஆபீசிலிருந்து வந்தவுடன் அவரைப் பார்க்காத போனால் இவாளுக்கு இருப்பே கொள்ளாது.”

அவள் பேச்சின் வழவழப்பில் ஒரு கட்டாயம் இருந்தது. முறை வாழ்க்கையின் நியாயத்தை அவள் எடுத்துச் சொல்லும் போது, வீட்டிலுள்ள எல்லோருமே அதைத் தட்ட முடியாமல் திணறுவார்கள். அப்படியிருக்க கிச்சண்ணா என்ன செய்யமுடியும்? பெரியண்ணா பத்மேஷை அர்த்தத்துடன் பார்த்தார். அவனும் மனதிற்குள் நகைத்துக்கொண்டு, கிச்சண்ணா உள்ளே வந்ததும் எழுந்து தன் அறைக்குப் போய்விட்டான். அங்கே ராகு கவலையுடன் குறுக்கும் நெடுக்குமாக நடந்துகொண்டிருந்தான். ஒரு சிந்தனையுமில்லாமல், சிரித்துப் பேசுகிறவன் எதற்காக இப்படி அவதிப்படுகிறான்?

“ஏதுக்கடா இப்படிக் கிடந்து தவிக்கிறாய்?” என்று கேட்டான் பத்மேஷ்.

“இன்னிக்கி மாதவன் மதர்லாந்திலிருந்து வருகிறான். அவன் போகிறபோது எங்களுக்குள்ளே ஒரு சின்ன மனஸ்தாபம் நடந்தது. இப்போ படிச்சுவிட்டுத் திரும்பி வருகிறானே. அவனை வரவேற்கப் போகிறதா வேண்டாமா என்று தீர்மானிக்க முடியாமே கஷ்டப்படுகிறேன்.”

“சரியாப் போச்சு. போ. இந்தச் சின்ன சமாசாரத்துக்காகவா இத்தனை குமைச்சல்?”

ராகு முகத்தில் அசடு வழிந்தது. “உனக்குப் புரியாது...”

“ஓ... புரியாமலென்ன?”

“அப்படியா?” ராகு ஆச்சரியத்துடன் அவனைப் பார்த்தான்.

“பின்னே! நீ சொல்லாவிட்டாலும் உன் முகம் சொல்லுகிறதோ”

“நான் அப்படித்தாண்டா. வெளிக்கு எத்தனையோ சவுடால் விடுவேன். ஆனால் ஏதாவது ஒரு சின்ன விஷயம் என்னை

உள்ளூர வெலவெலக்கச் செய்துவிடும்."

இதற்கு எதிரொலி கொடுப்பது போல சன்னல் வழியாகப் பானு மன்னி பேசுவது கேட்டது.

"இந்தப் புருஷாளே இப்படித்தான். ஆபீசிலேன்னா ஒடுங்கி அடங்கிச் செய்வா. வீட்டுக்கு வந்தால் இறுமாப்பு குதிரையேறித் திரிகிறது. உங்களைத்தானே - இப்படி பொறுப்பில்லாமே எம்புட்டு நாளைக்கு - பிள்ளையும் இப்படி இரண்டுங் கெட்டானாக இருக்கான்."

வெங்காச்சண்ணா பதில் சொன்னான். "கிளம்பி விட்டாயா? வந்துடுமே உனக்கு, தூபம் போட்டாப் போலே. பொறுப்பில்லாமேதான் முக்கியமான வேலை எல்லாம் பார்க்கிறேனோ?"

"வறட்டு ராங்கி தெரிஞ்சிருக்கே. ஃபைலைத் தூக்கிண்டு ஒவ்வொரு இடமாகப் போவேள்."

"அது நானல்ல. அந்தக் காரியம் நம்ம 'பாஸைச் சேர்ந்தது. இன்னிக்கி 'பாஸ்' கும்பிடு போடுகிறதை ராம்தாஸ் நேரிலே பார்த்துவிட்டான். ரெக்ட்டர் கிட்டே போய் சாஷ்டாங்க தண்டனிட்டானாம். அவன் அசைந்து கொடுக்கவில்லையாம். குட்டு போட்டுண்டானாம், அப்பவும் அவன் மசியவில்லையாம். பிற்பாடு தோப்புக்கரணம் போட்டானாம். போதுமா? நான் அந்த மாதிரின்னு நினைச்சாயோ!"

"எதையானும் சொல்லிண்டுருங்கோ. எனக்கு வேண்டியது ஒரு அன்பு வார்த்தை. அதைக் காணோம்."

"கேட்டாயா?"

ராகு அவனைப் பரிதாபகரமாகப் பார்த்தான்.

"கேட்டாயா? சிரிக்கச் சிரிக்கப் பேசுகிறேனே என்று நினைக்காதே. இவா இப்படீன்னா என்பாடு எப்படீன்னு யோசிச்சுக் கொள்."

அவன் சிரித்து விளையாடுவதெல்லாம் அகத்திலுள்ள ஆண்மையற்ற உணர்ச்சியைப் பூசி மூடவென்று ராகு சொல்லாமலேயே அவனுக்குத் தெரியும்.

“எப்படியானும் இந்த இடத்தை விட்டு ஓடிவிட வேணும். சீமைக்கு ஓடிப்போய் விடலாம். ஆனால் இந்த பெரியண்ணா மனசு வைக்க வேணுமோ...”

“அவரவர் விரும்புகிற மாதிரி காரியம் நடக்கும். உள்ளத்திலே விருப்பமுன்னு ஒரு அக்னியுண்டு தெரியுமா? அதுதான் உன்னைக் கட்டாயம் பண்ணி நிச்சயிக்கிற அதிகாரத்தைக் கொடுக்கிறது. இதுக்கு வேறு எந்த குட்டிச் சாத்தானும் வேண்டியதில்லை. நமக்கு நாமேதான் துணை.”

தோல்வியுற்ற ராகுவின் மனம் இந்தப் பிரசங்கத்தை ஏற்கவில்லை என்பது அவனுக்குத் தெரிந்தது. அதற்குப் பதிலாக ஏதோ நினைத்துக் கொண்டவனைப் போல சட்டென்று வெளியே இறங்கி எப்போதும் போல சுற்றப் போய்விட்டான்.

அவன் போகவேண்டுமென்று காத்திருந்தாற்போல சந்துரு உள்ளே வந்தான். அவன் வரும்போதே ஏதோ ஒரு விசை குண்டு ஜிவ்வென்று வீசிக்கொண்டு பாய்வது போன்ற ஒரு வேகமுண்டாயிற்று. ஒரு கணத்திற்கு பத்மேஷ் இதை ராகுவின் மந்தக் களையுடன் ஒப்பிட்டுப் பார்த்தான். பிறகு மனதிற்குள் எண்ணினான்.

இது ஆதித்திய நாட்டில் செய்த குண்டு. பிசுபிசுவென்று அப்படியே விட்ட இடத்தில் உட்கார்ந்து விடவும் செய்யும். பரீட்சித்துப் பார்க்கலாமா? கொஞ்சம் சம்பாஷணை நகரட்டும். அவன் காத்திருந்தான். தனக்கு நிகர் யாருமில்லை என்ற ரீதியில் சந்துருவும் ஏதேதோ சொன்னான்.

பிறகு பத்மேஷ் வேடிக்கையாகக் கேட்டான்.

“ஏண்டா நீயும் ஜானாவும் இப்படி ஜாலியாக போயுண்டு இருக்கேள் என்னு சொன்னாயே... ஏதேனும் உண்டோ?”

விசை குண்டின் வேகம் தளர்ந்தது.

“அதொண்ணுமில்லை. சும்மா இப்படி, இல்லையா? எங்க யுவர் சங்க விவகாரங்கள் எத்தனையோ. அதிலே கலந்துப்போம்.”

“கேட்டேன். சரியான ஜோடியா இருக்கேளே என்னு தோணித்து.”

இந்தத் தடவை சந்துரு முகத்தை வெட்கத்துடன் தொங்கப் போட்டுக்கொண்டான்.

“நீ சொல்லுகிறது வாஸ்தவம். அவளுக்குக்கூட சம்மதமுன்னு தெரிகிறது. ஆனால் அம்மாவுக்குப் பிடிக்காதுன்னு நினைக்கிறேன். அவள் சொல்லுகிறதும் சரிதானே. கொஞ்சம் நம் குடும்பத்து முறை வாழ்க்கைக்குத் தகுந்தாற்போல போக வேணும் பார்த்தாயா? மேலுக்காவது அப்படி இருக்க வேணுமே. இல்லாவிட்டால் நாலுபேர் பார்த்தால் என்ன நினைப்பா?”

“நவயுகமுன்னு சொல்லி ஜானாவுக்கு சுயேச்சையாக இருக்கத்தான் பிரியம். அப்படியானால் எப்படி?”

எடுத்த காரியத்தை ஒரே உறுதியாக நடத்தும் சந்துருவா இப்படிப் பேசுகிறான்? விருப்பமில்லையோ!

“நல்லவேளையாக எங்களுக்குள்ளே ஒரு நல்ல ஒற்றுமை உண்டு. ஜானா எல்லாத்தையும் புரிந்து கொள்ளுவாள்.”

புரிந்துகொண்டு விட்டாளா! இல்லை. இவன் தகுதியற்றவன் என்று ஒதுக்கிவிட்டாளா? எப்படியானாலும் ஒரு விஷயம் நிச்சயம், ஜானாவின் கவலை விட்டுவிட்டது. அத்துடன் அவள் சந்துருவின் நினைப்பையும் அகற்றிவிட்டாள். இதை உணர்ந்ததும் அவன் உள்ளம் தேவ நிலையென அந்த உச்சாணிக் கொம்புக்கு ஏறிற்று. சந்துரு சென்ற பிறகு பத்மேஷ் கூடத்துக்கு வந்தான். சேது மன்னி கிச்சண்ணாவுடன் சோபாவில் உட்கார்ந்திருந்தாள்.

“அவா வரதட்சணை கொடுத்தால் நாம் கன்னிகாதான நகை என்று போடவேணும். சந்துரு அந்தஸ்துக்குக் குறைந்த

பட்சம் ரூபாய் பத்தாயிரமாவது வரதட்சணை வரும். அப்படியுண்டானால் நாமும் ஐயாயிரம் ரூபாய்க்காவது அட்டிக்கல் வாங்கியாக வேணும். சேஷி மன்னி நகையெல்லாம் பாங்கிலே தூங்குகிறது. கேட்டு வாங்குங்கள். பெரியண்ணாவோடு பேசிப் பாருங்கள். என்ன... பதில் இல்லை. வாயிலே கொழுக்கட்டையா?"அவள் மிருதுவாகத் தான் பேசினாள். ஆனால் வார்த்தைகள் இரும்பை உருக்கி வார்த்தாற்போல வெளிவந்தன.

"என்னை என்னவென்று நினைத்துக்கொண்டாய்? பார்த்துண்டே இரு. பேசுகிறதுக்கு சந்தர்ப்பம் வாக்காய் வந்தால் – சக்கைப் போடுதான்."

"சொன்னால் போறுமா?"

"கொஞ்சம் பொறுத்துக்கொள்."

அப்போது வெங்காச்சண்ணா அங்கே வந்து சேர்ந்தான். மனைவி உபத்திரவம் பொறுக்கமுடியாமல் அங்கே வந்தானோ? ஆனால் பானு மன்னி கூடவே அவனைப் பின்பற்றி வந்துவிட்டாள். தொடர்கதை ஆரம்பித்தால் அதைச் சொல்லி முடிக்க வேண்டாமா? சித்திராவும் எங்கிருந்தோ வந்து முளைத்தாற்போலே எதிரே நின்றாள்.

"எத்தனை நாளாகக் கேட்டுண்டு இருக்கேன். இன்னிக்கி ஆனாலும் என் காலேஜு பேப்பரிலே எல்லாம் கையொப்பம் போடவேணும் அண்ணா" என்றாள் சித்ரா.

"நீ எடுத்துண்டு வா எல்லாத்தையும். எப்படியேனும் கையொப்பம் ஆனப்புறம்தான் ராவிலே சாப்பாடு" என்றாள் பானு மன்னி.

"இந்த காலேஜுகள் என்ன கல்வி புகட்டுகிற மன்றங்களா... இல்லே சிவப்பு நாடா அச்சாபீசுகளா?"

"போதும். நீங்கள் ஏதுக்கு வீணா அலட்டிக்கறேள்? சொன்னால்

கேட்கவா போறா. அந்த வாக்கிலே கையொப்பத்தைப் போடுங்கள்."

புள்ளிவிவரங்களை அடுக்கிச் சீர்தூக்கிப் பார்ப்பது போல வார்த்தைகளையும் அளந்து அளவளாவ அவனுக்குப் பிரியம் என்று தெரிந்து பானு மன்னி அந்தப் பிரசங்கத்தைத் தடுத்தாள். வேறுவழியின்றி அவள் கணவனும் முகத்தை உர்ரென்று வைத்தபடி, கையெழுத்துகளைப் போட்டுவிட்டு உள்ளே போய்விட்டான்.

கிச்சண்ணாவும் சேது மன்னியும் தம் சம்பாஷணையை முடித்துக்கொள்ள அவர்கள் அறைக்குப் போய்விட்டார்கள்.

பானு மன்னி பெண்ணின் கையைப் பிடித்து இழுத்து பக்கத்தில் இருத்திக் கொண்டாள். பிறகு " இப்படி வா, குழந்தாய்" என்று சொல்லி கொஞ்சலுடன் சித்ராவின் மோவாய்க்கட்டையை விரலால் லேசாக உயர்த்தி விட்டாள்.

"போ அம்மா நீ" என்று சித்ரா சிணுங்கினாள். பானு மன்னி இதைக் கவனியாதது போல பெண்ணுடைய மெல்லிய கையைத் தூக்கிப் பிடித்து அதில் ஒரு முத்தமிட்டாள். திரும்பவும் சித்ரா ஆட்சேபித்தாள்.

என்ன சாகசம்! அதற்கு மேல் அருவருப்பாயிருந்தது. பானு மன்னியின் அடக்க முடியாத பாசம்.

பத்மேஷ் அந்த நாடகத்தைப் பார்த்துக்கொண்டு சும்மாவிருந்தான்.

சற்று நேரத்திற்கெல்லாம் தான் தோல்வியடைந்து விட்டோமென்று ஒப்புக்கொள்வதுபோல பானு மன்னி எழுந்து போய்விட்டாள்.

சித்ரா நீண்ட ஒரு சுவாசம் விட்டாள்.

"நீ சொல்லு பத்தூ. வெளிநாட்டிலென்றால் இந்த அம்மா அப்பா இப்படியெல்லாம் படுத்தமாட்டா இல்லையா?"

"ஆசையா இருந்தால் அது படுத்துகிறதுன்னு அர்த்தமா?"

"இல்லையா? இந்தப் பாசக் கயிற்றால் என்னைக் கட்டியல்லவா போடுகிறாள் - இந்த அம்மா! போதாக்குறைக்கு சேது மன்னி ஏதேனும் வத்தி வைக்கிறாள். வயசுப் பெண் இப்படி நிற்கிறாளேன்னு அங்கலாய்க்கிறாள். அம்மாவுக்கு உடன் பயம் வந்து விடுகிறது. அப்புறம் ஒரே கூப்பாடுதான். அண்ணாதான் எதுக்குமே ஒரு பிடி கொடுத்துப் பேசமாட்டார். அதுதான் பாவம் ராகு கஷ்டப்படுகிறான். இந்தப் பெரியவாளை எல்லாம் எப்படி மதிக்கிறது? தடை உத்தரவு வேறு. அங்கே போகாதே.... இங்கே நில்லாதே. ஒரு பெண் எப்படித்தான் வாழ்க்கையை நடத்துகிறதாம்?"

"நான் சொல்லட்டுமா?" பத்மேஷ் அவளைக் குறும்புடன் பார்த்தான்.

சொல்லேன் என்பதுபோல சித்ரா இறுமாந்து இருந்தாள்.

"நீ காலேஜிலே இருக்காய் என்று நினைக்கிற பாதிப்போதும் எங்கேயாவது ஊர் சுற்றுகிறாய் - அப்படித்தானே?"

"பின்னே என்னவாம்? எப்படியாவது யுவர் வாழ்விலே எனக்கும் கொஞ்சம் பங்கு வேண்டாமா?"

"அந்த யுவனுக்கு ஒரு ஸ்கூட்டரும் இருந்து விட்டால்?"

"ஓ மன்னி! இந்தப் பத்துவைப் பாரேன். என்னை என்னவெல்லாமோ சொல்கிறான்."

"அப்போ ஏதுக்குப் புகார் பண்ணுகிறாய்?"

"ஏதோ வெளியூரெல்லாம் போய் பழகினவனாச்சே அனுதாபப்படுவாய்ன்னு சொல்ல வந்தால்... நீ என்னையே பிடிச்சுத் தாழிக்கிறாய்!" அவள் பொய்க் கோபத்தோடு போய்விட்டாள்.

அன்று இரவு எல்லாரும் சாப்பிட உட்கார்ந்த பிறகுதான்

ராகு வந்தான்.

பானு மன்னி கேட்டாள். "இன்னிக்கும் உன் தோழன் கோபால் தாஸோடு போனாயோ? அதுதான் நேரமாயிடுத்து. அவனுக்கென்ன வீடு வாசல்னு ஒண்ணுமே கிடையாதோ?"

"உண்டு. ஆனா அவன்பாடு சுகம். தகப்பனார் வீட்டிலே சுகமாக சாப்பாடு கிடைக்கிறது. அங்கே யாரும் இவனைக் குறை சொல்லமாட்டா. வர சம்பளத்துக்குச் செலவில்லை."

"தகப்பனார் ரொம்ப சொத்துக்காரரோ?"

"சொல்லும்படி ஒண்ணுமில்லே. வியாபாரம். கோபால் தாஸும் கொஞ்சம் அப்படீ இப்படீன்னு மேல் வரும்படி பண்ணுகிறான்."

"அதைச் சொல்லு. நீ அவனுடன் போகிறாயே. அந்த சமரத்திலே கொஞ்சம் உனக்கு வரக்கூடாதோ?"

"அப்படிப் பார்க்கப்போனால் நிஜமான சமர்த்து சாந்தா" என்றான் சந்துரு.

தொடங்கியாயிற்றா அந்தப் பேச்சை? பத்மேஷ் வியந்தான். சம்பாஷணை எப்படிப் போனாலும் கடைசியில் இந்தக் கட்டத்திற்கு வந்துவிடும். இவர்களால் பெரியண்ணா பிசினெசை ஒரு நிமிடமாவது மறந்து இருக்க முடியாது.

"இப்போயென்ன புதிசா ஏதேனுமுண்டாவென்ன?" என்று கேட்டான் வெங்காச்சண்ணா.

சந்துரு சொன்னான். "இந்த சாந்தா பலே கைக்காரின்னு தெரிகிறது. இங்கே வந்து பெரியண்ணாவை வசியம் பண்ணுகிறாப்போல எங்கும் போய் வருகிறாள்னு தோணுகிறது. இனிமேல் நாம் சும்மா பார்த்துண்டு இருந்தால் ஆபத்து வரும்."

"அந்தக் குட்டி எப்படியேனும் போகட்டும். நம்மை ஏய்க்கப் போகிறவன் இந்தப் பாச்சண்ணா. அதுக்கு வழி சொல்லு"

என்றாள் பானு மன்னி. இடிகள் சேர்ந்து இடிக்கும் குரலில்.

“யாரு வாயிலே போட்டுண்டால் என்ன? இம்புட்டு ஆண் பிள்ளைகள் இருக்கிறபோது யாரோ வந்து அடிச்சுண்டு போனால் வயிற்றை எரிகிறது” சேது மன்னியின் ரோதனை பலமாக இருந்தது.

ஆண் பிள்ளைகள் என்று அவள் வர்ணித்த அவர்கள் ஒருவரையொருவர் பார்த்துக்கொண்ட மாதிரியில் ஒரு கிளுகிளுப்பு இருந்தது.

“என்ன ராகு....... நீயென்ன சொல்லுகிறாய்?” என்று கேட்க வெங்காச்சண்ணா முகத்தில் ஒரு அபூர்வப் புன்னகை தோன்றியது. பத்மேஷ் வெடுக்கென்று திரும்பிப் பார்த்தான். இதென்ன! என்றுமில்லாமல் இப்போது இவன் மகனைப் பார்த்துச் சிரிக்கிறான். ராகுவும் பதிலுக்கு ஏதோ ஒரு ரகசிய வேடிக்கையை நினைத்துக் கொக்கரிப்பது போல முறுவலித்தான்.

“பார்க்கட்டும். பாச்சப்பா லேசுப்பட்டவனா?” என்று மழுப்பினான். ஆனால் அவன் பாவமென்னமோ - நானும் தோற்றவனில்லை - என்னும் தோரணையில் இருந்தது. வெங்காச்சண்ணாவுக்கு ஏனோ அன்று உற்சாகம் கிளம்பி யிருந்தது. “ஏய்! கிச்சா, நீ இருக்கிறாயே! வேணுமானாப் போய் நேராக சொல்லிப் பாரேன்?”

“ஏதுக்கு?” கிச்சண்ணா தமயனைப் பார்த்து முறைத்தான்.

“அதெல்லாம் ஒண்ணும் வேண்டாம். சாந்தாவே வழிக்கு வந்தாலும் வருவாள்” என்றான் சந்துரு.

“என்ன?” அத்தனை பேருமாகக் கூச்சலிட்டார்கள்.

“உன்னிடம் ஏதாவது சொன்னாளா?” பானு மன்னி ஆவலுடன் கேட்டாள்.

சேது மன்னி அவசரமாய் குறுக்கிட்டாள்.

“நான்தான் சொன்னேனே, அவள் எந்த விஷயத்திலும் தலையிடுவதில்லையாம்.” பிறகு மகனை எச்சரிப்பது போல அவனைக் குறிப்புடன் பார்த்தாள்.

சந்துரு உரக்கச் சிரித்தான். எல்லோரும் சந்துருவுடைய வேடிக்கையில் இதுவும் ஒன்று என்று நினைத்தார்கள் போலும். ராகு மாத்திரம் வெங்காச்சண்ணாவைப் பார்த்துக் கண் சிமிட்டியதை பத்மேஷ் கவனித்து விட்டான். இவர்களுக்குள் தாயாதிக் காய்ச்சலா? அல்லது சொத்தை இழந்து விடுவோமோவென்ற கவலையாவென்று அவன் யோசித்தான். பிறகு இரண்டும்தான் என்று தீர்மானம் பண்ணினான்.

இவ்வளவு பெரிய மனங்கொண்ட பெரியண்ணா இந்தக் குடும்பத்தை மாத்திரம் ஏன் இப்படி தன் ஆட்சிக்குள் அடக்கித் துன்புறுத்துகிறார்? மனப்புண்ணில் சொட்டுக் கொடுத்தாற்போல இப்படி சதா அவர்களை வாட்டுவதைத் தெரிந்து கொள்ளாமல் தலைதெறிக்கிற வேகத்தில் முரட்டுக்காளை போல முன் போய்க் கொண்டிருக்கிறாரே? பத்மேஷ் உள்ளத்தில் நிஜமாகவே என்னவாகுமோவென்ற ஒரு அச்சமுண்டாயிற்று. அத்தனை தூரத்திற்கு இவர்களுக்கு துணிவுண்டாவென்ன?

14

சாந்தாவும் பாச்சப்பாவும் காலையிலிருந்து வேலை செய்துவிட்டு அப்போதுதான் போனார்கள். மணி மூன்றிருக்கும். மன்னிமார்களும் சித்ராவும் அவரவர் வேலைகளைப் பார்த்து வெளியே போய்விட்டார்கள். ஃபிளாட்டில் என்றுமில்லாத ஒரு அமைதி. அதைக் குடைந்துகொண்டு வாசல் மணியோசை கேட்டது. யாராக இருக்கக்கூடும்? இப்போதுதானே எல்லாரும் புறப்பட்டுப் போனார்கள்.

பத்மேஷ் போய் கதவைத் திறந்தான்.

கண்ணியமான தோற்றமுள்ள ஒருவர் நின்று கொண்டிருந்தார். நல்ல உயரம். அதற்குத் தகுந்த கட்டுமஸ்தான தேகம். மார்பு வனப்புற பூரித்து நின்றது. உயர்தர வகையில் உடுப்பு. முறுக்கு மீசை.

"ஸ்தாணுமூர்த்தி இருக்கிறாரா?" என்று விசாரித்தார். அவர் குரல் தண்ணென்று இருந்தது.

"உள்ளே இருக்கார். நீங்கள் யாருன்னு தெரியவில்லையே!"

பத்மேஷ் விநயத்துடன் சிரித்தான்.

“சூப்பரிண்டென்டெண்டு விஜய்ராம் என்று சொல்லலாம்.”

பத்மேஷ் சட்டென்று அவரை நிமிர்ந்து பார்த்தான். “முடிந்தால் அவரைக் கொஞ்சம் பார்த்தால் தேவலை.”

“உட்காருங்கள்.” கூடத்திலுள்ள சோபாவைச் சுட்டிக்காட்டி விட்டு உள்ளே போனான் அவன்.

வந்தவர் யாரென்று தெரிந்ததும் பெரியண்ணா வெளியே வந்தார்.

விஜய்ராம் எழுந்து கைகூப்பினார். பெரியண்ணாவும் மரியாதைகள் செய்தார்.

“உட்காருங்கள். என்ன விசேஷம்?” என்று கேட்டார்.

“உங்களோடு கொஞ்சம் தனியாகப் பேசமுடியுமா?”

“இப்போ வீட்டிலே யாருமே இல்லை. இது என் நம்பிக்கைக்குப் பாத்திரமான மருமகன் - பத்மேஷ்.”

“நான் சொல்லப் போகிற விஷயம் முக்கியமானது. அந்தரங்கமாய்ப் பேசினால் தேவலை.” விஜய்ராம் வளைந்து கொடுக்கவில்லை.

பெரியண்ணா எழுந்திருந்து அவரைத் தம் அறைக்குக் கூட்டிக்கொண்டு போனார். அவர்களைப் பின்தொடர்ந்து பத்மேஷும் அவன் அறைக்குள் போனான்.

“உங்களை வந்து பார்க்கவேணும் என்கிற கட்டாயம் ஒன்றுமில்லை. நானாகத்தான் வந்தேன்.” விஜய்ராம் பேசுவது அவனுக்கு ஸ்பஷ்டமாகக் கேட்டது. இருந்தும் அவனால் எழுந்து வெராந்தாவுக்கோ கூடத்துக்கோ போக முடியவில்லை. சன்னல் திறந்திருக்கிறதே! தான் போவதை வந்தவர் பார்த்துவிட்டால்? அவன் யோசியாமல் அவசரமாக அறைக்கு வந்தது தவறு. இனிமேல் ஒன்றுமே செய்ய முடியாது. பத்மேஷ் அச்சத்துடன்

அங்கேயே நிலைத்துவிட்டான்.

“இந்த வட்டாரத்திலே உங்களைப் பற்றி உயர்ந்த மதிப்பீடு. எனக்குத் தெரியும். விசாரிக்கவும் செய்தேன். அதனாலேதான் விஷயத்தை உங்கள் காதிலே போட்டு வைப்போமுன்னு வந்தேன்.”

“ரொம்ப நன்றி. சங்கதி என்னவோ?”

பத்மேஷ் உள்ளம் துள்ளி எழுந்தது. கிச்சண்ணாவின் பிசினெசு... இல்லை. ராகு இரண்டுங் கெட்டானாய்... அல்லது சித்ரா ஏதாவது எக்கச்சக்கமாய்... “உங்களுக்குப் பாச்சப்பா என்பவரைத் தெரியுமா?”

“நன்னாத் தெரியும். அவனோடு எனக்கு நிறைய பிசினெசு விவகாரங்கள் உண்டு.”

“அப்படியானால் கவனமாக இருங்கள்.”

“ஏது? எனக்கு அவனை ரொம்ப வருஷமாகத் தெரியுமே. ரொம்ப கௌரவமுள்ள மனுஷனாச்சே?”

“ஜாக்கிரதையாக இருந்தால் நல்லது.”

“ஏன் அப்படி?”

“அவன் லட்சக்கணக்காகப் பணத்தை அபகரித்துவிட்டதாகப் போலீஸுக்குத் தகவல் வந்திருக்கு.”

“என்ன? என்னா... நம்ப முடியவில்லையே! நீங்கள் வேறு யாரையோ இந்த மனுஷனோடு குழப்பிவிட்டதாக நினைக்கிறேன்.”

“அப்படிச் செய்ய நியாயமில்லை. அந்த ஆசாமி தினம் இங்கே வருகிறான் இல்லையா?”

பெரியண்ணா தலையை ஆட்டினார் போலும்.

“இப்போது கூட இங்கே இருந்து புறப்பட்டுப் போனதை என் சிப்பந்தி பார்த்துண்டு இருந்தான்.”

பெரியண்ணா சிறிது நேரத்திற்குப் பதில் பேசவில்லை. அப்புறம் தேங்கிய ஒரு குரலில் சொன்னார். “எனக்கு நம்பிக்கையில்லை.”

“மன்னிக்க வேணும். இதுவரையிலே நடந்த விசாரணையைப் பிரமாணமாக எடுத்துண்டால், இது விஷயம் நிஜமாகும் போலதான் தோணுகிறது.”

“அதென்னவோ? நான் கேட்கலாமா?”

“ஒரு புகார் வந்தது.”

“தீர விசாரிக்க வேணும். இதிலே ஏதோ சூது இருக்கு.”

விஜய்ராம் குரல் கனத்தது. “கட்டாயமாய். விசாரிக்காமல் குற்றம் சாட்டும் வழக்கம் எங்களிடம் கிடையாது.”

“பாச்சப்பா அப்படிப்பட்டவன் இல்லை. துரோகத்தை சொப்பனத்திலே கூட நினைக்காதவன் ஆச்சே. சங்கதியைக் கொஞ்சம் விளக்கிச் சொல்ல முடியுமா?”

“அது ஒரு பஞ்சு வியாபார விஷயம்.”

“அவனுக்கு அப்படியொரு விவகாரமுண்டு என்று தெரியும்.”

“கம்பெனி சார்பாக வியாபாரம் நடத்துகிற விஷயங்களிலே பாச்சப்பாவும் ஒரு பொறுப்பாளி. இதைப் பயன்படுத்த அவன் அஞ்சவில்லை. பஞ்சு விலைத் தரங்கள் ஏறி இறங்கும் சமயம் பார்த்துப் பேசாமல் கம்பெனிச் சொத்தை அபகரித்துவிட்டதாக அவன் மேலே குற்றச்சாட்டு.”

“கேட்கிறதையே சந்தேகம் வருகிறது. பஞ்சு மார்க்கெட்டு உறுதியில்லாமே ஏறி இறங்கும் விஷயம். இது பிரசித்தம். இதை எப்படி ருசுப்படுத்துகிறது?”

“இந்தக் குற்றச்சாட்டு போன வருஷக் கணக்கைச் சேர்ந்தது.

அதையெல்லாம் எடுத்து ஜாக்கிரதையாகப் பரிசோதித்தால் நிச்சயமாக ருசு கிடைக்கும்."

பெரியண்ணாவின் குரல் தழுதழுத்தது.

"பாச்சப்பா இவ்வளவு அயோக்கியத்தனம் செய்யவே மாட்டான். நான் உறுதியாச் சொல்லுவேன்."

"ஏன்? ஸ்டாக் எக்சேஞ்சில் அவன் பணங்களைப் புரட்டுகிற வழக்கமில்லையா?"

"அது வேறு. சொந்தப் பணத்தை என்ன வேணுமானாலும் செய்ய ஒரு மனுஷனுக்கு உரிமையுண்டு."

"சொந்தப் பணம் என்கிறதை யார் கண்டது?"

அப்பப்பா! ரொம்ப கண்டிப்பாகப் பேசுகிறாரே மனுஷன்.

"இது என்னமோ வேறு மாதிரி. துர் வினியோகம் என்கிறது துரோகமாச்சே. நியாயத்துக்கு விரோதமாச்சே."

"அத்தனைக்கெல்லாம் போகவே மாட்டான். புகார் செய்தது யாரு? கேட்கலாமா?"

"வல்லப்ஜீ."

"அது யாரோ?"

"அந்த பஞ்சு பிசினெசு கம்பெனியில் அவனும் ஒரு பங்காளி."

"ஓ! அந்த மாதிரிய ஆசாமியா? அவனை நம்பியா நீங்கள் இவ்வளவு தூரம்...?"

"எங்கள் கடமையைச் செய்கிறோம். தொகை - பெரிசானது. கம்பெனி பங்காளியே குற்றம் சாட்டியிருக்கான்."

"பங்காளியானதினாலே ஏதாவது பகைமை இருக்கலாம். இதை நினைத்துப் பார்த்தேளா?"

“அதைப்பற்றி நாங்கள் யோசித்துப் பார்க்காமே இருப்போமா?”

“இருந்தாலும் இது ஒரு பெரிய குற்றச்சாட்டு. ஒரு மனுஷனுக்கு அபகீர்த்தி வருவதைக் காட்டிலும் மரணம் மேல்.”

“ருசு கிடைத்தால்தான் அவன் மேலே பிராது போடுவோம்.”

“ஆனாலும் அந்த ருசுவுக்காக விசாரணை பண்ணி ஆக வேணுமே! அப்போ அவன் அலுவலகத்துப் போவேள். கணக்குப் புத்தகங்களைப் புரட்டுவேள். அந்த அவமானம் போறாதா, மனுஷனுக்கு?”

விஜய்ராம் பதில் பேசவில்லை.

“நீங்கள் இத்தனை தூரம் என்னை மதித்து வந்திருக்கேளே, ஒரு விண்ணப்பம் செய்யலாமா?”

“சொல்லுங்கள்.”

“கொஞ்சம் சாவகாசம் கொடுக்க முடியுமா?”

“சிரமம். இதுமாதிரி விஷயங்களை எல்லாம் சீக்கிரமாக முடித்தால்தானே தேவலை?”

“மற்றபடி மேலே நடத்துங்களேன். நேருக்கு நேராக அவன் கம்பெனிக் கணக்குப் புத்தகங்களைப் பார்வையிடுகிறதை மாத்திரம் கொஞ்சம் ஒத்திப்போட்டால் தேவலை.”

விஜய்ராம் உடனே பதில் சொல்லவில்லை. யோசிக்கிறாரோ?

“உங்கள் சீரிய நேர்மை எனக்குத் தெரியும். அதை உத்தேசித்துதானே இத்தனை தூரம் வந்தேன். நீங்கள் பேசுகிறதிலிருந்து இவன் யோக்கியன்.... அதை எப்படியாவது ருசுப்படுத்த வேணுமுன்னு நினைக்கிறது தெரிகிறது. சரி... அப்படியானால் 48 மணி நேரம் அவகாசம் கொடுக்கிறேன். முறைப்படி பார்த்தால் நான் இப்படிச் செய்யக் கூடாது. ஆனால் உங்களுக்காக இதை என் சொந்தப் பொறுப்பாக ஏற்றுக்கிறேன்.”

அவர் நறுக்கென்று எழுந்து போய்விட்டார் போலிருக்கிறது. வாயிற் கதவை அடைக்கும் சத்தம் கேட்டு பத்மேஷ் திடுக்கிட்டு, விடுவிடுவென்று போய் சன்னல் வழியாக உள்ளே எட்டிப் பார்த்தான். பெரியண்ணா முகம் பூச்சி அரித்த கத்திரிச் செடிபோல் அறுந்து தொங்கிற்று. ஆசுவாசத்துடன் நாற்காலியில் சாய்ந்தார். அவன் படபடக்க உள்ளே ஓடிச் சென்று, அவருக்கென்று குளிர் யந்திரப் பெட்டியில் தயாரித்து வைத்திருந்த பழரசத்தை எடுத்து வந்தான். அன்புடன் டம்ளரை அவர் கையில் வைத்துவிட்டு, பரிவுடன் அருகே நின்றான்.

அவரும் மௌனமாக அதைப் பருகினார்.

கொஞ்சம் பேச முடிந்ததும் விசனத்துடன் சொன்னார். “கேட்டாய் அல்லவா?” அவன் முகம் சிவந்தது. ஒப்புக் கொள்ளாமல் என்ன செய்வது? தலையை அசைத்தான். ஆனால் அவன் மறைந்திருந்து சம்பாஷணையைக் கேட்டு விட்டதைப் பற்றி நினைத்துப் பார்க்கும் நிலையில் அவரில்லை.

“இதென்ன பித்தலாட்டமாக இருக்கு, பார்த்தாயோ?” இந்தத் தடவை அவர் வார்த்தைகள் பொருமலுடன் வெளிவந்தன. கைகால் உளைச்சல் எடுத்ததோ!

அவன் பதில் பேசத் தயங்கினான். “நீ அப்படி நினைக்கவில்லையோ” அப்போதும் அவன் பதில் சொல்ல யோசித்தான்.

“பாச்சப்பா இப்படியொரு மோசடியைச் செய்யவே மோட்டான்.” அப்போதே எல்லோரும் சந்தேகித்ததுதானே என்று சொல்லுவது போல பத்மேஷ் பேசாமல் இருந்தான். அவர் மனம் உறுத்தியது போலும். குரல் கம்மிற்று.

“செய்வான். கொஞ்சம் அப்படி இப்படீன்னு.... இல்லையா. எந்த பிசினெசுக்காரன்தான் இல்லேன்னு சத்தியம் பண்ணிக் குடம் பாம்பிலே கையை இடுவான்? சொல்லு.” மறுபடியும் அவர் வெகுண்டு நிமிர்ந்து பார்த்தார். “அவன் யாரோ, அவன். இப்படி அக்கிரமமாய்ப் பழி சுமத்தி ஒருத்தனைக்

கெடுக்கணுமுன்னு கிளம்பியிருக்கான்.”

“எப்படியானாலும் விசாரிக்கிறது நல்லதுதானே. அதுவும் நீங்கள் வேறு இப்படியொரு எடுப்பு எடுத்து இருக்கிறேள்.”

பத்மேஷ் முதல் முதலில் பேசினான்.

“எனக்கு அவன் மேலே ஒரு கடுகளவும் சந்தேகமில்லே.”

“அப்படியானாலும் ருசுப்படுத்தியாக வேணுமே”

“அதென்னமோ சரி.” அவர் கொஞ்சம் சாந்தமானார். “அவன் நிரபராதியென்று ருசுப்படுத்தினால் ஒழிய இந்தப் போலீஸ் விசாரணையை நிறுத்த முடியாது. இதை எப்படிச் செய்ய?” அவர் யோசனையுடன் நாற்காலியில் மறுபடியும் சாய்ந்து கொண்டார்.

பத்மேஷ் மூளையும் துரிதமாக வேலை செய்தது. “உங்களுக்கு நம்பிக்கையான வக்கீலோ, கணக்குப் பார்க்கிறவனோ யாராவது இருந்தால் அவனைக் கொண்டு...”

“ரொம்ப சரி. ரொம்ப சரி. ஓ... மாது. இருக்கானே விசுவாசி ஆயிற்றே. அவனை உளவு காணச் சொல்லலாமே!”

“அவன் யாரு?”

பெரியண்ணா இழந்த தன் நிதானத்தைத் திரும்பவும் பெற்றுவிட்டார். தணிந்த தொனியில் சொன்னார்.

“நம்மூர்க்காரன் சாட்டர்டு அக்கௌண்டெண்டு. என் விவகாரங்கள், பாச்சப்பாவுடையது, எல்லாத்தையும் அவன் தான் பார்க்கிறான். நல்ல நாணயமான பேர்வழி. இங்கிதம் தெரிஞ்சு செய்கிறவன். பாச்சப்பா அலுவலகத்துக்குப் போய் கணக்குப் புத்தகங்களை ஆராய அவன்தான் சரியான ஆசாமி. அவன் அங்கே போனால் யாருக்கும் சந்தேகம் தட்டாது. ஏதோ பாச்சப்பா சொல்லி அக்கௌண்டெண்டு கணக்குகளைப் புரட்ட வந்திருக்கிறான் என்று எல்லோரும் நினைப்பார்கள்.”

“அவ்வளவு சுலபமாகக் காரியம் ஆயுடுமா? நிஜமாகவே ஏதாவது சூது உண்டானால் பாச்சப்பா அப்போதே கணக்குகளைச் சரிக்கட்டியிருக்க மாட்டானா?”

“அதென்னமோ, போகப் போகத்தான் தெரிய வேணும். முதலில் சென்ற ஆறுமாசமாகப் பஞ்சு விலை ஒரு நிலை தவறி தளும்பித் தத்தளிச்சுதாவென்று ஆராய வேணும். ஒரு நடுத்தர விலையை நிர்ணயிக்க வேணும். அப்புறம் கம்பெனி கணக்கிலே வாங்கியிருக்கும் சரக்கெல்லாம் இந்த நடுத்தர விலைக்கு மேலே இருக்கா, கீழே இருக்கிறதாவென்று பரிசோதித்துப் பார்க்க வேணும். புகார் இப்படியாகத்தானிருக்கும். சரக்கை பாச்சப்பா மேல்தரக் குறிப்புப்படி கம்பெனிக்கணக்கிலே எழுதிவிட்டு நிஜமாகவே கீழ்த்தர விலையிலே வாங்கி, இடைலாபத்தை வாயிலே போட்டுக்கொண்டு போய்விட்டான் என்றுதான் போலீஸுக்குத் தகவல் போயிருக்கும். மாது மாதிரியுள்ளவன் கணக்கு வழக்கை எடுத்து அலசிப் பார்த்தால் ஏதாவது உளவு காணலாம்.”

“பஞ்சுவிலைத் தரங்கள் இப்படி ஆனால் அதைப் பரிசோதித்து குற்றத்தை ருசுப்படுத்துவது சுலபமில்லை என்று புகார் கொடுத்தவனுக்கும் தெரிஞ்சிருக்குமோ... அப்படியிருந்தும் ஏன் அவன் ஆலோசியாமே அதிகாரிகளிடம் போய் விஷயத்தைச் சொன்னான்? எனக்கு இந்தப் புதிர் புரியவில்லை.”

“நானும் யோசித்துப் பார்த்தேன். பகிரங்கமாகப் பங்காளிக் கணக்கைப் போலீஸ் இலாகா வந்து பரிசோதித்தால் அவமானம்தானே! சும்மா ஒரு ஆள் பெயரைக் கெடுப்போமே என்று செய்தானோ அப்படி பொறுப்பில்லாமே ஒருத்தன் குற்றம் சாட்டுவானா?”

சாதாரணமாகப் பற்றில்லாமல் பகுத்தறிவுடன் விஷயங்களை விண்டு விண்டு பார்க்கும் பெரியண்ணா அன்று கொஞ்சம் தயக்கத்துடன்தான் பேசினார். பத்மேஷ் யோசித்தான். பெரியண்ணாவை விழுங்கி ஏப்பம் விடும் அளவுக்கு பாச்சப்பா அத்தனை பலே பேர்வழியா? அத்தனைக்கு விஞ்சிவிட்டானா?

இல்லை. சூதுவாது அறியாத ஒரு முட்டாளா? அவன் திரும்பவும் சொன்னான். “இதில் ஏதோ சூது இருக்குன்னு நினைக்கிறேன்.”

“இருக்கட்டும். நீ போய் மாதுவைப் போனிலே கூப்பிடு.” இந்த நாலுமணி சமயத்திலே அவன் பரத்வாஜ சவுக்கத்திலே உள்ள அவன் ஆபீசிலிருந்து சனிவார் பேட்டை பிராஞ்சுக்குக் கிளம்பிண்டு இருப்பான். அப்படியே போகிற வழியிலே இங்கே வந்துவிட்டுப் போகச் சொல்லு.”

பத்மேஷ் கூடத்துக்குச் சென்று போனில் பேசிவிட்டுத் திரும்பி வந்தான்.

“பெரியண்ணா, மாது இன்னிக்கி மூன்று மணிக்குப் புறப்பட்டு சனிவார்ப்பேட்டைக்குப் போய்விட்டானாம்.”

“அப்படியா?” அவர் கொஞ்சம் யோசித்தார்.

“எனக்கு அத்தனை தூரம் போகத் தெம்பில்லை. நீ போய் விவரத்தையெல்லாம் விளக்கிவிட்டு வா. விஷயத்தை எத்தனை ரகசியமாக வெச்சுக்க வேணும், கணக்கைப் பார்க்கிறபோது எவ்வளவு இங்கிதம் காட்ட வேணும் என்கிறதையெல்லாம் நீ அவன் மனசிலே நன்னா படியும்படியாகச் சொல்லு. பத்தூ, நீ யோசித்துக் கவனமாகப் பேசுவாய் என்றுதான் உன்னை அனுப்புகிறேன்.”

போகும் வழியில் பத்மேஷ் நடந்ததை எண்ணிப் பார்த்துக்கொண்டான். அவனை நம்பிப் பெரியண்ணா இந்தப் பெரிய காரியத்தை அவன் தலையில் போட்டிருப்பதை நினைத்து பெருமிதம் கொண்டான். அவனுக்குத் தெரியும் அவர் அவன் பேரில் அலாதி நம்பிக்கை வைத்திருக்கிறார் என்று. இருந்தாலும் இப்போது அவர் அவனிடம் ஒப்புவித்திருக்கும் பணி அதைப் பன்மடங்கு அதிகரித்துக் காட்டியது. அவனுள் குளுகுளுவென்ற ஒரு திருப்தி. பார்த்தாயா தன்னை மறந்து பிறருக்கு ஒரு காரியமென்று செய்யும்போதுதானே இந்த உணர்ச்சி உண்டாகிறது. இந்தமாதிரி வழியில் போனால்தான்

முதிர்ச்சி பெறமுடியும்.

வாழ்வில் இப்படியொரு முயற்சி சதா இருந்து கொண்டே இருக்க வேண்டும். முயற்சி, அதன் பிறகு படைப்பு, இந்த அனுபவங்களினாலே ஒரு விளக்கம் தோன்றுகிறது. ஒரு பிடிமானம் ஏற்படுகிறது. அவனை நம்பி ஒரு காரியத்தைச் சாதிக்கப் பணித்திருக்கிறாரென்றதும் அந்தரங்கத்தில் ஒரு சக்தி எழும்பியது.

மாது என்னும் மகாதேவனுக்கு வாசவேஸ்வரம்தான். மேலக் கோடியாத்து வெங்கடசுப்பன் பேரன் என்று பெரியண்ணா எப்போதோ சொல்லிக் கேட்ட நினைவு. பத்மேஷ் உள்ளே சென்றதும் அவனை சுமுகத்தோடு வரவேற்றான் மாது.

“ஓ... நீ பெரியண்ணாவோட தமக்கை பேரனல்லவா? பத்தநாவன் என்னா...”

“பத்மேஷ்” என்று அவன் சுருக்கமாய் அறிமுகப்படுத்திக் கொண்டான்.

“ஓ...” மாது கடகடவென்று சிரித்தான். “மதர்லாந்து போனதிலே பத்தநாவன், பத்மேஷ் ஆகிவிட்டான்.”

பிறகு குரலை மாற்றிக்கொண்டு “வா” என்று அன்போடு அழைத்தான்.

பேச்சில் வாசவேஸ்வரத்து நையாண்டித் தொடர்பு இருந்தாலும், கூடவே ஒரு ஒத்துணர்வு பாவமும் இருக்கிறது என்று பத்மேஷ் அறிந்தான்.

அந்தக் குறுகிய அறையில், வெளிச்சம் வேண்டுமென்றோ என்னவோ, மாது தன் மேஜையை சன்னலருகில் போட்டிருந்தான். பக்கத்திலிருந்த பத்மேஷ் தலையை நீட்டி வெளியே பார்த்தான். நகரத்தின் மிக நெருக்கமான சனிவார்ப்பேட்டை வட்டாரத்தில் அது ஒரு பழைய கட்டிடம். முக்காலும் மரத்தால் செய்யப்பட்டது. சாளரத் தூண்கள்

உளுத்துப் போயிருந்தன. கீழே ஜனக் கூட்டத்தின் நெருக்கம்.

“சரியான இடம், கணக்கிலே பரிட்சை பார்க்க” என்றான் பத்மேஷ், போக்குவரத்தைப் பார்த்தபடி.

“உளநூல் சாத்திரம் பழகவும் ஏற்ற இடம்” என்று மாது பதில் சொன்னான்.

பத்மேஷ், மாதுவை ஏற இறங்கப் பார்த்தான். நல்ல கறுப்பு. தடித்த நீலநிற உதடுகள். அமிழ்ந்த சாந்தமான கண்கள். மாதுவுக்கு பத்மேஷ் வயதுதானிருக்கும். இல்லையென்றால் கொஞ்சம் கூடவுமிருக்கலாம். அவனுடைய நிதான பதில் பத்மேஷ் உள்ளத்தில் பதிவாயிற்று. இந்தப் புள்ளி வாஸவேஸ்வரத்தின் இன்னுமொரு சாயல். பெரியண்ணாவைப் போன்ற அழுத்தமான மனவுறுதியுண்டு. ஆனால் அத்துடன் இன்றைய வாழ்க்கையை அனுசரித்து விஷயங்களைக் கணக்கிடும் துப்பும் இருக்கிறது. அவன் சாவதானத்துடன் உட்கார்ந்து கொண்டான்.

“இந்த இடத்தைப் பார்த்தவுடன் எனக்கும் அப்படியொரு எண்ணமுண்டாச்சு. ஆனால் இத்தனை ஏழை நோயாளிகளையும் எப்படிச் சமாளிக்கிறது? ஆதித்திய நாட்டிலே ஜனத்தொகை சகட்டுமேனிக்கு வளர்ந்து வருகிறது”

“அதுக்கென்ன? நீ நம்ப நகர கௌஸல் வைத்திய சாலைகளோடு ஒப்பந்தம் பண்ணிக்கலாமே. கொஞ்சம் தீராத நோயானால் அது நிச்சயமாக மனோதத்துவ தரத்தைச் சேர்ந்ததாக இருக்கும். அப்படிப் பார்த்துப் பொறுக்கி கேஸ்களை அவர்கள் உன்கிட்டே அனுப்பித் தந்தால், நீயும் உன் விசாரணையை அனுகூலமாக நடத்தலாமே”

பத்மேஷ் இப்போது அவனைப் பாராட்டும் முறையில் பார்த்தான். ஆள் மோசமில்லை. மனோதத்துவ ஆராய்ச்சியைப் பற்றிக் கூட இத்தனை யோசித்துப் பார்த்திருக்கானே!

“சரி, வந்த செய்தியைப் பற்றி முந்தி சொல்லுகிறேன். அப்புறமாகப் பேசலாம்” என்று சொல்லி பத்மேஷ் விஷயத்தை

விளக்கினான்.

“வல்லப்ஜீயை எனக்கு நன்னாத் தெரியும்.”

“அவன் எப்பேர்ப்பட்டவனோ?”

“கொஞ்சமாகத்தான் பேசுவான். அமுக்கமான ஆசாமின்னு கூடச் சொல்லலாம். ஆனால் போலீஸ்கிட்டே முறையிடும் அளவுக்குப் போவானோ? யோசிக்கிறேன், பார்க்கட்டும். விஷயத்தை ஆராய்ந்தால் தெளிவாகும். பெரியண்ணா ரொம்ப அதிர்ந்து விட்டாரோ?”

“இல்லை... அவருக்குப் பாச்சப்பா பேரிலே அப்படியொரு நம்பிக்கை.”

மாது தலையை அசைத்தான். “அதிலே தப்புமில்லை. பாச்சப்பாவை ஒரு நவீன அரிச்சந்திரன் என்று சொல்லலாம். அதாவது தற்போதைய பிசினெஸ் உலகிலே எத்தனை நாணயம் இருந்தாப் பிழைக்கலாமோ, அத்தனையையும் தெரிஞ்சு வேலையைப் பழகுகிறவன். அவன் ஏமாறும் புள்ளி அல்ல.”

“விஷயத்தைத் துரிதமாகச் செய்யவேணும். அதிகாரி அவகாசம் அதிகமா கொடுக்கலை.”

“நான் இன்னிக்கே அங்கே போகலாம். ஆனால் போன வருஷத்துப் புத்தகங்களை எடுக்க ஆபீசு உதவி வேணும்.

எல்லோரும் இப்போ புறப்பட்டுப் போய் இருப்பா. மணி அஞ்சாகி விட்டது பார்த்தாயா? நாளை மத்தியானத்துக்கு மேலே நான் விவரம் சொல்கிறேன்.”

பத்மேஷ் தலையை ஆட்டினான். கணக்கெல்லாம் சரியாகத்தான் இருக்குமென்று மாது சொல்லாமலே அவனுக்குத் தெரியும். இருந்தாலும் அதைச் சரிபார்க்க வேண்டுமே...

“இந்த செக்ரெட்டரி சாந்தாவைப் பற்றி உனக்கு ஏதாவது தெரியுமா?”

“அந்தப் பெண் ரொம்ப அடக்கம். ஒரு வீண் விவகாரத்துக்கும் போகமாட்டாள்.”

“இல்லை. கம்ப்யூட்டரை வைத்துக்கொண்டு கணக்குப் போடுகிறாளாமே”

மாது சிரித்தான். “நீயென்ன..... மதர்லாந்தைப் பிரமாணமாய் வைத்து இதையெல்லாம் கணிக்கிறாயோ. ஹாய்... அதெல்லாம் சும்மா மெஷின் போடுகிற புள்ளிவிவரங்கள்தாமே”

“ஏதோ. உன் கையிலே விஷயத்தை ஒப்பிச்சாச்சு. நானே நாளை மத்யானம் நேரிலே வந்துவிடுகிறேன். போனிலே எதையும் பேச வேண்டாமுன்னு பெரியண்ணா சொல்லச் சொன்னார். அவருக்கு உன் பேரிலே ரொம்ப நம்பிக்கை. கவனமாக விஷயங்களை ஆராய்ஞ்சு பார்க்கிறதிலே உன்னைப்போல கிடையாதுன்னு சொன்னார்.”

மாது வெளியே புரண்டோடும் ஜனத்திரளைச் சுட்டிக் காட்டினான். இருள் மேகத்தினிடையே பாயும் மின்னல் கீற்றுகளைப் போல அவனுடைய வெள்ளைப் பற்கள் பளிச்சிட்டன. “இந்த வெள்ளத்து மேலே எல்லோரோடும் நானும் ஒரு இறகு மிதக்கிறேன். பின் என்ன? செய்கிறதை திருந்தச் செய்யவேணும்னு ஒரு ஆசை. அப்படிச் செய்தால் மனசுக்கு ஒரு திருப்தி. உன் மனோதத்துவ பாஷையிலே இதை ‘நிறைவு’ ன்னு சொல்லுவாய் அல்லவா?”

பத்மேஷ் அவனை வியப்புடன் பார்த்தான்.

“ஆனால் நம்மவர்களுக்கு அதுதானே கிடையாது. நான் ஊருக்குத் திரும்பி வந்ததிலிருந்து பார்க்கிறேனே. எங்கும்

ஒரே வாதம், எரிச்சல், முரண். உள்ளத்திலே சத்து இல்லாவிட்டால் தொழில் நேரே வராது. அன்பையோ உதவியையோ தாராளமாகக் கொடுக்காவிட்டால் நிறைவும் உண்டாகாது. பிறருக்கு சகாயம் செய்கிறபோது, நாம் நமக்கு நிறைவுன்னு தெரியாமே எப்படியெல்லாமோ மோதிக்கிறோமே!

பார்க்க என் மனசு ரொம்ப சஞ்சலப்படுகிறது.”

மாது சொன்னான். “சாதாரண ஏமாற்றங்களையும், அவமானங்களையும் லேசாக ஒதுக்கி அப்புறப்படுத்த நம் சமுதாயத்திலே வழியில்லை. அதனாலே அவற்றை வைத்துக்கொண்டு நாம் ஒருவரையொருவர் ஹிம்ஸிக்கிறோம்.”

“கூட்டுழைப்பில்லாத ஒரு முரண்பாடு.” பத்மேஷ் விசனத்துடன் சொன்னான்.

“சொந்தக் குறிக்கோள் சமூக நன்மைக்கு ஒத்து வராமே வேறு மாதிரியாகப் போய் விடுகிறது. அப்போ அங்கே குழப்பமும் கலகமும்தானே உண்டாகும்? ஒத்துழைப்பு இருந்தால் நாமேன் இப்படியிருக்கோம்?”

மாது பதிலுக்கு நிதானமாகப் பேசினான். “நீ ஒரு லட்சியவாதி போலிருக்கு. லட்சியதானம் செய்ய அவசரப்படுகிறாய். நான் என்ன? சும்மா வாழ்க்கையிலே நடைமுறைக்குக் கொண்டுவரக் கூடியதைச் சொன்னேன். நீயே சொல்லு. நான் பரீட்சையா பார்த்திருக்கேன். சங்கட நிலைகளை அமைதியா ஏற்கத் தெரிஞ்சால்தான் அப்புறமாக ஏதாவது ஒரு அதிர்ஷ்டம் வாய்த்தால் அதை உணர்ந்து அனுபவிக்கத் தெரியும். நோயிலிருந்து தேறினவனுக்குத்தானே சுகநிலை புரியும்?”

பத்மேஷ் தலையை ஆட்டினான்.

“அப்படிச் செய்தாலோ வாழ்வே புதியதொரு தோற்றம் கொடுக்குமே. அதை இன்னும் பெருமையாக நடத்த படைப்புத் திறனும் உண்டாகுமே. இப்போ என்னை எடுத்துக்கொள். படிப்பு முடிந்து என் திறனைக் காட்ட நான் தயாராக இருக்கேன். பிறருக்கு உதவ ஆசைப்படுகிறேன். ஆனால் இந்தச் சூழ்நிலையில் அந்த உள்ள நிறைவைக் காண முடியாமே தவிக்கிறேன்! நம் சமூகமே அப்படியொரு தாழ்ந்த தன்மைக்கு வந்திருக்கு.”

“வெளிச் சூழ்நிலை காரியம் இல்லை. அகத்தில் பிடித்தம்

விடுதலையாக வேணும். மோட்சமுன்னு சொல்லுவது இதைத்தான்."

"அகத்திலுள்ள பிடித்தத்தை எப்படிப் போக்குவது?"

"சொல்லட்டுமா? எனக்கு உளநூல் சாத்திரம் தெரியாது. நாடோடி வாழ்க்கை அனுபவத்தைச் சொல்லுகிறேன். அகம் கலங்காமே இருக்க வாழ்விலே ஒரு அடிப்படை ஆதாரம் வேணும். சிலருக்கு ஒரு சிந்தனை, ஒரு குறிக்கோள் ஆதாரமாக இருக்கலாம். சிலருக்கு அன்பைக் கொடுப்பதும், அனுதாபத்தோடு பிறருக்கு உதவுவதும் பெரிதாகப் படலாம். சிலர் கடமைன்னு உழைப்பதை உயர்வாக எண்ணலாம். எதுவானாலும் சரி. ஒரு ஊன்றுகோல் வேணும். என்னை உதாரணமா எடுத்துக்கொள். அலுப்போ சோர்வோ உண்டானால் உடன் வாசவேஸ்வரத்துக்கு ஓடிப் போய்விடுவேன்."

"என்ன?" பத்மேஷ் வாயைப் பிளந்தான். மாது கடகடவென்று சிரித்தான்.

"ஆமாம். மனசு சலனப்படுகிற போதெல்லாம் நான் ஊருக்குப் புறப்பட்டுப் போய்விடுவேன். மனிதனுக்கு ஒரு ஆதாரம்... ஒரு பிடிப்பு வேணுமே. எனக்கு வாசவேஸ்வரத்தைப் பார்த்தால் திரும்பவும் வாழ்க்கையிலே ஒரு ருசி ஏற்படுகிறது. ஒரு பிடிமானம் உண்டாகிறது."

"இது ரொம்ப விசித்திரமாக இருக்கே! அங்கே உனக்கு இஷ்டமானவா யாரேனும் இருக்காளா?"

"கிடையாது. ஆனால் அங்கே அந்தப் பழைய காலத்து ரீதியிலே சிலபேர் எப்படி சொல்ப அனுபவத்தைக் கொண்டு நிறைவைக் காண்கிறான்னு பார்க்கிறபோது என் மனசு தெளிஞ்சு போய்விடும். இது மாதிரி ஒரு நிலையாக ஆதார மாக ஒரு தோற்றமில்லாமேதான் இப்போதைய இளைஞர்கள் இப்படி முரண்படுகிறார்கள். வாழ்விலே பிடிமானமோ துணிவோ உண்டானால் சொன்னபடி கேட்பது கௌரவக் குறைவுன்னு தோன்றாது. பலமிருந்த நயத்திலே அச்சமேது? நயமாக நடந்து

கொண்டால் அகத்திலும் ஒருமை ஏற்படும். அப்புறம் இப்படி வாழ்வை உடைத்தெறியத் தோன்றாது.”

பத்மேஷ் யோசனையுடன் எழுந்து போனான். ஏதோ சார்ட்டர்ட்டு அக்கௌண்டெண்டு... கணக்கு விஷயம் பேசுவான் என்று எண்ணியிருந்தான். வந்த இடத்தில் இவன் என்னமோ இப்படி விநோதமாகப் பேசுகிறானே! ஒருமை, தனிமை, மமகாரமென்று மனோதத்துவங்களை விண்டு பார்க்கிறான். அதுவும் போதாதென்று, சாதாரண வாழ்வுடன் பிணைக்கக்கூடிய உதாரணங்களைக் கொண்டு அவற்றை விளக்கிக் காட்டுகிறான். கடைசியாக உண்மை ரகசியங்களை அறிய வாசவேஸ்வரம் போக வேண்டுமாம். எப்படி? ஆனால் ஒன்று. அவன் சொல்லுவதிலும் உண்மை இருக்கிறது. வேதாந்த அனுபவத்தை நேரில் காண வாழ்வின் முதற் கட்டத்திற்கு - எளிய மனப்பான்மையுள்ள இடத்திற்குத்தானே - போகவேண்டும்?

15

அவர்கள் கண்முன் ‘சிந்தூரம்’ எழும்பி நின்றது. கீழ்திசை வெள்ளிச் சோதியில் கட்டிடம் நிழற்படம் போல வானில் மிதந்தது.

“இதன் சரித்திரம்தான் என்னன்னு யாருக்காவது சரியாகத் தெரியுமா?” என்று கேட்டபடி பத்மேஷ், ஜானா வின் முகத்தைப் பார்த்தான்.

“புராதன செல்வம்” என்றாள் அவள்.

“அது போதுமே. நம்மவர்களுக்கு அப்படிச் சொன்னாலே ஒரு மோகம் தட்டிவிடுமே! போதாக்குறைக்கு இப்போது ஈஸ்வரதாஸ் வேறு கைவெச்சு விட்டதாகக் கேள்விப்பட்டேன். இந்த இடத்து சரித்திரம்தான் எப்படி? உன் அபிப்பிராயம் என்ன?”

“ஒவ்வொருத்தர் ஒவ்வொரு மாதிரி சொல்லுகிறா ஒரு கதை. திக்விஜயம் செய்கிறபோது ஸ்ரீராமருடைய இளையவன் பரதன் இங்கே தங்கினானாம். அதனாலேதான் இந்த ஊருக்கே பரதபுரின்னு பெயர் உண்டாச்சாம். சொல்லுகிறா.”

"சரித்திர நிபுணர்கள் சக்கரவர்த்தி விக்கிரமாதித்தியன் இங்கே வந்ததாகச் சொல்லுகிறாளாம்."

"இருக்கலாம். ஆனால் இதென்னமோ நிஜம். இப்போதைய ஆதித்திய வம்சத்தார் இந்த நகரத்தைப் பல நூறு வருஷங்களாகத் தலைநகரமாக வைத்துண்டு இருந்தா. அப்புறம் லலிதா நித்தியன் காலத்திலே சத்யோத்தியா தலைநகரமாக ஆன பிற்பாடுகூட பரதபுரிக்கு முக்கியத்வம் குறையவில்லை. இப்போதும் பார்க்கிறாயே! வியாபாரத் துறையிலே பரதபுரி மாதிரி வேறு ஒரு இடமும் ஆதித்திய நாட்டிலே கிடையாது."

"அதுதானோ என்னமோ. அந்தப் பிரபல வியாபாரி - ஈஸ்வரதாஸ், அதிகாரிகளை சம்மதிக்க வைத்து - இந்த சிந்தூரத்தை அப்படியொரு விசித்திரமான நிலையாக ஆக்கி விட்டான்."

அவர்கள் இப்போது அருகே வந்துவிட்டார்கள். யுதாஜித் மலை கடலை எட்டிப்பிடிக்கும் இடத்தில் அது இருந்தது. பத்மேஷ் நிமிர்ந்து கட்டடத்தை ஏறிட்டுப் பார்த்தான். மதில் சுவருண்டு. அது ஒரு கோட்டையுமல்ல. கோபுரங்களுண்டு; ஆனால் கோவிலுமல்ல. எந்தக் காலத்தில் கட்டியதோ... இப்போது அது பண்டை மேவார் ராணாக்களை நினைவூட்டியது. மேற்கத்திய நாட்டிலிருந்து ஈஸ்வரதாஸ் தருவித்திருந்த கட்டட நிபுணர்கள் சிதைந்து போன இடங்களை ஆங்காங்கே பண்படுத்தி இருப்பதைப் பத்மேஷ் கவனித்தான். நாஸுக்காக கண்ணிற்குப் புலப்படாத விதத்தில் செப்பனிட்டு, பல தட்டுகள் ராஜஸ்தான் பாணியில் வரிசை வரிசையாகச் சாரைச் சாய்ப்பு. அவற்றைச் சுற்றி நாசூக்கான வேலைப்பாடு கொண்ட அளிந்தங்கள். குடை போன்ற கோபுரங்கள்.

உள்ளே சென்றதும் ஜானா ஆவென்று கூவிவிட்டாள். பண்டை ராணாக்கள் இந்த மாதிரி கருவிகளைப் பார்த்திருக்க முடியாது என்று சொல்லி உரக்கச் சிரித்தாள். அங்கே அவள் கண்டது இருபதாவது நூற்றாண்டு முடிவு முனையில் பிரதிபலிக்கும் யந்திர யுக சொகுசுகள்.

"அப்பா! தேவசிற்பி மயன் கூட மருண்டுவிடுவான் போலிருக்கே!" என்றாள் ஜானா மறுபடியும்.

பத்மேஷ் அவளுடைய வியப்பைக் கண்டு நகைத்தான். ஆனால் வெளிநாட்டிலிருந்து வந்த அவன் கூட திகைக்கும் அளவில் அமைந்திருந்தன அவ்விடத்துப் பொது அறைகள். பொது அறைகளுக்கு அப்பால் ஒரு பூங்கா. பூத்துக் குலுங் கும் பலரகச் செடிகள், அலங்காரப் பனைகள், விதவிதமான அபூர்வ குரோடன்ஸுகள். அதையும் தாண்டினார்கள் பிறகு லிஃப்ட்டில் வெகுதூரம் பிரயாணம் செய்தார்கள்.

வெளியே வந்தவுடன் ஒரு சதுரங்க மித்தம். அதைச் சுற்றி நீண்ட நடைபாதைகள். பாதையின் இருபுறமும் நேர்த்தியான தூண்கள். தந்தத்தால் செதுக்கினது போல அவ்வளவு மெலிதாக சீர் பொருந்தியிருந்தன. நடுவே நடந்து போனார்கள். இளஞ்ஜோடி. ஜானா அவனைப் பெருமிதத்துடன் பார்ப்பதை அறிந்தான் பத்மேஷ்.

"இதுக்கு முன்னாடி நான் இங்கே வந்ததே இல்லை. அப்பா கூட்டிவர மாட்டேன்னு சொல்லிவிட்டார். வாழ்விலே சந்தோஷமாக இருக்க இதெல்லாம் அவசியமில்லை என்பது அவர் எண்ணம்."

பத்மேஷ் தலையை அசைத்தான். ஜட்ஜ் நவீன வாழ்வு முறைகளை விரும்பாதவர் அல்ல. வாசவேஸ்வரத்து பாவனைகளைப் பேணுபவரும் அல்ல. அவருடைய போக்கே ஒரு விதம். ஆனால் ஒன்று. அவர் அப்படிப் பிடிவாதமாக இருந்ததால்தானே இப்போது அவளை முதல் முதல் அங்கே கூட்டி வரும் வாய்ப்பு அவனுக்குக் கிட்டியது?

"என்ன காரணமுன்னு தெரியவில்லை. இங்கே வந்தவுடனேயே ஒரு மோகன உலகத்துக்கு வருகிறாப்போலே இருக்கு. இந்தத் தூண்களோடு அழகோ!"

அவன் ஒன்றுமே சொல்லாமல் மிருதுவாக அவள் மேல் உரசினாற்போல நடந்தான். பெண்கள் மனதைப் புரிந்து

கொள்ள அவனிடமிருந்த அந்த நுண்ணறிவு அவனை எச்சரித்தது. ஜானாவும் பிடியைத் தளர்த்திவிடாமல் நடந்தாள். இளகிவிடக்கூடாது. கெட்டிப்படுத்திக் கொள்ள வேண்டும். ஆண்கள் எல்லாருமே இப்படி வித்தைகள் காட்டி மயக்குகிறவர்கள்தாம் என்று தனக்குத் தானாகச் சொல்லிக்கொள்வது போல இருந்தது அவளுடைய உறுதியான நடை.

தனிமையில் ஒரு அறை. இதுமாதிரி சிந்தூரத்தில் எவ்வளவோ! இருந்தாலும், இங்கு வரும் ஒவ்வொரு ஜதையும் அது தமக்கென்று அமைந்த அறையென்று நினைக்கும் வண்ணம் அதை ஜோடித்திருந்தார்கள் என்பது அவனுக்குத் தெரியும். தெரிந்துதானே இங்கே அவளை அழைத்து வந்திருக்கிறான். சுவர் முழுவதும் வர்ணக் குழம்பின் சித்திர வடிவங்கள் காம சூத்திரத்தின் பிற்பகுதியை விளக்கிக் காட்டின. அறைக் கோடியில், மங்கிய நிழல் வெளிச்சத்தில், பஞ்சணை மெத்தையும் திண்டுகளும் புலப்பட்டன. நடுவே ஒரு வட்ட மேஜை. அதன் மேலே விருந்திற்கு வேண்டிய பதார்த்தங்களை நாசூக்காய் அடுக்கி ஏற்பாடு செய்திருந்தார்கள். அவர்கள் சாப்பிட உட்கார்ந்தார்கள்.

“இது ஒரு ஹோட்டலா?” என்று ஜானா கேட்டாள்.

“ஹோட்டலுமல்ல, கேளிக் கூத்தறையுமல்ல, மட்டமான வேசி வாசஸ்தலமுமல்ல....”

“பின் இந்த இடத்தை வர்ணிப்பது எப்படி?”

“இந்த மாதிரி ஸ்தாபனங்கள் மதர்லாந்திலே நிறைய உண்டு. அதுகளுக்கு விசேஷப் பெயர்களும் கொடுப்பதுண்டு. அந்தப் பெயர்களைச் சொன்னாலே ஒரு குதூகலமுண்டாகும். அப்படியொரு தனிப் புகழும், மகத்துவமும் ஏற்படும்படியாக இருக்கும் அந்த நாமகரணங்கள். விசித்திர விசித்திரமான கற்பனைப் பெயர்கள்.”

இதற்கும் ஜானா பதில் பேசவில்லை. அவள் ஏதோ

நினைவிலிருப்பதாகத் தோன்றிற்று. அது என்ன? ஏன் முகத்தில் இந்த ஆழ்ந்த சிந்தனை ரேகைகள்? ஒருவேளை இந்த ஊரின் இறுக்கமான சூழ்நிலை அவளையும் பாதித்து விட்டதோ? அப்படித்தானிருக்க வேண்டும். அவன் ஆவலுடன் பேசவாரம்பித்தான்.

"நானும் ஊருக்கு வந்தது முதல் பார்த்துண்டு இருக்கேன். எல்லா வாழ்க்கை விதங்களையும் ஒரு கூடையிலே போட்டு, ஏதோ தாயத்துகளைக் குலுக்கினாப்போலே குலுக்கி இரைத்து, நீங்கள் வாழ்வை நடத்துகிறீர்கள். அதுதான் இப்படி மோதல் அலைகள் கிளம்புகிறது. ஜனங்களென்னமோ எல்லாம் சீராக நடக்கிற மாதிரியிலே சாவதானமாகப் போறாப்போலே தெரிகிறது. நிஜமென்னவென்றால் குடும்பத்திலே ஆகட்டும்; சமூகத்திலே ஆகட்டும்... முழக்கமும் தாக்கலும் மிதமிஞ்சி இருக்கு. எரிச்சலும் துராங்காரமும் கொப்புளிச்சுண்டு வருகிறது. உதாரணமாக இப்போ இந்தப் பெரியண்ணா குடும்பத்தை எடுத்துக்கொள். அங்கே ஒரு விநோதமான சூழ்நிலை. எரிமலை வாய் மூடியிருக்கு. அதனோடு நுனியிலே உட்கார்ந்திருக்கோம். என்னிக்கி அது வெடிச்சு கனலைக் கக்குமோன்னு பயமிருக்கு. ஆனாலும் இத்தனைக்கும் நடுவிலே அந்தக் குடும்பம் பாட்டுக்கு சாவகாசமா முறையா, பட்சணம் வரதட்சணை என்று காரியத்தை நடத்துகிறது. கிராஸ்வர்டு, கிளப்பு, கூடல் ஆடல் எதையும் நிறுத்தலை. வெளியே போனாலும் அங்கே நடக்கிற சந்தடியும் அவர்களை பாதிக்கிறதாகக் காணோம். இதென்ன பிரமையா, கனவா, நிஜமா?"

"ஆமாம். நீ எப்படித்தான் அங்கே இருக்காயோ?"

"என்ன செய்யலாம்? பெரியண்ணாவுக்கு என் மேலே ரொம்பப் பிரியம். அவரை நினைத்துப் பார்த்து சும்மா இருக்கேன். இல்லாவிட்டால் இந்த மன்னிமார் பேச்சைத் தாங்கவே முடியாது. ஒரே எரிச்சல். அவாளுக்குச் சேர வேண்டிய சொத்தை பாசத்தினாலே என் பேருக்கு எழுதி வைத்துவிட்டார்னு கூடப் பேசிக்கிறார்கள். ஒரு சங்கதி. இந்தச்

சில்லறைக் காய்ச்சலையெல்லாம் விழுங்கும் விஷயம் ஒண்ணு இப்போ ஏற்பட்டிருக்கு."

"அதுதான் எரிமலை வாய் மூடியிருக்குன்னு சொன்னாயோ. என்னவாக இருக்குமுன்னு யோசித்தேன்."

"அந்தக் குடும்பத்துக்கு இப்போது ஒரு பெரிய சங்கடம் வரும் போலிருக்கு. பெரியண்ணா இந்த 'பிளான்ட் பிசினெசை' வளர்த்து பணத்தையெல்லாம் தொலைத்துவிட்டால்? எல்லோருக்கும் ஒரே நடுக்கம். அவரும் தகுந்தாற்போல போனால் போகட்டுமேன்னு கூப்பாடு போடுகிறார். துணிஞ்சு இறங்கிவிட்டார்ன்னு தெரிகிறது. கிச்சண்ணாவும் வெங்காச்சண்ணாவும் பேசுகிறதேயில்லை. ஆனால் ஒருவரையொருவர் விழிச்சுப் பார்க்கிறதிலே அப்படியொரு காரம் – தாயாதிப் போட்டி பலமா – இருக்கு. மன்னிமார்களோ புலிகளைப் போல பிறாண்டு பிறாண்டுன்னு பிடுங்கியெடுக்கிறா. பிள்ளையாண்டான்களும் எங்கே நம் சொத்தை ஊரான் அடித்து விடுவானோன்னு நோட்டம் பார்த்துண்டே இருக்கா. இருப்பதைப் பார்த்தா மன்னிமார் வேடிக்கை பலித்துடுமுன்னு தோணுகிறது."

"எப்படி" என்று கேட்பது போல ஜானா நிமிர்ந்து பார்த்தாள். கதை சுவாரஸ்யத்தில் அவள் தன்னுடைய சொந்த நினைவுகளை மறந்துவிட்டாள் போலும்.

அவன் அவளுக்கு போலீஸ் வந்து போன விவரத்தைச் சொன்னான். "எனக்கு ஒண்ணுமே புரியவில்லை. யார் நேர்மை, எது புளுகு? இந்த தேசத்திலே மனிதன் மனிதனை வேட்டையாடுகிறான். ஒத்துழைப்பு குறையக் குறைய, பொதுநலத் தோற்றமும் மறைகிறது. நாய்ச் சண்டை அதிகமாகிறது."

"அதிருக்கட்டும். பெரியண்ணா இப்படி விழுந்து விழுந்து விசாரணை செய்கிறாரே! அந்தப் பாச்சப்பா பேரிலே அவருக்கு அவ்வளவு நம்பிக்கையா?" என்று ஜானா கேட்டாள்.

"அப்படித்தான் தோணுகிறது. இல்லை. அப்படிச் சொல்லி

தம்மைத் தாமாக உறுதிபண்ணிக்கொள்ளப் பார்க்கிறாரோ. ஒருவேளை விசாரித்து இந்த மோசடி நிச்சயமுன்னு தெரிந்தால் தான் ஒதுங்கிக்கொள்ள சௌகரியமாயிருக்குமுன்னு செய்கிறாரோ. சொல்லத் தெரியவில்லை.”

“புரிபடவில்லை. இந்த மாது நம்பிக்கையான ஆள்தானா?”

“பெரியண்ணா அப்படி நினைக்கிறார். பார்க்கணும். போகப்போகத்தான் அவன் சங்கதி தெரியவேணும். வீட்டிலே என்னமோ இருள் மூட்டம் அதிகமாய்விட்டது.”

“அந்த மட்டுக்கும் உன்னைப்பற்றிப் பேசுகிறது குறைந்து இருக்குமே!”

அவன் அவளை நன்றியுடன் பார்த்தான். இப்படியே... அதே கனிவான பார்வை நீடித்துக்கொண்டே போனால்...

“இப்போ இருக்கிற முடையிலே என்னைத் துணைக்குக்கூட கூப்பிடலாம். என் எதிரிலேயே பகிரங்கமாக அப்படிப் பேசிக்கிறா. ஆனால் எனக்கென்னமோ எங்கேயோ ஏதோ ஒரு புரிபடாத மறைவு இருக்கிறாப் போலே தோணுகிறது. ஏதோவொன்று ஒளிந்து ஓடுகிறாப்போலே ஒரு உணர்ச்சி. அந்த மர்மம்தான் என்னன்னு புரியவில்லை.”

“நீ என்ன அப்படிச் சொல்லுகிறாய்? வாசவேஸ்வரத்துப் பேச்சிலே மறைவே கிடையாதே.” ஜானாவின் வார்த்தைகளில் பரிகாசம் தளும்பிற்று.

“நீ அவா வார்த்தை சொல்லுகிற பாங்கை நினைத்துப் பேசுகிறாய். அதென்னமோ பச்சை மரத்திலே ஆணி அடிச்சாப் போலேதானிருக்கும்.”

இருவரும் சேர்ந்து நகைத்தார்கள். “ஆனால் அந்தப் பேச்சிலே உள்ள சுருதி லயமிருக்கே... அபாரம் போ. உதாரணமா... ‘ஏய்’ என்கிற வாக்கை எடுத்துக்கொள். அதை எத்தனை விதத்திலே ஆலாபனை செய்யலாம். இல்லையா? சங்கீத வித்வான்கள்

சொல்லுகிற அத்தனை அரை, கால், அரைக்கால் என்னும் சுருதி பேதங்களையும் அதிலே கேட்கலாமே! நளினமான இசை சாயைகளாச்சே!"

"ஏய் ஏ... ஏ ஏஏ..." இருவரும் 'ஏய்' என்ற சுரத்தை பற்பல சுருதிகளுடன் சொல்லிப் பார்த்து சிரித்துக்கொண்டனர்.

சாப்பாடு முடிந்தது. "இதுக்கு மேலே 'தேஜஸ்' சாப்பிடுவாயோ?" ஜானா சந்தேகிக்கும் குரலில் கேட்டாள். அவன் இல்லையென்ற முறையில் தலையை அசைத்தான்.

"நீ எதிரே இருக்கிறபோது தேஜஸ் இல்லாமலே எனக்கு தலை கிறுக்குகிறது." அப்படிச் சொல்லும்போது அவன் கண்கள் மேஜை மீது, லேசாகப் பதிந்திருந்த அவள் கரத்தின் மேல் விழுந்தன. நீண்ட மெல்லிய விரல்கள். நக முனைகள் கூம்பியிருந்தன. இழுத்துக் கட்டினாற் போன்ற அவள் மேனியின் பளபளப்பு அவன் உணர்ச்சியைக் கவ்விற்று. இன்ப லாகிரியின் மோப்பத்தை நுகர்ந்தான். கையும் முன்னுக்கு வந்தது. உருட்சி பெற்ற முன்னங்கை. விரல்களில் ஆண்மை பொருந்திய ஒரு விறுவிறுப்பு. அதை அவன் அவளுடையது மேலே பதிப்பது போலத் தாழ்த்தினான். ஆனால் அது அப்படிச் செய்யத் தயங்கி அந்தரத்தில் தத்தளித்தது. கை உதறலெடுத்துத் துடித்ததை அவள் பார்த்தாள். சீண்ட அஞ்சிக் குழம்புவதைக் கண்டாள். தன்னைத் தானாக நிதானித்துக்கொள்ள சிரமப்படுவதையும் அறிந்தாள். அவள் முகம் - குப்பென்று வியர்த்து விட்டது. இதை அவனும் பார்த்துவிட்டான். அவளும் அவனை விரும்புவதை உள்ளூரப் புரிந்து கொண்டான். ஏதாவது எக்கச்சக்கமாக நடந்துவிட்டால், அப்புறம் முதலுக்கே ஆபத்து வந்துவிடுமோவென்று சந்தேகம் கொண்டு சும்மாவிருந்தான். அவனுடைய பயத்தை ருசுப்படுத்துவது போல அவள் பேசினாள்.

"ஒரு விஷயம் தெரிய ஆசை. இத்தனை பொது அறைகள் இருக்கிறபோது, என்னை எதுக்கு இப்படி தனியாகக் கூட்டி வந்தாய்?" அவள் குரலில் கடுமை ஒலித்தது.

அவன் முகம் வெளிறிற்று. நீயும் சந்துருவைப் போலவா என்று சொல்லாமல் சொல்லிக் காட்டுகிறாளா? அவன் நினைத்தது சரி. அவள் மனப்புண் ஆறவில்லை. கவனமாகப் பழக வேண்டும்.

"உனக்குப் பிரியமில்லாதது எனக்கும் தேவையில்லை. மன்னித்துவிடு."

"சந்துரு... உனக்குத் தெரியுமா?"

அவன் ஆமாமென்பது போல தலையை அசைத்தான். "அவனை நான் மறந்துவிட்டேன். எனக்கும் அவனுக்கும் இனிமேல் ஒரு தொடர்புமில்லை."

அவன் ஆர்வத்துடன் அவளைப் பார்த்தான். ஆனால் அருகில் நெருங்காமலிருக்கப் பிரயத்தனப்பட்டான். கரை புரளும் தன் உற்சாகத்தை அடக்கினான். நம்பிக்கை அவன் கண்களில் மிளிர்ந்தது.

திடீரென்று வெளியே ஒரு பேரிரைச்சல் கிளம்பிற்று. கொஞ்ச நேரமாகவே தூரே இருந்து ஏதோ ஒரு பெரிய முழக்கம் நெருங்கி வந்துகொண்டிருப்பது தெரிந்தது. லேசாக வந்துகொண்டிருந்த அந்த சத்தம் வர வரப் பக்கத்தில் வருவது தெளிவாயிற்று. இப்போது அது சிந்தூரத்தின் வாயிலை அடைந்திருக்க வேண்டும். தடபுடவென்று வெடிக்கும் சத்தம் போல் உறுமலும் கூக்குரலும் சேர்ந்து வந்து அவர்கள் காதைப் பிளந்தது. என்னவாயிருக்கக் கூடும். இனிமேல் பேசாமலிருப்பது சரியல்ல; அவன் பரபரப்புடன் எழுந்து, ஜானாவை அழைத்துக் கொண்டு அந்த அழகான தூண்வரிசைகளைத் துரிதமாகக் கடந்து சென்றான்.

போகும் வழியெல்லாம், பலர் – "கலகக்காரக் கூட்டம் சிந்தூரைப் பார்த்து வருகிறாப் போல", "தீப்பந்தங்கள் சுழலுகிறது... ஆபத்துத்தான்" என்று பேசிக்கொள்வது காதில் விழுந்தது.

பத்மேஷ் சட்டென்று ஜானாவின் முழங்கையைப் பற்றி இழுத்து, அவளை பரபரவென்று ஒரு பக்கமாக அழைத்துப் போனான்.

அந்தக் கெடுபிடியில் கூட அவள் நிதானமாகக் கேட்டாள். “என்ன? பழகின இடம் மாதிரி இப்படி வழி தெரிஞ்சு போகிறாய்”

பத்மேஷ் முதல்நாள் இரவை நினைத்து சிரித்துக் கொண்டான். ராகு அவனை வலுக்கட்டாயப்படுத்தி அங்கே அழைத்து வந்துவிட்டான். உற்சாக மிகுதியால் அதிகமாக ‘தேஜஸும்’ சாப்பிட்டுவிட்டான் பானு மன்னியின் அருமை மகன். கூட வந்த பத்மேஷுக்கு அவனைக் கட்டுப்படுத்த முடியவில்லை. ராகுவோ நிலை தவறி, சிந்தூரத்தின் விஸ்தார மான பரப்பில் குறுக்கும் நெடுக்குமாக உலாவத் தலைப்பட்டான். அவனைக் கட்டிப்பிடித்து வீடு சேர்ப்பது ஒரு பெரும் பாடாக ஆகிவிட்டது. பானு மன்னிதான் கதவைத் திறந்தாள். அவள் விஷயம் அறியாமலிருக்க, பத்மேஷ் சாமர்த் தியமாக ராகுவைத் தூக்கிப் பிடித்து நடத்தி, படுக்கையில் கொண்டு தள்ளினான். அந்த விந்தையை நினைத்து இப்போது சிரித்துக்கொண்டான். முதல் நாள் இரவு அவன் சிந்தூராவை நன்றாக சோதனை போடும்படியாக ஏற்பட்டு விட்டதல்லவா? இப்போது அந்தப் பரிச்சயம் கைக்கு ஒத்தாசையாக வாய்த்தது. அவன் விடுவிடுவென்று பல நீண்ட தாழ்வாரங்களைத் தாண்டி சிறியதொரு வீட்டில் ஏறினான். ஏறக்குறைய பத்து நிமிடங்கள் ஆன பிறகு அது தரைக்கு வந்தது. அவளை முன் செலுத்தியபடி ஒதுக்குப்புறமாக இருந்த ஒரு சின்னக் கதவை நோக்கிப் போனான். கதவண்டை போனவுடன் அதை மெதுவாகத் திறந்து வெளியே எட்டிப்பார்த்தான்.

அப்பா! பிரமாண்டமான ஒரு பொது ஜனக் கும்பல் சிந்தரத்தின் முக்கியமான வாயில் முகப்பைத் தாக்கி நின்றது. தீப்பந்தங்கள் திகுதிகுவென்று எறிந்தன. கூச்சல் எட்டுத் திக்கையும் பிளந்தது. நடு நடுவே போலீஸ் விசில்கள் கூ கூ வென்று கூவின. ஆனால் அந்தக் கும்பலில் எந்த அதிகாரி நுழைய இயலும்? கதவிடுக்கின் வழியாக பத்மேஷ் கூட்டத்தைப் பரிசோதித்தான்.

அவர்கள் ஒதுங்கியிருந்த கதவிலிருந்து கும்பல் சுமார் 100 அடிகள் தள்ளியிருக்குமெனப்பட்டது. ஒரே நெருக்கம். ஜனங்களுக்கு

அதிகமாக வீச்சுப் போடவோ, ஓடி சண்டையைக் கலைக்கவோ, அடிதடி செய்யவோ இடமேயில்லை. அப்படிச் செய்தால், ஒருவரையொருவர் அடிக்க வேண்டியதுதான். அதனால் அவர்கள் எதிரேயுள்ள சிந்தூரின் இரும்புக் கதவுகளைத்தான் தாக்கினார்கள். இருந்தாலும் கூட்டத்தின் விளிம்பிலுள்ளவர்கள் இவர்களைப் பார்த்து விட்டால் அனர்த்தமாகும். கையில் தீப்பந்தங்கள் வேறு ஏந்தியிருந்தார்கள். ஜனத்திரள் பக்கவாட்டமாகப் பாய அதிக நேரம் பிடிக்காது.

பத்மேஷ் அவளைத் திரும்பிப் பார்த்துக்கொண்டே உதட்டின் மேல் விரலை வைத்து சமிக்ஞை செய்தான். பிறகு ஜானா காதோடு சொன்னான். "கூட்டம் வலப்பக்கமாய்த் திரும்பிண்டிருக்கு. நாம் மெதுவாக வெளியே வழுக்கினாப் போலே நழுவி இடப்பக்க சுவரோரமாகப் போனால் யாரும் கவனிக்கமாட்டான்னு தோணுகிறது. இப்படி வா."

அவன் அவளை இறுகத் தழுவி அணைத்துக்கொண்டே வெளியே கிளம்பினான். அந்த ஸ்பரிசத்தினால் அவன் உடல் சிலிர்த்தது. அவளும் அவனைக் கட்டிக்கொண்டாள். நிஜமாகவே பயமா? அல்லது இதுதான் சமயமென்ற எண்ணமா? ஏன் அப்படியிருக்கக் கூடாது. சமயோசிதமாக அவன் நடந்து கொண்ட விதமும், இப்போது துணிவுடன் அவளை அழைத்துப்போகும் மாதிரியும், ஏன் அவள் உள்ளத்தைத் தொட்டிருக்கக் கூடாது? அவள் கை விரல்கள் அவனுடையதை இப்போது அன்புடன் பற்றிக்கொண்டன. யாரோ வரும் சத்தம். மதில் சுவரின் நிழலுக்குள் அடங்க அவன் அதன் மேல் மல்லாந்தான். அவள் அவன் மார்பின் மேல் சாய்ந்தாள். இரு போலீஸ் அதிகாரிகளும் சில கான்ஸ்டபிள்களும் அவர்களைத் தாண்டி பத்மேஷ் விட்டு வந்த கதவை நோக்கிச் சென்றார்கள். பயத்தினால் ஜானாவின் இதயம் பட்பட்டென்று பத்மேஷ் மார்பின் மேல் அடித்துக்கொண்டது. அவள் அவனை இறுகப் பிடித்துக் கொண்டாள். பத்மேஷ் சட்டென்று குனிந்து அவள் முகத்தை முகர்ந்தான். ஜானாவின் இதழ்கள் விரிந்து கொண்டன. அவன் அதன் இன்னமுதைச் சுவைத்து உண்டான்.

இவ்விதமாக அவனுக்கு ஏற்பட்டுள்ள மற்ற சந்தர்ப்பங்களை பத்மேஷ் எண்ணிப் பார்த்துக் கொண்டான். என்ன ஆச்சரியம்! அதே மாதிரி இப்போதும் இந்தப் பெண்ணைக் கூடிக் குலவி ஓரிராவெலாம் நாடித் தழுவி குறை தீர்க்க வேண்டுமென்ற ஆத்திரம் அவனுக்கு உண்டாகவில்லை. காத்திருக்க முடியாது என்ற அவசரம் பிறக்கவில்லை. அதற்குப் பதிலாக ஜில்லென்ற ஓர் பாதுகாப்பு உணர்வு அகத்தை நிரப்பியது. அருகில் சுவர்ண தேவியே இருப்பது போன்ற ஒரு நினைப்பு. அவனுடைய உள்ளுணர்வைத் தட்டி எழுப்பி உற்சாகமூட்ட இதோ பக்கத்தில் ஒரு பெண் அப்புறமாக, அவர்கள் கூட்டுக் களியிலே, திறமைகள் வெடித்து வெளிவரும். நிச்சயமாக அவனுடைய ஊக்கத்திற்கு இவள் உந்தல் கொடுப்பாள். எந்தக் காவலுறவை நாடி அவன் வந்தானோ... அதைக் கண்டு விட்டான். அவன் அவளை இறுகத்தழுவியபடி அப்படியே சிறிது நேரத்திற்கு உறைந்துவிட்டான்.

பிறகு ஆயத்தின் நினைவு பத்மேஷைத் தட்டி எழுப்பியது. நல்லவேளை, சுவரின் பக்கம் இருள் கவிழ்ந்திருந்தது. அவர்களை யாருமே கவனிக்கவில்லை. பத்மேஷும் ஜானாவும் சுவர்மேல் தொத்திக்கொண்டே மெல்ல நகர்ந்தார்கள்.

இதற்குள் கூட்டத்திலிருந்த சிலர் அங்கே ‘பார்க்’ செய்திருந்த கார்களின் மீது தீப்பந்தங்களை விட்டெறிய ஆரம்பித்தார்கள். அவ்வளவுதான். சோவென்ற இரைச்சலுடன் கூட்டம் நாலாபுறமாகச் சிதறிற்று. தீப்பந்தத்தின் ஒளியில் ஜனங்கள் வெவ்வேறாகப் பிரிந்து ஓடுவது தெரிந்தது. முன்னே இருந்தவர்கள் சிந்தூரத்தின் மற்ற துவாரங்களைத் தாக்கலுற்றார்கள். வழிகாட்டிகளைத் தொடர்ந்து கூட்டமும் பல பாகங்களாக சிதறிச் சென்றது. இடையே இருந்த ஜனங்களுக்கு தலைகால் தெரியவில்லை. சும்மா கூச்சல் போட்டுக்கொண்டு அங்குமிங்கும் ஓடினார்கள். சிலர் மிதியடியில் நசுக்குண்டு வேதனைக் குரல்களைக் கிளப்பினார்கள்.

ஜானாவும் ரொம்ப பயந்து ஓவென்று வாய்விட்டுக் கூவிவிட்டாள். பத்மேஷ் அவள் தோள்களை அழுத்திப்

பிடித்து, அவளை இறுத்தினான். "பயப்படாதே. தைரியத்தைக் கைவிட்டால் நாம் ஒழிந்தோம்" என்று, திடமான தொனியில் சொன்னான்.

"தனவான் செருக்கு முறிய..."... "பூர்ஷுவா அதிகாரம் ஒழிக"... கூப்பாடு அதிகப்பட்டது. பொங்கும் காய்ச்சல். உணர்ச்சி ஜுரம் ஏற ஏற ஜனங்கள் மனம் குழம்பிற்று. புத்தி பேதலித்துவிட்டது. அப்போது டார்ச்சு விளக்குகளைக் கையில் ஏந்தியபடி இரண்டு மூன்று பேர்கள் அவர்களைச் சுற்றி மடக்கிக் கொண்டார்கள்.

"யாரது?" என்று கேட்டான் ஒருவன். பத்மேஷ் தைரியத்துடன் நிறுத்திப் பேசினான்.

"இங்கே சுவருக்குள்ளே கதவுகளிருக்குன்னு யாரோ சொன்னா. அதைத் தேடினால் லகுவாக உடைச்சுண்டு உள்ளே போகலாமேன்னு பார்க்கிறோம்."

வந்தவன் அவர்களை ஏற இறங்கப் பார்த்தான். நவயுவக் குழுவிற்கு பத்மேஷ் மனதிற்குள் வந்தனம் செலுத்தினான். அந்தக் குழுவைச் சேர்ந்தவள் என்னும் ஹோதாவில் தானே ஜானாவின் கூந்தல் கலைந்திருந்தது? அரையில் கால் சட்டையும் கழுத்தில் உருண்டை மணிகளும் துவண்டன.

"நாங்கள் 'நவயுவ' சேவாசங்கத்தைச் சேர்ந்தவா." என்றாள் ஜானா சமயோசிதமாக.

அவன் கொஞ்சம் யோசித்தான். பிறகு என்ன நினைத்துக்கொண்டானோ, பேசாமல் போய்விட்டான்.

சிந்தூரத்தின் இரட்டை இரும்புக் கதவுகளும் தளர்ந்தன. கூட்டத்திற்கு இடையே திடீரென்று சில தடியர்கள் எங்கிருந்தோ உதித்த மாதிரி பத்மேஷுக்குப் பட்டது. ஏன் என்றால் இதுவரையில் தோன்றாத தடிகளும் கற்களும், சோடாபாட்டில்களும் இப்போது எப்படியோ கூட்டத்தின் கைக்கு எட்டிவிட்டன. ஜனங்கள் சொல்லிக் கொடுத்தாற்போல, கதவுகளை முழுபலங்கொண்டு அழுத்தினார்கள். ஆயிற்று.

இன்னும் சில நிமிடங்களில், அவர்கள் உள்ளே புகுந்து அந்த தேவலோகத்தை அழிப்பார்கள்.

பத்மேஷ் தளராமல் நடையைக் கட்டினான். ஜானா இடுப்பின் மேல் வைத்த பிடியையும் தளரவிடவில்லை. அவனுக்குத் தெரியும். மனிதன் தனியாக இருக்கும்போதே மனம் தவறிக் குழியில் விழுகிறான். புத்தியை மீறி உழலும் சக்தி மனதிற்கு உண்டு. அப்படியிருக்க, பொதுஜன புத்தி எம்மாத்திரம்? அதைக் கட்டுப்படுத்துவதற்கு ஒரு மகா சூரன், தீரன், தலைவன் வேண்டும். அனாயாசமாக அதை முரட்டுவழி போகத் தூண்ட சில மூர்க்கர்கள் போதும். இப்போதும் அவன் அப்படி யோசித்துக்கொண்டிருக்கும்போதே நறநறவென்று இரும்புத் துண்டுகள் ஓடியும் சத்தம் கேட்டது. பிரமாண்டமான சிந்தூரத்தின் கதவுகள் முறிய ஆரம்பித்தன. இதற்குள் பத்மேஷும் ஜானாவும் மதிற்சுவரை விட்டு, ஒரு சிறிய சந்தை அடைந்து விட்டார்கள். ஜனங்கள் பல திக்கிலிருந்து சிந்தூரத்தைப் பார்த்து ஓடிக்கொண்டிருந்தார்கள்.

பத்மேஷ் வெகு துரிதமாக அவளை அழைத்துக்கொண்டு சுரங்கப் பாதையில் இறங்கினான். நல்லவேளையாக அவனுக்கு ஊர் பழக்கமானது. எல்லோருக்குமே இந்த சுரங்கவழியில் போகத் தெரியாது. பரத வியூகமென்னும் இப்பாதைகள், பூமிக்குள் குடைந்து சென்று நகரிலுள்ள சில முக்கியமான வீதிகளுக்குக் கொண்டு சேர்க்கும்.

“இங்கே வர எனக்குப் பயம். அதுவும் ராவில் இங்கே கள்ளர் பயம் அதிகமுன்னு கேள்வி.” ஜானாவின் உடல் வெடவெடவென்று நடுங்கிற்று.

பத்மேஷ் கை அவள் இடுப்பை விட்டு, தோள்களை வளைத்துக்கொண்டன. “இதோ, கொஞ்ச தூரம்தான். எனக்கு குறுக்கே போகும் சிறுபாதைகள் பரிச்சயமுண்டு.”

அவள் அவனை நன்றியுடன் பார்த்தாள். தன்னையும் அறியாமல் பத்மேஷ் அணைத்திருந்த அணைப்பை இறுக்கிக் கொண்டான்.

அவர்கள் யுதாஜித் மலையிலிருக்கும் ஜானா வீட்டை அடையும்போது மணி இரண்டு.

“என்னடியம்மா ஜானா.” அவள் தாயின் குரல் தழுதழுத்தது.

“அம்மா, ஒரு பெரிய ‘மோர்ச்சா’ கூட்டத்திலே சிக்க இருந்தோம். பிழைத்தோம்.”

அந்த அம்மாள் பத்மேஷை விறைத்துப் பார்த்தாள்.

“இவனோட தைரியத்தினால்தான் இன்னிக்கித் தப்பினோம்” என்றாள் ஜானா.

ஆனால் பத்மேஷ் அங்கே அதிகமாக நிற்காமல் “நான் வருகிறேன்” என்று சுருக்கமாகச் சொல்லிவிட்டுத் திரும்பினான். தோட்டத்துக் கதவு வரையில் ஜானா பின்னோடு வந்தாள். இருட்டு வேளையில், நெடிய குன்றின் உச்சியில் இளந் தேன்நிலவு படர்ந்திருந்தது. அவள் அவனைப் பார்த்தாள். ஒன்றுமே சொல்லவில்லை. ஆனால் முகம் எல்லாவற்றையும் விளக்கிற்று. அவர்களுக்கு வரவிருந்த அபாயம், அவள் நடுங்கின நடுக்கம், அவனுடைய தைரியமும் துணிவும், அந்த மங்கலான வெள்ளி வெளிச்சத்தில் அவள் கண்களில் அன்பு ததும்புவதை அவன் கண்டான். ஒன்றுமே பேசாமல் போய்விட்டான்.

கூட்டத்திலிருந்து ஜானாவைத் துரிதமாக மீட்க வேண்டுமென்ற எண்ணத்தில் அவன் புத்தி இதுவரையில் ஊன்றியிருந்தது. நீண்ட பொழுது விழிப்புடனிருந்து, அபாயத்திலிருந்து தப்ப தன் முழுத்திறனையும் திரட்டிக் காரியத்தை நடத்திவிட்டான். இப்போது ஆயாசம் அவனைப் பற்றிக்கொண்டது. ஆனாலும் கூடவே ஒரு விடுதலையுணர்ச்சி. விவரிக்க முடியாத ஒரு சுதந்திர வுணர்ச்சி. உன்னதமான ஓர் நிலை. அப்படியானால் அவன் தேடித்திரியும் அந்த திக்குத் தெரியாத காட்டில் ஒரு தீபச் சுடரைக் கண்டுவிட்டானா? மனம் பித்தங்கொண்டு இத்தனை நாட்களாக வேண்டிய மட்டும் இன்பத்தை உண்டு உண்டு சுவை பார்த்தாய் விட்டது. ஒரு திருப்தியும் உண்டாகவில்லை. இப்போது கடைசியில் மறுபடியும் அவன் உள்ளத்தில் ஒரு

பொங்கும் உணர்வு. அவன் தனக்குத்தானாகச் சொல்லிக் கொண்டான். ஏறு - மேலே ஏறு. நிற்கும் நிலையிலிருந்து விழாதே. அப்படியே முயற்சி செய்தாயானால் இறக்கைகள் தோன்றும். உள்ளத்தை திசை வெளியிலே பறக்கும்படி செய்யலாம்.

16

"ஏய்... பத்துா..." பெரியண்ணாவின் குரலைக் கேட்டு பத்மேஷ் திடுக்கிட்டான்.

"நீங்கள் இன்னுமா தூங்கவில்லை? மணி இரண்டு ஆகிவிட்டதே."

பத்மேஷ் அவர் கட்டிலண்டை நின்றுகொண்டு பரிவுடன் விசாரித்தான். பக்கத்தில் தரையைப் பார்த்து எரிந்த டேபிள் விளக்கின் ஒளி அறையெங்கும் தேனைப்போல் பரவி இருந்தது. அவர் முகம் சுண்டி, வாடியிருந்ததைக் கண்டதும் அவனுக்கு வேதனையாக இருந்தது.

"இந்தப் பாச்சப்பாவை எனக்கு எத்தனை நாளாப் பழக்கமுன்னு தெரியுமா? ஏதாவது சேஷ்டை செய்கிறவனானால் இதுக்குள்ளே தெரிஞ்சிருக்காது?"

''ஏதுக்கு சும்மா அலட்டிக்கிறேன். நாளைவரை பொறுத்துக்கொண்டால் சங்கதி நிச்சயமாக விளங்கி விடும்."

"நான் பள்ளிக்கூடத்திலே படிக்கிறபோது தினம் அவாத்து வழியாகத்தான் போவேன். பாச்சப்பா அப்போது ஒரு வாண்டுப்

பயலாக இருந்தான். கூப்பிட்டு வைத்து வம்பு பண்ணுவான். அவனை எனக்கு நன்னாத் தெரியும். மனசோடே இப்படி மோசடி பண்ணுகிறவனில்லை."

பெரியண்ணா ஆலோசனையில் ஆழ்ந்தார். பத்மேஷ் சொன்னான். " இப்படியெல்லாம் சம்பாதிக்கிறவன் பேரிலே எத்தனையோ பேருக்குக் காரமிருக்கும். புகார் இருக்கும். யாராவது தேரை நிலையிலிருந்து கிளப்ப ஏதாவது திரிச்சு விட்டிருப்பான்."

"அப்படி அவன் குணத்தை சந்தேகிப்பது ரொம்ப அநியாயம்."

"நீங்கள் இப்படி மனசை விடக்கூடாது. திருடனுக்குத் தேள் கொட்டினாற் போலே உண்மை வெளியாகிவிடும். நாளை வரையில் பொறுங்கள்." பத்மேஷ் அவரை சமாதானம் செய்துவிட்டு படுக்கப்போனான்.

ராவெல்லாம் அவன் தூக்கமில்லாமல் படுக்கையில் புரண்டான். அன்றைய சம்பவங்களின் நினைவுகள் ஒன்றன் பின் ஒன்றாக அவன் இமைக்குள் படமெடுத்து எழுந்தன. கடைசியில் பொலபொலவென்று விடியும் சமயத்தில் தன்னையும் அறியாமல் கண்ணயர்ந்துவிட்டான்.

உரத்த பேச்சுக் குரல் கேட்டு விழித்துக் கொண்டான். பகல் வெளிச்சம், மேஜையின் மீதுள்ள தேவியின் பிம்பம் அவனைப் பார்த்து புன்சிரிப்பு உதிர்த்தது. அவன் ஒரு கணத்திற்கு அந்த வடிவத்தின் இன்பநிலையில் லயித்திருந்தான். தேவி என் விருப்பம் நிறைவேறுமா? அதென்ன...? அதுதான் இப்போது அவனுக்குள் உண்டாகி இருக்கும் உறுதிநிலை. குறிக்கோளைப் பார்த்துப் போக எண்ணுவது... நேற்று இரவு அவள் முகம் அவனுடைய மார்பில் புதைந்திருந்த அந்த ஒரு நிமிடத்தில், வாழ்வின் அர்த்தம், தாத்பரியம், அவன் அகத்தில் ததும்பும் சக்தி, எல்லாவற்றையும் புரிந்துகொண்டு விட்டான். நிச்சயிக்கும் அதிகாரம் அவனிடமேதானிருக்கிறது. அவன் நிமிர்ந்து சுவர்ணதேவியை நோக்கினான், மனிதன் தான் விரும்புகிறபடி

ஆகிறான். உள்ளத்திலுள்ள அக்கினியே அவன் எதிரே தோன்றும் வடிவம். அந்த சோதியாக விளங்கும் விருப்பமே தியானம். நிச்சயிக்கும் வலிமையை அதுவே கொடுக்க வல்லது. அவனை மேலே சிந்திக்க விடாமல் வெளியே பேச்சு பலத்தது.

கரகரத்த குரல். அவன் வெராந்தா கதவைச் சிறிதளவு திறந்து வெளியே எட்டிப் பார்த்தான். வாசற்புறத்தில் நின்றுகொண்டு பானு மன்னி காய்கறிக்காரியுடன் சங்காணியைப் பற்றி சொல்லிக்கொண்டிருந்தாள்.

"இருக்க இடங்கொடுத்தால் நான் வேணுமானால் வந்து செய்கிறேன்."

"இருக்க இடமேதடி....? பத்துத் தேச்சுப் போட்டால் ஒரு வேளைச் சோறு போடுகிறேன் - போ." என்றாள் பானு மன்னி.

"கொஞ்ச நாளைக்கு வெச்சுக்கோயேன். நானும் பொழைச்சுப் போவேன். வீட்டிலே ஓயாம சண்டை"

"ஏது? என்னவாக்கும் ஆச்சு?"

"அதையேன் கேட்கிறே. இந்த நெஞ்சுக்குள்ளே பாரு அம்மா - ஏதோ ஒரு பூதம் ஒளிஞ்சுக்கிட்டு இருக்கு. நேக்குத் தெரியாமயே அது பேத்தவாரம்பிச்சு விடுகிறது. என்னாலே அதை அடக்க முடிஞ்சாதானே. மருமவளாவது சும்மா இருக்காளா? அவளும் பதிலுக்குக் கூப்பாடு போடுகிறாள். கொஞ்ச நாளைக்கு வீட்டை விட்டு மறைஞ்சு போனால் சரியாயிடும். அதுவரையில் வெச்சுக்கோயேன்."

"அதென்னடி அது பூதம் என்கிறாய்?"

"தெரியாதா அம்மா நோக்கு? நமக்குள்ளே இரண்டு ஆள் அல்ல குந்திக்கிட்டு இருக்கு. ஒரு ஆளு பேசுகிறது மத்தவனுக்கு ரசிக்காமே போய்விடுகிறதே. அதுனாலேதானே இம்புட்டுத் தொல்லையும். இது ஆண்டவன் பண்ணி வெச்ச கூத்து. நானும் என்னென்னமோ செய்து பார்த்தாச்சு. அந்த பூதம்

சொன்ன பேச்சு கேட்கிறதில்லை. மற்றொரு ஆளும் என்னை ஆட்டிவைக்கிறான்; திண்டாடுகிறேன். அடக்கி ஆளத் தெம்பில்லையே! நான் என்ன பண்ணுவேன்?"

பத்மேஷுக்கு ஆச்சரியம் தாங்கவில்லை. வேதாந்திகளும் மனோதத்துவ நிபுணர்களும் ஆராயும் அகம் புறம் என்னும் இரு தன்மைகளையும் இந்த ஏழை கறிகாய்க்காரி இவ்வளவு சுலபமாக விளக்கிவிட்டாளே!

"அதென்னமோ என்னோடு கோவிச்சுண்டு அந்தப் பொண்ணு நாலு நாளாக நடை பாதையிலே குந்திக்கிட்டிருக்கு. அதுவும் மனசாகல்லே... நீதான் நல்ல மனசா வையேன். தாயே."

"நன்னாயிருக்கடி. உங்களுக்கெல்லாம் இடத்தைக் கொடுத்தால் மடத்தைப் பிடுங்குவேள்." பானு மன்னி வாசற் கதவை அடைத்தாள்.

படித்த மேதாவியென்று பெருமைப்படும் அவனுக்குக் கூட ஒரு ஆதாரம் தேவையாக இருக்கிறது. சுவர்ண தேவியின் சலுகை வேண்டியிருக்கிறது. இவளோ, படிக்காத இந்த எளியவள், சிறிதும் மனக் குழப்பமின்றி, தன் உள்ளத்தைத் தொட்டுப் பார்த்துக்கொண்டு விட்டாளே! இந்த நாட்டின் போக்கே விசித்திரமானதுதான். சண்டை சச்சரவு, போட்டி, மூர்க்கத்தனமான மோதல், எதிர்ப்பு ஒருபுறம். யுவர் போட்டி, யுவர் சங்கத்தின் சேவை ஒருபுறம்.

சாவதானமாக சீட்டாடிக் கொண்டு, தேஜஸ் குடித்து மகிழும் சாதி ஒருபுறம். போதை தலைக்கேறி வெறிகொண்டு குதிப்பது ஒருபுறம். பணக் கொழுப்பினால் துளிர்த்து ஆடுவது ஒருபால். அதைக் கண்டு எளியோன் எரிச்சல் கொண்டு காய்ச்சலும் வெறுப்பும் காட்டுவது ஒருபால். இத்தனைக்கும் நடுவில் கூட யுகயுகாந்திரமாக நம்முள் வாழும் இந்த அறிவு மாத்திரம் அறவே அழியவில்லை. இந்தக் காய்கறிக்காரியின் அகத்திலிருந்து தெறித்தோடும் அந்த வெள்ளி ரேகையைக் கண்டு அவன் பிரமித்துவிட்டான்.

“உங்களைத்தானே... சித்ராவை...” பானு மன்னி தன் பாட்டை ஆரம்பித்துவிட்டாள். ஏதோ ஒரு உள்ளறிவு அவளை எச்சரித்திருக்க வேண்டும். ஒருகால் இந்தப் பெண் காட்டுக்குதிரையைப்போல எகிறிக் குதித்தோடி விட்டால்?

அந்தச் சமயத்தில் முன் பக்கத்தில் யாரோ கூப்பிடும் அரவம் கேட்டது.

பத்மேஷ் அடுக்களைக் கதவண்டை நின்றான். “மன்னி.... ஒரு செம்பு வென்னீர் தர முடியுமா?”

“என்னமோ மன்னி. சொல்லுகிறேனேன்னு நினைக்காதேயுங்கள். சித்ராவை நம்ப பழையகால வழக்கப்படி கட்டிக் கொடுத்திருந்தால், இதுக்குள்ளே இரண்டு குழந்தைகளுக்குத் தாயாகி இருப்பாள்.” சேது மன்னியின் தொண்டையில் ரோதனம் சுவரத்தோடு கிளம்பிற்று. பானு மன்னி பத்மேஷுக்கு வென்னீர் எடுத்துக் கொடுத்தாள்.

“முகம் வழிக்கப் போகிறாயா?” அவன் தலையை ஆட்டினான். “ஓ. இதென்னவாக்கும்? புடவைத் தலைப்பு கொம்பு மாட்டிக் கிழிஞ்சிருக்கே” சேது மன்னி திரும்பவும் குத்தும் தொனியில் கேட்டாள்.

“அதுவா? இந்த சித்ராதான் எங்கேயாவது மாட்டி விட்டிருப்பாள். எப்போப் பாரு அவள் இடுப்பிலே என் புடவைதானிருக்கும். கொம்பு மாட்டிக் கிழிக்கவும் கிழிப்பாள். அப்புறமாக அதை அந்த வாக்கிலே அவிழ்த்துப் போட்டுவிட்டு புதியதை எடுத்து உடுத்திண்டு போய்விடுவாள். சொல்லுவாளே பெரியவா. பெண்ணு பொறக்கறத்துக்கு முன்னாலே கட்டிக்கொள்ணு.” பானு மன்னி கசப்புடன் சொன்னாள்.

பத்மேஷைக் கேட்டிருந்தால் உண்மையைச் சொல்லியிருப்பான். நேற்று சித்ரா ஸ்கூட்டரிலிருந்து இறங்கும்போது புடவை மாட்டிக்கொண்டதை அவன் பார்த்தான்.

அப்போது சந்துரு கொல் கொல்லென்று இருமும் சத்தம்

கேட்டது.

“சிகரெட்டைக் காணாமல் புகைத்தாலும் - அது கெடுதல், கெடுதல்தானே.” என்றாள் சேது மன்னி.

இதைக் கேட்டுக்கொண்டு வந்துவிட்டான் அவள் மகன். “ஏய் அம்மா! உன் வாயேது. சும்மா இருக்காமே. இப்படி அலட்டிக்கொண்டே இருக்கு?” என்றுமில்லாமல் அன்று சந்துருகூட பிரசன்னமாகயில்லை.

குளித்துவிட்டு சிற்றுண்டி சாப்பிட அவள் கூடத்துக்கு வந்ததும், சித்ரா என்னும் சேஷியம்மாள் வந்து அவன் பக்கத்தில் அமர்ந்தாள். பிறகு உதட்டைப் பிதுக்கிக் கொண்டு கொஞ்சலாகக் கேட்டாள்.

“பத்மேஷ்... வெளி நாட்டிலே உள்ள வாழ்க்கையைப் பற்றிச் சொல்லேன். நம்மைப் போலுள்ளவர்கள் அங்கே போனால் சுகப்பட முடியுமா?”

“ஏது? உனக்கு அங்கே போகிற உத்தேசமுண்டா?” என்று அவன் அவளை பரிகாசமாகப் பார்த்தான். சித்ரா முகம் குப்பென்று சிவந்ததைக் கண்டதும் அவனுக்கு வியப்பாக இருந்தது.

“ஏது? நீ நிசமாகவே...”

“அதொண்ணுமில்லே. சும்மா சொல்லேன், கேட்போம்.” அவன் அவளைத் திருப்திப்படுத்தும் முறையில் சொன்னான்.

“அங்கே நம்மூர்க்காரா எத்தனையோ பேர் இருக்கா. எல்லோரும் இங்கே இருக்கிறாப்போல சௌக்கியமா வாழ்க்கையை நடத்துகிறா.”

“நிஜமாகவா?”

“நிச்சயமா சொல்கிறேன்.”

“அப்படீன்னா. நான் கேள்விப்படுகிறதெல்லாம் சரிதானோ...

அங்கே நம்மூர் சாமானெல்லாம் கிடைக்குமுன்னு சொல்லுகிறாளே."

"ஆமாம். தேங்காயிலிருந்து பெருங்காயம் வரையில் கிடைக்கும்."

"அப்போன்னா என் மாதிரியுள்ளவா அங்கே போனால் மாமிசம் சாப்பிடாமே கழிக்க முடியுமா?"

"ஏது? நீ கம்பி நீட்டப் போகிறாயோ?" சித்ரா சிரித்து மழுப்பினாள். "இல்லை. இல்லை." பத்மேஷுக்கு ஒரு விஷயம் ஞாபகத்துக்கு வந்தது.

"அன்னிக்கி உன்கூட ஸ்கூட்டரிலே வந்தானே, அவன்தானே ஐயாக் குட்டியின் மகன்?"

"அவனா... அந்த அப்பாவிக்கு ஸ்கூட்டர் விடத் தெரியுமா? இது குப்தாஜி மகன்."

"எந்த குப்தாஜீ? பிரபல தனவான் ஈசுவரதாஸ் குப்தாஜீயா?"

"ஐய்யய்யோ... இல்லை. இவன் ஒரு எளிய சார்ட்டர்டு அக்கௌண்டெண்டு. மாது கீழே வேலையாக இருக்கான்."

"சிமைக்குப் போகிறானோ?"

அவள் முகத்தைத் தொங்கப் போட்டுக்கொண்டாள். பிறகு, "இந்தா! நான் ஏதோ வேடிக்கையாகக் கேட்டேனேன்னு நீ ஏதேனும் இல்லாததையெல்லாம் கதை கட்டி விடாதே." என்று சிணுங்கினாள்.

பிழைக்க வேண்டுமானால் வாசவேஸ்வரத்தில் சிட்சைக்கு அமர வேண்டும். ஜானாவும் இருக்கிறாளே - கள்ளங்கபடில்லாமல். அடுத்தாற் போல இந்த நீலி சித்ராவைப் பார். ஒன்றுமே தெரியாத மாதிரியில் கண்களை அகல விரித்துக்கொண்டு - அவன் மனதிற்குள் சிரித்துக்கொண்டே சித்ரா எழுந்து போகும் தோரணையைக் கவனித்தான். காலை வேளையாதலால் அவளும் அவசரமாகக் காலேஜுக்குப் புறப்பட்டுப் போய்விட்டாள்.

வெளி நாட்டில் வாழும் நம்மூர்க்காரர்களைப் பற்றி பத்மேஷ் நினைத்துப் பார்த்துக்கொண்டான். மிக்க சுகமான வாழ்வு. லௌகீக சௌகரியங்களுக்குக் குறைவே கிடையாது. தினந்தோறும் கணவன் ட்யூப் ரயிலிலேயோ பஸ்ஸிலே யோ ஏறி வேலைக்குப் போவான். சில குடும்பங்களில் அவளும் வேலைக்குச் செல்லுவாள். சாயங்காலமானால் வரும் வழியிலேயே ஷாப்பிங் முடித்துக்கொண்டு வருவாள். இரவில் சமையல், சாப்பாடு, டெலிவிஷன். செய்தி அறிக்கை – படுக்கை. விடுமுறை தினங்களில் காரை எடுத்துக்கொண்டு சுற்று வட்டாரங்களில் உள்ள சிறப்புத் தலங்களுக்குப் போவது அந்த நாகரிகத்து முறை. அதுபோல் அவர்களும் செய்வார்கள்.

வீட்டில் என்னவோ அவர்கள் வாசவேஸ்வர ரீதிப்படி இருந்து வருவார்கள். மனைவி 'மிக்ஸி'யில் தேங்காயை அரைப்பாள். கத்திரிக்காய் கொத்ஸுும், அடையும் அவனுக்குத் தவறாமல் கிடைக்கும். தயிருடன் மாவடுவை நறுக் நறுக்கென்று கடித்துச் சுவைப்பான். அப்பளத்தைக் கையால் நொறுக்குவான். மேற்கத்தியன் வேண்டுமானால் சாப்பிடும்போது முள்ளு உபயோகிப்பான். அவன் மாமிசமும்தான் சாப்பிடுகிறான். அதற்கென்ன? அவர்கள் ஊரில் இருந்தால், அவர்களைப் போல ஆகிவிட வேண்டுமாவென்ன? நம் வாசவேஸ்வரத்தின் வேரூன்றிய பழக்கங் களுக்குத்தான் எத்தனை உரம் இருக்கின்றது! பத்மேஷ் வியப்புற்றான். நம் தேசத்தில் மனிதனுடைய புத்தி வழி தவறிப் போகாமலிருக்க முறைகளாலும் சாத்திரங்களாலும் கைகால்களை எவ்வளவு கெட்டியாகக் கட்டிப் போட்டிருக் கிறார்கள். பிற நாடுகளில் பல வருடங்கள் தங்கினால் கூட அவை விடுபடுகிறதில்லையே!

இரண்டு மூன்று வருடங்களுக்கு ஒரு முறை இவர்கள் நாடு திரும்புவார்கள். உறவினர்களுக்காக 'மேற்கத்திய சரக்கு' பெட்டியை நிறைத்திருக்கும். பாவம் ஆதித்திய நாட்டான் அவற்றைக் கண்டு பற்களை இளிப்பான். தன் வீட்டை விட்டு அதிக தூரம் போகாமல், பக்கத்துக் கடையிலே சொற்ப விலைக்கு அவற்றை மனைவி வாங்குவாள். கணவன்

'பாக்' செய்வான். இது விஷயம் நம்பளவனுக்கு எப்படித் தெரியக்கூடும்?

சிற்றுண்டி சாப்பிட வெங்காச்சண்ணா வந்து சேர்ந்தான். கூடவே பானு மன்னியும் தோசையைக் கொண்டு வந்தாள். அப்போது வாசலில் ஏதோ அரவம் கேட்டது.

"பாச்சப்பாவாகத்தானிருக்கும். இப்படி குறுக்கும் நெடுக்குமாகப் போனால்தானே, என் வயிற்றெரிச்சலைக் கிளப்பலாம்" என்றாள் பானு மன்னி.

"ஊஸ். அவன் உள்ளே இருக்கான். இது அந்த ஜாலக்காரி சாந்தாவாகயிருக்கும்" என்றாள் சேது மன்னி. அவள் கையில் சட்னிக் கிண்ணமிருந்தது.

இந்தப் பெரியண்ணா ஏன் இந்த பிசினெசு விவகாரங்களை வீட்டிலே வைத்துக்கொண்டாரென்று பத்மேஷுக்குப் புலப்படவில்லை. மன்னிமார்களுடைய எரிச்சல் அவருக்குத் தெரியாதாவென்ன? கிச்சண்ணா உள்ளே வந்தான். சுவரைப் பார்த்து முகத்தை வலித்துக் காட்டினான். வெங்காச்சண்ணா விழித்த விழிப்பு. கண்ணால் சுட்டுப்போட முடிந்தால் அன்று பாச்சப்பா கீழே விழுந்திருப்பான். இவனுக்கா தெம்பில்லை என்று நினைத்தான்?

"சந்துரு போய்விட்டானா?" என்று கேட்டான் கிச்சண்ணா.

"ஆச்சே. அவனுக்கு எட்டுக்கே கிளம்பணுமே. ஆனால் இன்னிக்கி என்னமோ நேரமாயுடுத்து. இப்போத்தான் போனான்" என்றாள் சேது மன்னி.

''நம்ப பிள்ளையாண்டான் நித்திரா தேவியோடு விளையாடிவிட்டு இப்போத்தான் வருகிறான்" என்றாள் பானு மன்னி அலுப்புடன். இதைக் கேட்டுக்கொண்டே வந்தான் ராகு.

"தோசையா? புளிப்பச்சடியிருக்கா?" அவன் தாயின் நொட்டைச்

சொல்லை சிறிதும் லட்சியம் செய்யவில்லையென்று தெரிந்தது.

“ஏது - இன்னிக்கி பெரியண்ணா ஒரு மாதிரியா இருக்கார். ராவிலே தூக்கமில்லையோ?” என்றாள் பானு மன்னி.

“என்னமோ.... முகத்தைப் பார்த்தால் நன்னாயில்லை. ப்ரெஷர் ஏறியுடுத்தோ என்னமோ... டாக்டருக்கு வேணுமானால் சொல்லி அனுப்பலாமா?” என்று நீட்டி முழக்கினாள் சேது மன்னி.

“ஹாய் ஒண்ணுமில்லேங்கிறேன். என்னா, ராகு” என்று சொல்லியபடி வெங்காச்சண்ணா மகனைப் பார்த்தான்.

இதென்ன... இந்தத் தகப்பனும் இந்த மகனுடன் பேசுவானா? பத்மேஷ் விழித்துப் பார்த்தான். ராகு தந்தையைப் பார்த்து சுமுகத்தோடு சிரித்தான். விந்தையிலும் விந்தை.

“ராகு, சனிவார் பேட்டைக்குப் போனால் நான் சொன்ன அந்தக் காரியத்தை மறந்து போய்விடாதே” என்றான் வெங்காச்சண்ணா.

“ஆகட்டும் அண்ணா.”

அடடா... என்ன பணிவு. என்ன அக்கறை அவன் விழித்துக்கொண்டுதானிருக்கிறானா? இல்லை. இது சொப்பனமாகத்தானிருக்கவேண்டும். ராகு உற்சாகத்துடன் சிரித்துக்கொண்டே எழுந்துபோனான். ராகு சோம்பேறிதான், படுக்கையில் தைத்துப் போட்டாற் போல இருப்பான். மண்ணாங்கட்டி, தெருப்புழுதி என்று ஏதேதோ சொல்லிக்கொண்டு அலைவான். சுற்றுவான். ஆனால், இன்று - ஏதோ ஒரு பெரிய திறமை வாய்ந்த செயலை எடுத்து சாதித்துவிட்டது போல அவன் சிரிப்பில் ஜயபேரிகை முழங்கிற்று. என்ன விசேஷம்?

அவன் விடுவிடுவென்று யுதாஜித் மலையில் ஏறினான். காலையில் எழுந்திருந்தது முதல் அவனுக்கு அங்கே போக

வேண்டுமென்ற அவசரம் ஏற்பட்டு விட்டது. அவளைக் கண்டு மேலும் பேசினால் ஒழிய... அவன் நடை தளர்ந்தது. எதிர்பார்த்த மாதிரி அவள் அங்கேதான் வீற்றிருந்தாள். ஆனால் அவள் எதிரே சந்துரு நிற்பதைக் கண்டு அவன் திடுக்கிட்டான். இவன் எதற்காக, இங்கே.... அதுவும் இந்தச் சமயத்தில் வந்தான்? வீட்டிலிருப்பவர்கள் அவன் தொழிற்சாலைக்குப் போய்விட்டதாக அல்லவா நினைத்துக் கொண்டிருக்கிறார்கள். இல்லை. இங்கே சந்தித்துக்கொள்ளலாமென்று முன்னாலேயே ஏற்பாடா? அப்போது ஜானாவும் மற்ற நவீனப் பெண்களைப்போல்... அவன் எண்ணங்கள் சிதறின. சந்துரு போய்விட்டான். அவன் பத்மேஷைப் பார்க்கவில்லை. முதுகைக் காட்டிக் கொண்டிருந்ததால் பத்மேஷ் வந்தது சந்துருவுக்குத் தெரியாது ஜானாவிடம் ஏதோ சிரித்துக்கொண்டே சவால் விட்டுவிட்டு சந்துரு போய்விட்டான்.

ஜானா அவனைப் பார்த்தாள். ஆனால் எழுந்து வரவேற்கவில்லை. தானாக வரட்டுமென்று இருந்தாளோ? மெல்ல மெல்ல அருகே நெருங்கினான் அவன்.

“இவன் எப்படி இங்கே இப்போ முளைத்தான்?” பத்மேஷ் கடுப்புடன் கேட்டான். பேசுவது நவயுவதியுடன் என்பதை மறந்துவிட்டானோ.

அவள் வெடுக்கென்று பதில் சொன்னாள். “தோணித்து வந்தான்.”

“ஓகோ! அப்போ சந்திச்சுக்கிறதாக முன்னாடியே ஏற்பாடோ?”

“இருக்கலாம். நீ ஆட்சேபிக்கிறாயா?”

“அப்போ நீ அவனை... என்னை... வீணாய்.... இப்படி....”

பத்மேஷ் நாக்குழறிற்று. அவன் தட்டுத் தடுமாறிக் கொண்டு பேசப் பிரயத்தனப்படும் விந்தைத் தோற்றம் பார்க்க வேடிக்கையாக இருந்தது. ஜானா தன் கோபத்தை மறந்து களுக்கென்று சிரித்துவிட்டாள். ஆச்சரியத்தில் பத்மேஷ் ரௌத்திர ஸ்வரூபம்

கொள்ள மறந்துவிட்டான். ஆத்திரங்கொண்டு உமிழ்ந்து தள்ளுவதற்கு இடையே கூட புதுமைப் பெண்ணுக்கு இவ்வளவு வசீகரமாய் சிரிக்கத் தெரியுமா? அவன் பிரமிப்புடன் அவளைக் கண் கொட்டாமல் பார்த்து நின்றான். அவள் சிரிக்கச் சிரிக்க அவனுக்கும் தன் பாவனையின் கோமாளித்தனம் விளங்க அற்றதோ என்னவோ. அவனும் நகைக்க ஆரம்பித்தான். இருவரும் விழுந்து விழுந்து சிரித்தார்கள்.

“இதென்ன அசட்டுத்தனம்? உன்னைப் பார்க்க வேணுமுன்னு அல்லவா இங்கே இப்படி ஓடி வந்தேன்?” என்றான் பத்மேஷ், சிரிப்பை அடக்கிக்கொண்டு.

“ஆனால் நீ நடந்துகொண்ட மாதிரி விசேஷமாக இருந்தது.” அவள் முகம் சட்டென்று மாறியது.

“எனக்கும் உன்னோடு பேசலாம் போலிருந்தது, வந்தேன்.”

அவன் பதில் பேசவில்லை. அனாவசியமாக ஏதேதோ சொல்லிவிட்டோமே என்ற அச்சமோ.

அவள் சொன்னாள். “தூக்கமே வரவில்லை. காலையிலே எழுந்து சன்னல் வழியாக மலையையும் கடலையும் வெறிக்க வெறிக்கப் பார்த்தபடி உட்கார்ந்திருந்தேன். இத்தனை அமளிபடுகிறபோது இந்த மலைவாசிகள் எப்படி இவ்வளவு நிம்மதியாகத் தூங்குகிறா என்னு நினைச்சுண்டேன். இந்த அராஜக நிலையிலே கூட எப்படியோ அவா பிசினெசு கொழுக்கிறதே! ஒன்றுமே அசந்தர்ப்பமாக நடக்காத மாதிரி இப்படியே இருந்து கொண்டு வருகிறாளே... நேத்து நடந்த ரகளைக்கு அப்புறம்தான் எனக்கு இத்தனை தூரம் சிந்தனை போச்சு. சமூகத்துக்கு சேவை செய்கிறதாக நினைத்து எங்கள் நயயுவ சங்கம் இறுமாந்து இருக்கு. நிஜமென்னன்னா அப்படி நினைத்து ஏமாந்து போகிறதுதான் மிச்சம். ராஜ்யம் என்னமோ, எங்கேயோ படுகுழியிலே இழுத்துச் செல்லப்படுகிறது.”

“அப்படி ஒரேயடியாகத் தீமைதான் ஏற்படுமுன்னு சோர்ந்துவிடாதே.” என்றான் பத்மேஷ்.

“பின்னே! நீயே சொல்லு. நாங்களானால் பொது ஜனங்களுக்காக உழைக்கிறோம். ஆனால் இந்த கலகக்கார மானிடப் பூச்சிகள்... அந்தப் பொது புத்தியைக் கலக்கி இப்படி மூர்க்கத்தனமா மாறவைத்து விட்டது. எதனாலே? சொல்ல முடியுமா?”

“பதில் ரொம்ப சுலபம். இல்லாமையின் கொடுமை. ஜனங்கள் சோற்றுக்கில்லாமல் திண்டாடும்போது அவா மனசிலே கலக்கம் உண்டாகிறது. பசியை எரிச்சலாக மாற்றுவது கஷ்டமே இல்லை. தூண்டிவிட்டால் இந்த சாது ஜனம் கண்ணில்லாதவர்களைப் போல ஒரு குறியுமில்லாமே கூட்டமாப்போய் விளக்குப் பூச்சிகளைப் போல நெருப்பிலே விழும். தன்னைப்பற்றிய இகழ்ச்சிதான் இந்த தேசத்து இதயத்திலே முண்டிக் கிடக்கே.”

“ஜனங்கள் கஷ்டத்தைத் தீர்க்க முடியாதா? இத்தனை படிச்சவாள் இருக்கோமே!”

“என்ன படிப்பு பேடிக் கல்வி”

“ஏன் அப்படிச் சொல்லுகிறாய்?”

“வலியவனுக்கு எளியவன் எல்லாத்தையும் தட்டிக்கொண்டு போய்விடுவானோன்னு பயம். படிச்சவனுக்கு தன் சுக வாழ்வுக்குப் பங்கம் வந்து விடுமோன்னு கவலை. அதுதான் பேடிக்கல்வின்னு சொன்னேன். நிஜமான அறிவும் அனுபவமும் இருந்தால் அவன் இப்படித் தன்னலக்காரனாக இருக்கமாட்டான். சுய நன்மையும் சமூக நலனும் ஒன்றே என்பது போல உழைச்சு, அவன் இதுக்குள்ளே ஒரு புதிய சமுதாயத்தைப் படைச்சிருப்பான்.”

“ஆமாம். அப்படிச் செய்திருந்தால் படிக்காதவன் வயிற்றெரிச்சல் கொஞ்சம் குறைஞ்சு இருக்கும்.”

‘‘இந்த நடுத்தரக்காரா தம் ஸ்திரவாழ்வை விட விருப்பப்படவில்லை. அவா நகர்ந்தால் ஒழிய நாம் முன்னுக்குப் போக முடியாதுன்னு ஏழைகள் நினைக்கிறா... அதனாலேதான் ஏழைக் கூட்டம் மூர்க்கத்தனமா மாறிப் போச்சு.”

“ஏன் அப்படி? எல்லோருமா முன்னே போக முடியாதா?” ஜானா தன்னுடைய யுதாஜித் மலை வாழ்வை எண்ணிப் பார்த்துக்கொண்டாள். பத்மேஷ் பெரியண்ணா வீட்டில் எதற்குக் குறைவு என்று நினைத்தாள்.

“முடியும். எல்லோருமா ஒத்துழைச்சால் எதுதான் முடியாது. படிச்சவனும், நடுத்தரத்தானும், தொழிலாளியும் அவனவன் வேலையை ஊக்கத்தோடு செய்தால் நாடு செழிக்குமே. நம்பிக்கையோடு உழைக்க வேணும். நம்பிக்கையின் முக்கிய லட்சணம் விடாமுயற்சி. பிடிச்ச பிடியை விடாமே, குறிக்கோளை உத்தேசித்துப் போனால் எதையும் சாதிக்கலாம். ஆனால் ஒரு விஷயம் ஞாபகமிருக்கணும். நடுத்தரத்தான் சில நிஜமான தியாகங்கள் செய்ய வேணும்” அவன் அவளைப் பார்த்துச் சிரித்தான்.

தன்னைத்தான் சுட்டிக் காட்டுகிறானா? அவள் குனிந்து தன் உயர்தரப் புடவையைப் பார்த்துக்கொண்டாள்.

அவனுக்கென்று... அவன் பார்த்துப் பாராட்ட வேண்டுமென்று அவள் அன்று அந்தப் பட்டோலாப் புடவையை உடுத்தியிருந்தாள்.

“நான் சில தியாகங்களைச் செய்யத் தயார்.” அவன் அழகாகச் சிரித்தான்.

சில விநாடிக்கு அவளும் அவன் முகத்தைப் பார்த்தபடியே இருந்தாள்.

17

“நீ உன் அம்மாவைப்போல் இருக்காயா?” என்று ஜானா கேட்டாள்.

“முக ஜாடை அப்படித்தான்னு சொல்லுவா.”

“அவள் போகும்போது உனக்கு எத்தனை வயசு?” அவள் மிருதுவாக விசாரித்தாள்.

“பதினாறு.”

“அவளும் வாசவேஸ்வரத்திலிருந்து வந்தவள்தானே?”

“ஆமாம்.”

“படிச்சவளோ?”

“சுமாராய். ஏன் கேட்கிறாய்?”

“இல்லை. உன்னைப் பார்த்தால் வேறு மாதிரியாக வளர்க்கப்பட்டவன் போல தெரிகிறது. முறை வாழ்வை நீ வெறுக்கவில்லை.... அது உன்னைத் தொடவேயில்லை.”

"அம்மா அப்பா... இரண்டு பேரும் அந்த ஊரிலிருந்து வந்தவாதான். ஆனால் கைகால்களைக் கட்டிப் போடுகிற இந்த முறை வாழ்வு மாத்திரம் ஏனோ அவாளுக்கு ரசிக்கலை. என்னையும் சுதந்திரமா வளர்த்துவிட்டா."

"தெரிகிறது. உன் பாணி – ஆராய்ச்சி நோக்கம். எதை எடுத்தாலும் விண்டு விண்டு பார்ப்பாய். அப்படித்தானே? முந்தி நான் அப்படி நினைக்கலை. உன் நீண்ட தலைமயிரையும் வேஷத்தையும் கண்டு நீயும் ஒரு துப்புக்கெட்ட சோம் பேறின்னு முடிவு கட்டினேன்."

அவன் தைரியமாகச் சொன்னான். "சந்துரு மாதிரி வாழ்வை ஒரு பக்கம் வெறுக்கிறதும், மற்றொரு பக்கம் அதைக் கட்டிக்கொண்டு அழுகிறதுமாக இருந்தால் வேற்றுமை மனப்பான்மைதான் உண்டாகும்."

அவள் இந்தத் தீர்ப்பை ஒப்புக்கொள்ளுகிறாளாவென்று தெரிய பத்மேஷ், ஜானாவை ஏறிட்டுப் பார்த்தான். அவள் அவனைப் பாராட்டும் விதத்தில் பார்ப்பதைக் கண்டதும் மேலும் துணிவு கொண்டான்.

"சந்துரு ஏதுக்காக இங்கே வந்தான்?" என்று மனதிலிருந்த கேள்வியை வெளியே கொட்டிவிட்டான்.

"நீதான் சொல்லேன்." அவன் ஒன்றும் புரியாமல் விழித்தான்.

"தெரியவில்லையா? தன்னைத் தானாக தலையிலே தூக்கி வெச்சுண்டு ஆடத்தான்."

"என்ன?"

"தான் ஒழுங்காக நடக்கவில்லைன்னு அவன் உள்ளம் குறுகுறுக்கிறது. தைரியத்தை வரவழைக்க உறுதியை நிலைநாட்ட, மனசைக் கடிவாளம் கொண்டு இழுக்க வேணுமே? அதுக்காக தன்னைப் போலே இல்லேன்னு சொல்ல வந்தான்."

"ஆமாம். ஆமாம். அவனுக்குக் குப்புற விழுந்தாலும் மீசையிலே

மண்ணொட்டவில்லை என்கிற பாவம் கூடுதல். அதைக் காட்டத்தான் வந்தான்."

"எப்படி?"

"பெண்களை வசீகரிக்கிறதிலே அவனைப்போல் கிடையாதாம். அவனோடு காந்தம் அந்த சாந்தாவை ஆகர்ஷித்து விட்டதாம். போதுமா?"

"எந்தச் சாந்தா?"

"அதுதான் உங்க பெரியண்ணா செக்ரெட்டரி."

"அவளுக்கென்ன?"

"இவன் அவளை எப்படித் தூபம் போட்டு மடக்கினான் என்று சொல்லிப் பெருமை பீற்றிக்கொண்டான். அவள் யாரோடெல்லாமோ பழகுகிறவளாம். ஆனால் இவனைக் கண்டதும் அப்படியே சொக்கிப் போய்விட்டாளாம். அவன் அத்தனை சூரனாம். ஆமாம், பெரியண்ணாதான் அவளுக்கு நிறையா கொடுத்திருக்காரே, அவளையே கட்டிண்டு விடலாமுன்னு ஒருவேளை யோசிக்கிறானோ?"

"இருக்காது. இந்த மாதிரி சுபாவமுள்ளவள் அவனுக்கு ஏற்றவளாக எப்படி ஆவாள்?"

"பணம் வருமே. வாசவேஸ்வரத்திலே அதுதானே முக்கியம்."

"இருக்கலாம். ஆனால் அதைவிடக் கௌரவம் பெரியது. இவள் ஒரு டைப்பிஸ்டு. நல்ல பெயரும் இல்லை. வேறு என்னவோ காரணம் இருக்கும். இதைச் சொல்லவா அவன் வந்தான்?"

"நானா அவனைக் கூப்பிடப் போகிறேன்? இந்த நவயுவ சங்க இயக்கமெல்லாமே முறை வாழ்விலே உண்டான வெறுப்பினாலேன்னு இப்போ தெரிஞ்சுது. ராகுவைப் பாரு. சந்துரு இப்படீன்னா, உங்க ராகு ஏதோ திருட்டுத்தனத்திலேயே இறங்கிவிட்டான் போலிருக்கு."

“உனக்கு எப்படித் தெரியும்?”

“அம்மாகூட நேத்து மஹிஷாசுர மர்த்தினி கோவிலுக்குப் போயிருந்தேன். அங்கே ராகுவையும் அவன் நண்பன் கோபால் தாஸையும் கண்டேன். அவன் ஒரு போக்கிரி என்று நினைக்கிறேன். பேச்சைக் கேட்டால் ரெண்டு பேருமாகச் சேர்ந்து ஏதோ கள்ள வியாபாரம் பண்ணுகிறாளோன்னு சந்தேகம் வருகிறது. நம் யுவர்களைப் பற்றி நான் என்ன என்னமோ ரொம்பப் பெருமையாக நினைச்சுண்டு இருந்தேன். அவாளுக்கு என்னன்னா ஒரு புதிய வாழ்வைப் படைக்கவோ நடத்தவோ துளிக்கூட ஆற்றல் இல்லை.”

“நாகரிக வாழ்வு, சமுதாயத்தைப் புதுப்பிக்க வேணும் என்கிற துடிப்பினாலே வளருகிறது. அப்படியொரு நவீனப் பண்பைப் படைக்க வேணுமென்கிற ஆத்திரமில்லாததினாலேதான் நாம் இப்படி இருக்கோம். அந்த நாளிலே எளிய வாழ்க்கையிலேயாவது உயிர் இருந்தது. இப்போக் கூட பாரு. வாசவேஸ்வரத்திலே பிறந்த பெரியண்ணா பாச்சப்பா எல்லோரையும் பார்த்தால் அது தெரிகிறது. அதுவும் இனிமேல் மாறிப் போய்விடும்.”

“யாரு சொன்னா”

“சித்ரா.”

ஜானா ஒரு விநாடிக்கு முகத்தைச் சுளித்தாள். பிறகு திரும்பவும் அவர்கள் பேசிக்கொண்டிருந்த விஷயத்துக்கு வந்தாள்.

“பழைய வாசவேஸ்வரத்து எளிய வாழ்க்கைன்னு சொல்லுகிறாயே. அதைப்பற்றி உனக்குத் தெரியுமா? நீ அங்கே போயிருக்காயா?”

பத்மேஷ் ஆமென்று சொல்லி அவளைப் பார்த்துத் தலையைச் சாய்த்தான்.

“சிறைவாழ்வோட குறுகிய கட்டுப்பாட்டைப் பத்தி நான் சொல்லாமலே உனக்குத் தெரியும். இந்த ஊரிலே பெரியண்ணா

குடும்பத்தைப்போல நிறைய நீ பார்த்திருப்பாயே!"

"எங்கம்மாகூட அப்படித்தான். அப்பாவோட கட்டாயத்தினாலே அந்த முறைகளையெல்லாம் சற்று மறைவா வெச்சிருக்கா. அவ்வளவுதான்."

"வாசவேஸ்வரத்திலேன்னா அந்தக் குறுகிய வாழ்வை விட்டு விலக எவ்வளவோ சந்தர்ப்பமுண்டு. ஆத்திலேயோ, தோப்பிலேயோ உலாவினால் இயற்கையுடன் நம்முள்ளம் ஒன்றிவிடும். அந்த இணக்கத்திலே ஒரு சுதந்திர உணர்வு உண்டாகும். இது மதுரபாவம் பொருந்திய ஒரு இயல்பு. அதனாலே அந்தக் குறுகிய வாழ்வுக்குக்கூட ஒரு சுயேச்சை யான தன்மை இருந்தது. பதினெட்டாம் பெருக்கு என்பது போன்ற சில முறைக் கொண்டாட்டத்திலே, இயற்கை குதூகலத்திலே நாமும் பங்கு கொள்ளுகிற உற்சாகமிருக்கும். அந்த மழைக் காலத்து வெள்ளத்துடன் நம் உள்ளமும் பொங்கும். காதலோ காவியமோ வெளிவர சந்தர்ப்பமுண்டு. காதலுண்டானால் அங்கே பலஹீனம் கூடாதே. சக்தி அல்லவா நிலைபெறும்? இங்கே இந்தச் சூழ்நிலைக்கு வந்தவுடன் அந்த வாழ்வு முறையிலே பாவி ஓடும் உயிர் ரேகை எப்படியோ மறைந்துவிடுகிறது."

அவன் அவளைக் கருத்துடன் பார்த்தான்.

ஜானா பிரகாசத்துடன் சொன்னாள். "ரொம்ப உணர்ச்சி எழுப்பும் மனோபாவத்திலே பேசுகிறாயே!" அவள் கண்கள் என்னமோ வேறுவித செய்தி அறிவித்தன.

இதைக் கண்டதும் அவன் உள்ளத்தில் பொருமி நின்ற குதூகலம் கரை புரண்டோடிவிடும் போலிருந்தது. நில்... நில்... என்று அதற்கு எச்சரித்தான். ஒவ்வொரு தடவையும் அவனுக்கு இவ்விதம் அளவிற்கு மீறிய உவப்பு உண்டாகும் போதெல்லாம் அவன் ஒரு அடி முன்னுக்குப் போவதை உணர்ந்தான். நில்... நில்... அவசரப்படாமல் போவென்று சொல்லிக்கொண்டான்.

"இது வீண் மதுரபாவம் மாத்திரமல்ல. அப்போவெல்லாம்

ஆத்தங்கரைக்கு நீஞ்சப்போவோம். பாச்சப்பா கூட எத்தனையோ தடவை பின்னோட வந்திருக்கான். மணலிலே விளையாடுவோம். குழி தோண்டி, தண்ணீர் இரைப்போம். அந்த மனுஷாளெல்லாம் அப்போ கபடமற்ற குழந்தை மனம் படைச்சதாக எனக்குப் பட்டது. இது என் குழந்தை அனுபவச் சித்திரங்கள். கட்டுப்பாடான அந்த வாழ்க்கையிலே கூட அவா காதல், கலவின்னு சுகானுபவங்களிலே நிற்சிந்தையாக ஈடுபட்டு இருந்தா. அந்த நாளிலே கிராமத்திலே சுப்புக்குட்டி சாஸ்திரின்னு ஒருத்தருண்டு...”

“ஓ” ஜானா சிரித்தாள்.

“அப்பாவும் அவரைப்பற்றி சொல்லியிருக்கார். பதிவிரதா சிரோன்மணி காவியங்களைக் கதையாகச் சொல்லிவிட்டு ராத்திரிக்கு ராவே அவர் பையைத் தூக்கிண்டு தன் ஆசை நாயகியைப் பார்க்க ஓடுவாராம்”

இருவரும் சேர்ந்து சிரித்தார்கள்.

“இந்தக் குணம்... கிராமத்திலே அப்போது பார்க்க உனக்கு வசீகரமாகத் தோணித்து. இப்போது அந்தச் சூழ்நிலையிலே தொக்கி நிற்கிற மென்மை பாவம், கண்ணுக்கு அசிரத்தையாகப் படலாமே! என்ன?”

அவளுடைய இந்த ஆராய்வை மெச்சுவதுபோல அவன் கண்களை அகல விரித்து ஜானாவை மகிழ்ச்சியுடன் பார்த்தான்.

“நீ சொல்கிறது சரி. இந்தப் போனால் போகட்டுமின்கிறேன் என்று அசட்டை செய்கிற பாவமிருக்கிறதே. அதுதான் எல்லாத்தையும் கெடுக்கிறது.”

“இத்தனை மனோதத்துவம் படிச்சுவிட்டு வந்திருக்காயே! நீதான் சொல்லு பார்ப்போம். நம்மவர்க்கு ஏன் இந்த சோர்வு உண்டாகிறது?”

“மேற்கத்திய நாட்டிலே நன்மைக்கும் தீமைக்கும் ஒரு நிச்சயமான

பிளவு உண்டு. அதனாலே தீமை, வேண்டாதது, வேறுபாடானது என்கிறதையெல்லாம் எதிர்த்துப் போராட அவாளுக்கு ஆற்றல் உண்டாகிறது. நம் பண்பு ரீதியிலே என்னான்னா... நன்மையையும் தீமையையும் இணைச்சுவிடுகிறோம். அதாவது ராவணனைக் கூட ஒரு பக்தனாய், படிச்சவனாய், அறிவாளியாய்ப் பார்க்கிறோம். கிருஷ்ணன் யுதிட்டிரனைப் பொய் சொல்லத் தூண்டினானாம். புரிஞ்சுதா? தீமையிலே ஒரு ஒளி. பரந்தாமன் கிருஷ்ணனிடம் கூட ஒரு களங்கம். இப்படியே எல்லாத்தையும் இணைச்சு இணைச்சு, தீமையை எதிர்த்துப் போராடும் வலிமை நம்மிடம் குன்றிவிட்டது. அந்தச் சக்தி குறைந்து குறைந்து வருடம் ஆக ஆக மக்கள் மனசிலே சோர்வு தட்டி விட்டது."

ஜானா சிரித்தாள். "வெகு அழகாத்தான் பேசுகிறாய். புத்தகத்துக்கு சரியாக அமையும். நிஜமான வாழ்க்கையிலே இதை யார் ஒப்புக்கொள்ளுவா?"

"எனக்கென்னமோ சிக்கல் இல்லாத எளிய நடைமுறைக்கு நாம் திரும்பிப் போனால்தான் மறுபடியும் வாழ்வின் சாரத்தைக் காண முடியுமுன்னு தோணுகிறது."

"அப்படியானால் நீ திரும்பவும் வாசவேஸ்வரத்துக்குப் போய் இருக்கப் போகிறாயா?"

"வேண்டாமே! இங்கேயே சனிவார்பேட்டையிலேயே ஒரு மனோவியாதி க்ளினிக் தொடங்கிவிட்டால் என்ன? நேத்திக்கி மாது ஆபீசைப் பார்த்தபோது எனக்கு இந்த யோசனை தோணித்து."

"பைத்தியக்கார யோசனை."

"ஏன்? உனக்கு இந்த யோசனை பிடிக்கலையா?"

"அந்த இடத்திலேயா?" அவள் மனக் கண்முன் ஹனுமான் புச்சமென்னும் பிரசித்தி பெற்ற பரதபுரீ வைத்தியர் சாலை தோன்றியிருக்கிறது என்று அவன் ஊகித்துவிட்டான்.

இருந்தாலும் சொல்ல வந்ததை சொல்லித்தான் தீரவேண்டும். அவனுடைய எதிர்காலத்து வாழ்க்கை முழுவதும் அந்தக் கணத்தில் ஊஞ்சலாடியது.

"அந்த நெருக்கமான இடத்திலே, சாதாரண ஜனங்களுடன் நடமாடினால்.... அவர்கள் வாழ்விலே பங்கு கொண்டால்... மனிதனோட உளநிலையை ஒருவாறு கணிக்க முடியுமோன்னு பார்க்கிறேன். ஆராய்ந்து பார்க்க அதுதான் தகுந்த இடம்."

ஒருவேளை.... ஒருவேளை உண்மை விளங்கிவிட்டால்... என் குறிக்கோளின் எல்லை தெரிஞ்சுவிட்டால்?

அவள் பதில் பேசவில்லை. "நீ இதைப்பற்றி யோசித்தாயோ? நம் தேசம் முக்தி அடைய வேணுமானால் இனிமேல் நாமெல்லோருமே வாழ்வின் மூலவேரைப் பரிசோதிக்க வேணும். கொஞ்சங் கொஞ்சமா அடிப்படை வேரைக் கெல்லி சோதனை போட்டு உழைச்சு... பாடுபட்டால் உண்மை தெரியலாம்."

"இதெல்லாம் லட்சியவாதிகள் பேச்சு. நடைமுறைக்குக் கொண்டுவர முடியுமா?"

"நீ நினைக்கிறாப் போல இல்லை. இதுவரையிலே சரித்திரத்திலே தோன்றி மறைஞ்ச பண்பாடுகளெல்லாம் இப்படித்தான் ஆரம்பிச்சுது. பத்துப் பன்னிரண்டு பேராகச் சேர்ந்து, தனித்தனிப் பகுதியாகப் பாடுபட்டு உழைச்சுத்தான் மனிதனோட இந்தச் சிக்குப்பட்டுப்போன உளநிலையை சொஸ்தமாக்கலாம். பண்பை சரிவரப் பேணி வளர்க்காவிட்டால் நாம் எப்படி தெய்வீக நிலையை அடைகிறது?"

"இப்போ உன் முகத்தைப் பார்த்தால் நீ தேவ நிலையை அடைந்துவிட்டது தெரிகிறது."

"நம்மிடம் சாதுர்யம் இருக்கு. கருத்தும் இருக்கு. ஆனால் அரைகுறையாக காரியங்களைச் செய்தால் போறாது. நிகரற்ற திறனோடு செம்மையாத் தொழிலைச் செய்யக் கற்க வேணும். இதை பாமர ஜனங்களுக்குப் புகட்ட வேண்டியது நம் கடமை.

அப்படிச் செய்தால் நாளடைவிலே...”

“நிலைமை இப்படிக் கேவலமாக இருக்கிறபோது... நீ சொல்கிறதைக் கேட்டு சிரிப்புத்தான் வரும். நடக்கிற காரியமா?”

“ஏன் முடியாது? சமூகத்துக்கு நாமெல்லோருமே கடமைப்பட்டிருக்கோம். நம்மைப் படைத்த அதுக்கு நாம் இதைவிட என்ன பிரதி உபகாரம் செய்ய முடியும்? என் மனசிலே - அடி ஆழத்திலே - அப்படியொரு கட்டாயம் ஏற்பட்டிருக்கு. மனவுறுதி இருந்தால் சமுதாயத்தின் அற உணர்வை நம் சொந்த ஊக்கத்தினாலே வளர்க்க முடியாதா?”

“பத்மேஷ், உன்னை இப்படி உந்தித் தள்ளுவது என்ன? ஏழைகளைப் பற்றி உன் மனசிலே ஏதாவது குற்ற உணர்வு உண்டோ?”

அவன் பதில் சொல்லவில்லை. “நீ என்னமோ கனாக் காண்கிறாய்.”

“சமூகம் மனோவியாதிப்பட்டிருக்கு. அதை சமநிலைக்குக் கொண்டுவர என் உளநூல் உதவும். மனிதன் உணவை மனிதன் சாப்பிடப் பார்த்துண்டு இருப்பானேன். கொஞ்சங் கொஞ்சமாய் எறும்பு ஊர்வது போல இந்த சனிவார்ப் பேட்டையிலே தொழிலைத் தொடங்கினால்?”

“நம் நாட்டிலே நடக்கிறதையெல்லாம் நீ கற்பனைக் கண்ணோடு பார்க்கிறாய்.”

“நாம் எப்படி வாழ்ந்தால் சமூகம் மெருகுப்படுமுன்னு நீ யோசித்ததுண்டா? எனக்குக் குழந்தை வயசிலிருந்தே அந்தக் கவலையுண்டு. இப்போது திடீரென்று என் வாழ்வின் குறிக்கோளும் சமூக சீர்திருத்தமும் ஒண்ணாகி விடும் போலே ஒரு கனவு தோணுகிறது. மற்றவாளைப் பாரு. ஏதோ முறிஞ்சுபோன மாதிரி தெரிகிறது. எதனாலே? சுயநலம். சமூகத்தோட நன்மையே நம்முடையதுன்னு இருந்தால்? மனித நாகரிகத்தை மக்கள்தானே பிறப்பிக்கிறா? மனிதனோ

தான் விரும்புகிறபடி ஆகிறான். அந்த விருப்பம்... அக்னியாய் உள்ளத்திலே வளர்ந்துவிட்டால்? சோதியாகிவிட்ட அந்த விருப்பம் அப்புறம் தியானமாகி விடுமே..." பத்மேஷ் தன்னையும் மறந்து பேசினான்.

சுவர்ணதேவி பக்கத்திலே இருப்பது போல ஒரு பிரமை அவனுக்குண்டாயிற்று.

"பத்மேஷ்." ஜானா குரல் நடுங்கிற்று. நா தழுதழுத்தது.

"உன் அந்தரங்க ஆவலைத் தெரிஞ்சுண்டேன். இருந்தாலும் – நான் சொல்லுகிறேனேன்னு நினைக்காதே. – இருந்தாலும் ஒரு இளைஞனுக்கு ஜீவனோபாயமும் வேணுமோ பணத்துக்காக நான் ஆசைப்படுகிறதாக எண்ணாதே. ஆனாலும் வாழ்க்கையிலே சில சுகங்கள் இல்லாமே நான் வாழ முடியாது..."

அவள் சொல்ல வந்தது என்னவென்று உணர்ந்ததும், ஜானா சட்டென்று வெட்கித் தலை குனிந்தாள். மின்னலைப் போன்ற ஒரு மின்சார சக்தி அவனுக்குள் பாய்ந்தோடியது. ஜானாவின் கைகளை எடுத்து தன்னுடைய கரங்களுக்குள் பொதிந்து கொண்டான்.

"மன்னிச்சுடு. என் மனசை முன்னாலேயே வெளியிடத் துடிச்சுண்டு இருந்தேன். ஆனால் இந்தப் பாழாய்ப்போகிற அகந்தை குறுக்கே நின்றது. நானும் சந்துருவைப் போலன்னு நீ நினைச்சுவிடுவாயோன்னு பயப்பட்டேன்"

"அதெப்படி எண்ணுவேன்? அப்படி இருக்கக் கூடாதுன்னு நீ ரொம்ப கவனமா நடந்துக்கிறது எனக்குத் தெரியாதா?"

அவள் சொல்லுவது சரிதானே... அவனுடைய நடத்தையை கணிக்கத் தெரியாதவளா அவள்? இருந்தாலும் சந்தேகம் அவனை விடவில்லை.

"சந்துரு வரதட்சணை சீர்ன்னு வாசவேஸ்வரத்து ரீதிக்கு ஆசைப்பட்டவனாச்சே. நீயோ ஒரு செழிப்பான குடும்பத்தைச்

சேர்ந்தவள். என்னையும் அப்படி எண்ணிவிட்டால்?"

அவள் குலுங்கக் குலுங்க நகைத்தாள். "ஆண்கள் தன்னைப்போல இல்லேன்னு எத்தனையோ சாடுவா, ஓடுவா, ஆடுவா .... ஆனாலும் முன்னே நிற்கிற உண்மை அவாளுக்கு கண் தெரியாது."

'நீ எதைச் சொல்லுகிறாய்?' என்பது போல பத்மேஷ் அவளைப் பார்த்து விழித்தான்.

அவள் மேலும் சிரித்தாள்.

"முதல் நாளிலிருந்தே நான் உன் மேலே குறி வெச்சுவிட்டேன் என்பது உனக்குத் தெரியவில்லையா?" சட்டென்று அவள் தோரணை மாறிற்று.

"பத்மேஷ்... உன் குறிக்கோளைப் பற்றி எனக்குத் தெரியும். விடாமுயற்சியாக இப்படி அதையே பார்த்துப் போகிற உன் ஆர்வம்தான் என்னை உன் பக்கம் ஈர்த்தது. எனக்கும் இப்படி வாழ ஒரு சந்தர்ப்பம் வேணுமுன்னுதானே காத்திருந்தேன். ஏதோ யோசியாமே நடுவிலே உளறிவிட்டேன். நான் சொன்னதை மறந்துடு. உன் இஷ்டப்படி உன் ஆராய்ச்சியை எங்கே வேணுமானாலும் நடத்து. நானும் உன் கூடச் சேர்ந்து பாடுபடுகிறேன்." அவள் நிமிர்ந்து அவன் முகத்தைக் கெஞ்சும் பாவனையில் நோக்கினாள்.

யுதாஜித் மலைச் சரிவில் - மரநிழலில் - ஒரு அழகான காட்சி. ஒரு வாலிபன் தன் காதலியைத் தழுவும் இன்பக் காட்சி. மிருதுவான தென்றல். கத்துங் குயிலோசை சித்தம் மகிழ்ந்திட பக்கத்திலே ஒரு பெண்.

ஆனால் வீட்டிற்குப் போகும் வழியில் சந்தேகப் பிசாசு அவனை வாட்டியது. கூடிய சீக்கிரம் பெரியண்ணாவிடம் விஷயத்தைச் சொல்ல வேண்டும்.

18

சாப்பாடு முடிந்தது. மூன்று மணிக்குமேல் மாதுவைப் பார்க்கப் போக வேண்டும். கொஞ்சம் முன்னதாகவே கிளம்பி சனிவார்பேட்டை வட்டாரத்தைச் சுற்றிப் பார்த்தால் என்ன? க்ளினிக்கை ஏற்படுத்த எந்த இடம் தேவலையென்று தெளிய அப்படிச் சுற்றி வந்தால்தான் புரிபடும். அவன் பஸ்ஸில் ஏறினான். சித்ரகூட மார்க்கத்தை அடைந்ததும், இறங்கி நடக்கவாரம்பித்தான். சனிவார்பேட்டைக்குள் திரும்பும் வீதிமுனையில் அவன் அலிபாபா ஃபிளாட்டில் கண்ட அந்த எழுத்தாளனைச் சந்தித்தான். "என்கூட வந்து நானிருக்கிற இடத்தைப் பாரு.... வா. தெரிய வேண்டாமா?" என்று கூறி பாபா அவனை வலுக்கட்டாயப்படுத்தி, தன்னிருப்பிடத்துக்கு அழைத்துப் போனான்.

சாலையை விட்டதும் பாபா குறுக்கேயுள்ள ஒரு சந்தில் புகுந்தான். ஆபாசம்! துர்கந்தம் மூக்கைத் துளைத்தது.

அங்குமிங்கும் சேற்று நீர் கட்டித் தேங்கிய குட்டைகள். கால்மேல் கால் வைத்து நடந்தான். இரு புறமும் நெருங்கிய பழைய கட்டிடங்கள். சுவரெல்லாம் சொறி பிடித்தாற் போல வெடிப்பு. கந்தைத் துணிகள் சன்னல்களை மறைத்துத் திரையிட்டன. வாண்டுப் பயல்களின் கூச்சல் செவிகளை உறுத்தின. சினிமாப் பாட்டை அலறிக் கொட்டின டிரான்ஸிஸ்டர்கள்.

சிதைந்த இக்கட்டிடங்கள் ஒன்றில் பாபா நுழைந்தான். சேற்றில் படுத்துப் புரண்டு கொண்டிருந்த நாய்கள் எழுந்து குலைத்தன. பாபா படிகளில் ஏறினான். மரப் படிகள் தேய்ந்து நடுக்குழிந்தவை. நீண்ட ஒரு தாழ்வாரம். திறந்த கதவின் வழியாக ஒரு அறையிலிருந்து நோயின் வாடை வீசிக்கொண்டு வந்தது. இருமும் சத்தம். க்ஷயரோகியோ! அதற்கடுத்தாற் போலிருந்த அறைக் கதவின் பூட்டை பாபா தன்னிடமிருந்த சாவியால் திருகினான். உள்ளே போனார்கள். ஒரே ஒரு சின்ன சன்னல். அதைத் திறந்தான் பாபா. மறுபடியும் அதே நெடி. ஏதேதோ கொண்டு வருகிறது, காற்று.

பாபா தொப்பென்று கயிற்றுக் கட்டிலில் உட்கார்ந்தான். அப்புறம் புகைக் குழலைத் தேட பையைத் துழாவினான். அது கிடைத்ததும், அதைக் கடித்துக் கொண்டே கேட்டான். “நீ இந்த ஊரிலேயே இருக்கிற உத்தேசத்தோடு வந்திருக்காயா?”

“ஆமாம். இந்த சனிவார்பேட்டையிலே ஒரு ‘மனோவியாதி க்ளினிக்’ நடத்தலாமோ என்று யோசனை.”

பாபா கடகடவென்று உரக்கச் சிரித்தான்.

“வேண்டியதுதான். யாராவது இந்த மனித ஜடங்கள் மனசுக்குள்ளே என்னவிருக்குன்னு திறந்து பார்க்க வேணுமே. நீ வாச்சாயாக்கும்?”

“அப்படி சிரிக்கும்படியான யோசனையா அது?”

“இந்த ஊரிலே இரண்டு மூன்று தரத்து ஜனங்கள் ஒருத்தரையொருத்தர் அறிஞ்சுக்காமே வாழுகிறதை நீ கவனிக்கவில்லையா?”

“ஆமாம். பார்த்தேன். நாமாவது இந்த ஜனங்களுக்கு உதவுவோமுன்னுதான்...”

“நீ ஒரு லட்சியவாதின்னு நினைக்கிறேன். இந்த ஏழை ஜனங்கள் சும்மா மனப்பால் குடிக்கிறது. நீயும் கூட சேர்ந்துண்டு அதுகளுக்கு அதை ஊட்டப் போகிறாயாக்கும். ஜனங்களுக்கு

விமோசனத்தைத் தேடுகிறோமுன்னு சொல்லி அவர்களை ஆதாயமாகக் கொண்டு எத்தனையோ பேர் பிழைச்சுப் போகிறா.”

“நீ சொல்கிறது ஒண்ணுமே எனக்கு அர்த்தமாகவில்லை.”

“புரியும்படி சொல்லட்டுமா? அரசியல்வாதி, அதிகாரி, பணக்காரன், தொழிலதிபன், ஏன் யுவர் சங்கம், அலிபாபா ஃப்ளாட்டைப் போன்ற குழு... ஆசிரியன், வக்கீல், டாக்டர் எல்லோரும் இந்த ஏழைகள் கண்ணிலே மண்ணைத் தூவுகிறா.”

“அப்படீன்னா?”

“இந்த ஸ்டிரைக்கு, மோர்ச்சா, கலகம் எல்லாமே மேற்சொன்னவாளுடைய உந்தலினாலே நடக்கிறது.”

“என்ன!”

“ஆமான்னா.”

“அதெப்படி இருக்க முடியும்? அப்படிச் செய்தால் அது அவாளுக்குத்தானே நஷ்டம்?”

“இருக்கட்டுமே! அந்த நஷ்டத்துக்கு ஈடாக நாளடைவிலே லாபம் கிடைக்கிறதே! ஸ்டிரைக்கு, மூர்க்கத்தனமான அடிதடி, ரகளை, தீ இதுகளைக் கொண்டு, தாம்தான் விஞ்சிவிடப் போகிறோமுன்னு ஜனங்கள் பிரமை கொண்டு அலைகிறதுகள்.”

“இல்லையா பின்னே?”

“யோசித்துப் பாரு. இந்தக் கலக்கத்தையெல்லாம் பார்த்து நடுத்தரத்தான் பயந்து ஒடுங்கி ஒரு வழிக்கும் போகவேண்டாமுன்னு - தன் சம்பிரதாய வாழ்வுக்குள்ளே பதுங்கிவிடுகிறான். நடுத்தரத்தானுக்குப் பொறுப்புணர்வு போனவுடன் அராஜகம் தலைதூக்கி ஆடுகிறது. அந்த நிலைமையிலே கொள்ளையடிக்கிறவா யார்? மேற்சொன்ன ஜாபிதாவுக்கு விதிக்கிரமமாக அந்தக் கொள்ளையிலே பங்கு.”

இதைக் கேட்டதும் அவனுக்கு மலைப்பாக இருந்தது. “அடியோடு அப்படிச் சொல்ல முடியுமா? உதாரணமா யுவர் கூட்டங்களை எடுத்துக்கொள்.”

பாபா தலையை அசைத்தான். “நம்ப அலிபாபா ஃப்ளாட்டிலே போன வாரம் ஒரு மீட்டிங்கு நடந்தது. 20 லாரி நிறைய குண்டர்கள் விஷ்ணுபூர் ரயில் பாதையிலே குறுக்கே நின்னுண்டு கல் வீசுகிறதூன்னு ஏற்பாடு ஆச்சு. கல் ஒண்ணுக்கு நாலு ரூபாய் விகிதம் சம்மானம்.”

“ஐய்யய்யோ.... அப்போன்னா சந்துருவைப்போல உள்ளவா கூட...”

“அவா என்னவோ சாதாரண இளைஞர்களாக இருக்கலாம். ஆனால் இதைப்போல உள்ள சகல இடங்களிலும் இந்த மாதிரி மனுஷாள் தம் அட்டூழியங்களை நடத்த சாதாரண குழுக்களையும் சங்கங்களையும் உபயோகிக்கிறா. ஏழை ஜனங்கள்னு முகாந்தரம் சொல்லி அந்த ஏழைகளைக் கொண்டே தீப்பந்தம் வெச்சு எல்லாத்தையும் அழிச்சு, உலகத்தைக் கலக்குகிறா. ஏழையோ, நடுத்தரத்தான் சௌபாக்கியத்தைக் கண்டு வயிறெரிகிறான். அவன் அழும் குரலைக் கேட்டு நடுத்தரத்தான் எங்கே தன் நிலைமைக்கு கேடு வருமோன்னு நடுங்குகிறான். இந்தக் குழப்பத்திலே மூணாமத்தவன் எல்லாத்தையும் வாயிலே போட்டுண்டு போய்விடுகிறான். குண்டர்கள் பாடு சுகம். யுகயுகமாக நம்மோட தேசத்திலே இப்படி இரு தரத்தாரையும் பயமுறுத்திப் பிழைக்கிறவா இவா. இவாளிடம் நிறைய நிதியுண்டு. நம் பணக்காரன்தான் இந்த மாதிரிய கலகங்களை, செலவு பண்ணி ஏற்பாடு பண்ணுகிறான்.”

அப்போது பத்மேஷுக்கு சிந்தூரத்தில் நடந்த கலகம் நினைவுக்கு வந்தது. பாபாவிடம் அதைச் சொன்னான்.

“ஆமாம். அதை உருவாக்கினவன் சீப் கமிஷனர் எனக் கேள்விப்பட்டேன். ஒரு தொழிலதிபதிக்கும் அவனுக்கும் ஒப்பந்தமாம். ‘நிதி சப்ளை நான் பண்ணுகிறேன், நீ குண்டர்களைத்

திரட்டி கலகம் ஏற்படுத்து' என்று சொன்னானாம். அந்தக் கலகத்திலே ரோந்து சுத்தின தடியன்களுக்கு ஆளுக்கு பத்தாயிரம் ரூபாய் விகிதம் கிடைச்சுதாம்."

"அந்தத் தொழிலதிபதி யாருன்னு நான் உளவு சொல்லட்டுமா? ஈசுவரதாஸ் குப்தாஜீதானே!"

பாபா "ஆமாம்" என்று தன் தாடியை வருடினான்.

"குப்தாஜி தொழிற்சாலையிலே தொழிலாளிகள் தர்க்கம் ஓயவில்லை. பார்த்தான். முதலாளிக்கு நஷ்டம்... ஈடுகட்ட முடியாது என்று வந்தால்தான் தொழிலாளி அடங்குவான் என்று அவனுக்குத் தெரியும். அவன் ஒரு யுக்தி செய்தான். சிந்தூரம் அவன் சொத்துதானே. அதை அழிக்க ஏற்பாடு செய்தான். தடியன்கள் சிந்தூரத்தை தூளாக்கினா. நிஜமாகவே ரொம்ப நஷ்டமில்லை. அதுதான் முன் ஏற்பாட்டுப்படி குண்டர்களைத் தூண்டிவிட்ட கமிஷனரே சமயத்துக்கு சிப்பந்திகளோடு வந்துவிட்டானே. உடனே சில குண்டர்களைப் பகிரங்கமா கைது செய்து. தீயையும் அணைச்சு அமைதி உண்டாக்கினான். அவ்வளவுதான். கமிஷனருக்கு லாபத்துக்கு லாபம். கீர்த்திக்கு கீர்த்தி. குப்தாஜி காரியமும் நடந்தது. அவன் கமிஷனருக்குப் பரிசு கொடுத்தான்னு கேள்வி. ஜனங்களும் அவனை ஒரு சூரன்னு பாராட்டினா. ஆனால் இதுக்குள்ளே யாரோ மேலே போய் கோள் சொல்லிவிட்டா. எல்லோருக்கும் விரோதிகள் இருப்பாளே, அதிகாரிகள் கமிஷனர் பேரில் விசாரணை தொடங்கிவிட்டா. நல்லவேளையா ஜனங்களுக்கு இன்னும் கண் போகவில்லை. எல்லோருமா சேர்ந்து ரகளை பண்ணி அந்த விசாரணைக் குழுவைத் துரத்தி அடிச்சு விட்டா. குப்தாஜி பாடும் சுகமாக முடிஞ்சுது. சிந்தூரம் சிதைந்து போனதிலே ஏகப்பட்ட நஷ்டமுன்னு அவன் அழுதான். முதலுக்கே ஆபத்து வந்துவிட்டால்? தொழிற்சாலையையே மூடிவிட்டால்? தொழிலாளிகள் வேறு வழியில்லாமே 'டிமாண்டுகளை' குறைச்சுண்டார்கள். சர்ச்சை தீர்ந்தது. ஆனால் ஏழை என்னமோ இன்னமும் ஏழையாகத்தானிருக்கான். இந்த இடத்தைப் பாரு."

பாபா தன் கைகளை அகல விரித்து அந்த சனிவார்பேட்டை வட்டாரத்தையே ஆலிங்கனம் செய்து கொண்டான்.

அவன் சிறு பையனாக இருந்தபோது இந்த பன்னாஸ் வரடிச் சந்து இதே போலத்தானிருந்தது. சிதைந்துபோன வீடுகளும், மெலிந்துபோன தேகங்களும் முன்னைப்போல மாறாமல் வாடி வதங்கிக்கொண்டு வருகின்றன. இது இப்படியே இருக்க, நாட்டின் செல்வங்களை நம் கண் முன்னாலேயே அயல்நாட்டான் எடுத்துக்கொண்டு கம்பி நீட்டுகிறான். நாட்டின் கலை, வேதாந்தம், சங்கீதம், குறவர் பாட்டு என்று எதெல்லாம் மூவாயிரம் வருஷங்களாக நம் நிதியாக விளங்கி வந்தனவோ, அவை யாவும் மறைந்து விட்டன.

பாபா சொன்னான். “மதர்லாந்துக்காரன் நம் செல்வங்களை அப்படியே எடுத்துண்டு போகிறான். நம் யோகம், சுதந்திரம், சிற்பம், சங்கீதம் சகலதும் மேற்கத்திய நாடுகளுக்குப் போய்விட்டது. அங்கே இவற்றுக்குப் புது உடுப்புப் போட்டு வர்த்தக முறையிலே பிரச்சாரம் செய்து பகிர்ந்து கொடுக்கிறா. நம் நாட்டுப் பண்பு அங்கே ஒரு பெரிய பிசினெசு ஆகிவிட்டது. இங்கே மிஞ்சி இருப்பது வெறும் சக்கை, கசண்டு.”

“மனிதன் பிறந்த மட்டிலே யோக்கியமா வாழச் சிரமப்பட வேண்டாமா?”

“இவாளுக்கெல்லாம் (மறுபடியும் அவன் கைகள் விசிறி போல் வட்டமிட்டன) யோக்கியமான வேலை உண்டாக்க நூறு வருஷங்களாகுமே! அதுவரையிலே இந்த குண்டா வேலையிலே பழுத்துப் போகலாமே!”

“அது சரி. இந்த நடுத்தரத்துக்காரன் இப்படி குருடாக இருக்கிற வரையிலே நம் சமூகத்துக்கு விமோசனம் கிடையாது.”

“அவன்தான் சுகமாக முறை வாழ்க்கை எனும் கூண்டின் இதமான இன்பத்திலே தூங்குகிறானே.”

பத்மேஷ் சொன்னான். “இருந்தும், ஏழையைக் கைதூக்கிவிட

வேணுமுன்னு சிலபேர் புறப்பட்டிருக்காளே! அப்படி சிலர் பாடுபடுகிற வரையில் நமக்கு நம்பிக்கையுண்டே!”

“அடாடா.... புரியவில்லையா? ஏழைக்கு சுகம் வந்து விட்டால் அவா பிழைப்பது எப்படி. கம்யூனிஸம் பேசுவதிலே சுகம். அது நிஜமாகவே நடந்துவிட்டால்? என்னைக் கேட்டால் இவாளேதான் தன்னலத்தை உத்தேசித்து நாட்டிலே அராஜகத்தை வளர்க்கிறா.”

“அப்படியானால் நம் நவயுவர் குழுவினர்களும் அறியாமே இந்த அராஜகம் நிலைத்து நிற்க உதவுகிறாளா?”

“எல்லாரும் அப்படீன்னு சொல்ல முடியாது. ஆனால் கோபால் தாஸைப் போல இருதலைக் கொள்ளிகள் உண்டு.”

“அவனா? ராகுவின் நண்பன் கோபால் தாஸா?”

“ஆமாம். அவனேதான். வர்த்தகக் குடும்பம். கொஞ்சம் பணம் சேர்க்க வாய்ப்பு வந்தால் விடுவானா? இப்படி கணக்கில்லாமல் எத்தனையோ பேர்கள்.”

பத்மேஷ் அவ்விடத்தை விட்டுப் புறப்படும்போது கவலையுடன் போனான். இந்த கோபால் தாஸுடன் சேர்ந்து ராகு எங்கேயாவது போய் அகப்பட்டுக் கொள்ளப் போகிறானோ?

மாது அவனைப் புன்சிரிப்புடன் வரவேற்றான். “எப்படி... உன்னோடு ‘க்ளினிக்’ எந்த மட்டில்?” என்று கேட்டான்.

பத்மேஷின் முகம் அவனுக்கு பதில் சொல்லிற்று.

“சரியான யோசனை என்று சொல்லிவிட்டாளோ?” அவன் திகைத்துப் போய்விட்டான். “உனக்கெப்படித் தெரிந்தது” என்று வாய்விட்டுக் கேட்டும் விட்டான்.

“ஊகம். அவள் யார் என்ன என்று தெரியாது. ஆனால் அப்படியொருத்தி சம்மதித்தால்தானே....”

பத்மேஷ் வெட்கத்துடன் தன் கண்களைத் தாழ்த்திக் கொண்டான்.

“நீ சொல்வது சரிதான். இருந்தாலும் சந்தேகம் முழுக்கத் தீரவில்லை. இந்த தேசத்து நிலை.... அவளுடைய அந்தஸ்துன்னு எத்தனையோ விஷயங்கள்...”

“நீ தைரியமா முன்னே போ. தேசமே குடும்பங்களின் தொகுதி. வீட்டுப் பழக்கம் நாட்டிலே. நீ மனப் பொருத்தத்தோடு வாழ்ந்தால்.... அந்தச் சம்பவம் நீ வெளியே போகிறபோது உன் கூட வரும். வீட்டிலே அச்சமில்லாமே விடுதலையோடு வாழுகிறவன்தான், வெளியே போனாலும் ஜனங்கள் மனசிலே சுதந்திர நினைவை உண்டாக்குவான்? நீ செய்யப் போகிற தொழில் மனோநிலையின் விடுதலை. அதுக்கு வீட்டில் நிம்மதியும் மகிழ்ச்சியும் முக்கியமாக வேணும். ஜனங்கள் மனதைப் புரிய... பரீட்சிக்க அகத்திலே அமைதி வேணும். கவலைப்படாமே முன்னால் போ. நீ சரியான வழியிலே போகிறாய்.”

சிறிது நேரம் பேச்சு வளர்ந்தது. அப்புறம் பத்மேஷ் கேட்டான். “கணக்கெல்லாம் எப்படி? பார்த்தாயா?”

“ஆச்சு. எல்லாம் ரொம்பக் கச்சிதமாக இருக்கு... குடைஞ்சு குடைஞ்சு தேடியும் எதையும் காணோம். என்னைக் கேட்டால் இந்தக் குற்றச்சாட்டு வேணுமுன்னே செய்தது. ஆனால் அதை எதற்காகச் செய்தான்? அவனுக்குத் தெரியாதா - ருசு ஏதுமே கிடைக்காதுன்னு. கோபால் தாஸ் வல்லப்ஜீ புத்தியுள்ளவன் ஆச்சே.”

பெயரைக் கேட்டதும் அவன் திடுக்கிட்டான். “நீ யாரைச் சொல்கிறாய்?”

“அவனையேதான்.”

“வல்லப்ஜீயின் முதல் பெயர் கோபால் தாஸா?”

“ஆமாம். உனக்குத் தெரியுமுன்னு நினைச்சேன். ராகுவுக்குக்கூட அவன் ரொம்ப வேணும் என்கிறவன்.”

பத்மேஷ் மண்டையில் படீரென்று ஏதோ வெடித்தது. வெளிச்சம் உள்ளே பாய்ந்தது. இதுவரையில் அவன் யாரோ வல்லப்ஜீ என்பவன் ஒருவன் பாச்சப்பாவைப் பற்றி போலீஸில் புகார் கொடுத்ததாக நினைத்திருந்தான். அது ராகுவுடைய நண்பன் கோபால் தாஸானால்... சங்கதி வேறு விதமாக அல்லவா போகிறது? அப்படியானால் ஒரு வேளை ராகுவுக்கு இது விஷயம் தெரிந்திருக்குமோ?

அவன் முகத்தையே பார்த்துக்கொண்டிருந்த மாது, பத்மேஷ் அந்தப் பிரச்னையை உரக்கக் கேட்டதுபோல தலையை ஆட்டினான்.

"ஆமாம். எனக்கும் அந்தச் சந்தேகம் வந்தது..." இருவரும் ஒருவரையொருவர் பார்த்துக்கொண்டனர்.

"ராகு எதற்கு பாச்சப்பா விஷயத்திலே தலையிடவேணும்?" என்று மாது கேட்டான்.

அவனுக்கு அந்த வினாவுக்கு விடை தெரியும். ஆனால் அவன் மௌனமாகயிருந்தான்.

அப்புறம் மாதுதான் சொன்னான். "இந்த கோபால் தாஸ் நேர்மை இல்லாதவன், அவன்கூடப் போகாதேன்னு நான் ராகுவிடம் அடிக்கடி சொல்லி இருக்கேன். போகட்டும். நீ வீட்டுக்குப் போய் பெரியண்ணாவிடம் விவரத்தைச் சொல்லு. அவர் யோசிக்கட்டும். எத்தனையோ இருக்கும். ராகு ஏதேனும் எக்கச்சக்கமாய் செய்து விட்டானோ என்னவோ. நீ போய் அவரிடம் சங்கதியைச் சொல்லிவிடு."

வீடு போகும் வழியெல்லாம் அவன் ஆலோசித்துக்கொண்டே போனான். நினைக்க நினைக்க, இது வேண்டுமென்றே, பெரியண்ணாவின் பிளான்ட் பிசினெசைத் தொலைக்கவென்றே செய்த ஏற்பாடு என்று தெளிவாகத் தெரிந்தது. ஆமாம். இதில் யார் யார் சம்பந்தப்பட்டிருக்கிறார்கள்? கிச்சண்ணாவின் பிசினெசு சிக்கல், சேது மன்னியின் தொணதொணப்பு, பானு மன்னியின் நச்சரிப்பு, ராகு அடிக்கடி கோபால் தாஸைச்

சந்திப்பது. சந்துரு, சாந்தாவிடம் குலாவுவது எல்லாம் ஒரு குறியை உத்தேசித்து என்று இப்போது புரிந்தது. ஆனால் அதைப் பற்றி பெரியண்ணாவிடம் எப்படிப் பேசுவது? இந்த வெங்காச்சண்ணாவுக்குத்தான் எத்தனை அமுக்கல் பார்த்தாயோ! பேச்சு மூச்சில்லாமல் மகனுடன் சேர்ந்து கொண்டு, இப்படியா? அப்படியானால் சந்துருவும் கிச்சண்ணாவும் கூட இதில் சம்பந்தப்பட்டிருப்பாளோ? அப்படி நினைத்தானோ இல்லையோ, சந்துருவுடைய ஜம்பப் பேச்சுக்கள் அவனுக்கு நினைவு வந்தது. கூடவே சேது மன்னிக்கு சாந்தா பேரில்தான் அதிக சந்தேகமென்ற ஞாபகம் தோன்றிற்று. இரு தாயாதிக் கிளைகளும் தனித்தனியாகத்தான் இயங்கி இருக்கின்றன. ராகு, கோபால் தாஸ் மூலமாக வேலை செய்து, பாச்சப்பாவை அபகீர்த்திக்குள்ளாக்க முயன்றிருக்கிறான். சந்துரு, சாந்தாவின் பெயரை அழிக்கத் தலைப்பட்டிருக்கிறான். குறிக்கோள் என்னமோ ஒன்றுதான். எப்படியாவது அவர்களை அவ்விடத்தைவிட்டு கெல்லிப் பெயர்த்துத் தள்ள வேண்டும். அவ்வளவே. அவனுக்கு எல்லாம் வெட்ட வெளிச்சமாக விளங்கிவிட்டது. ஆனால்...? இதைப் பெரியண்ணாவிடம் எப்படிச் சொல்லுவது?

அன்று இரவு சாப்பாடானதும் எல்லோருடன் கூடத்தில் உட்காராமல் அவன் பெரியண்ணாவின் அறைக்குச் சென்றான். மாதுவிடம் நடத்திய சம்பாஷணையின் சாரத்தை விளக்கிச் சொன்னான். பெரியண்ணா முகம் யோசனையுடன் வெளிறிற்று. ஏற்கனவே பத்மேஷ் மனதில் புகுந்து கொண்டிருந்த சந்தேகங்கள் வலுத்தன. ஆனால் அவற்றை இவரிடம் எப்படிச் சொல்லுவது? சொல்லித்தான் ஆகவேண்டும். அவன் மனதைத் திடப்படுத்திக் கொண்டான். சொல்லாமலிருந்தால் அவன் மனசாட்சி ஏற்குமா? சிறிது நேரம் அவனுக்குள் ஒரு போராட்டம். பிறகு தைரியமாகச் சொன்னான்.

“இந்த கோபால் தாஸ் ராகு காலேஜிலே லெக்சரராம். ராகு அடிக்கடி அவன் வீட்டுக்குப் போவதாய் ஜானா சொன்னாள். அவள் மகிஷாசுரமர்த்தினி கோவிலுக்குப் போகும்போதெல்லாம்

ராகுவை அங்கே பார்க்கிறாளாம். யுவர் சங்க இயக்கம் பற்றி ஏதாவது கேட்கப் போயிருப்பான்." பெரியண்ணா பேசவேயில்லை.

"சந்துருவும் யுவர் சங்க வேலையாய் ரொம்ப மும்முரமாகச் சுத்திண்டு இருக்கான். சாந்தாகூட உபகாரம் செய்கிறாள் போலிருக்கு. சுக்ரீவ குகையிலே ஏதோ விழா நடக்கப் போகிறதாம். சாந்தாதான் எல்லா ஏற்பாடும் செய்யப் போகிறாளாம்."

இதற்கும் பெரியண்ணா பதில் பேசவில்லை. முகம் மாத்திரம் பேயறைந்தாற் போல இருந்தது. தனக்குத் தோன்றிய எண்ணம் அவருக்குத் தோன்றிவிட்டது என்று அவன் கண்டு கொண்டான். கோபால் தாஸ் ராகுவின் நண்பன். அவனும் வல்லப்ஜீயும் ஒரே ஆள்தான். இந்த விவரங்கள் தெரிந்த பிறகு, அந்த வீட்டில் நடக்கும் நாடகங்களைக் கூட வைத்து ஜோடித்துப் பார்த்தால், விஷயம் விளங்க அதிக நேரம் பிடிக்காது. அவனுக்கு அவர் முகத்தைப் பார்க்க பரிதாபமாக இருந்தது. சொல்லாமல், பேசாமல் தன் அறைக்குள் போய்விட்டான்.

"ஏய் பத்தூ..."

இதென்ன! பெரியண்ணா கூப்பிடுகிறாரே! மனோவேதனை அதிகமாகிவிட்டதோ? அவன் எழுந்திருந்து மறுபடியும் அவர் அறைக்குச் சென்றான்.

"ஏதோ ஜானா சொன்னாள் என்று சொன்னாயே! நீ அவளை அடிக்கடி பார்க்கிறாயா? நல்ல பெண்ணாக்கும்."

முன் பேசிய விஷயத்தை வேண்டுமென்றே ஒதுக்கி வைத்துவிட்டு இப்படி மனதைத் திருப்பியிருக்கிறாரென்று

அவன் தெரிந்துகொண்டான். ஆனால் அவர் சொன்ன வார்த்தைகள் அவனைக் குமைய வைத்தன.

"ஏதுக்கு வெட்கப்படுகிறாய்? ஏதேனும் உத்தேசமுண்டானால் சீக்கிரமாக அவளைக் கேட்டுவிடு. ஜட்ஜ் ரொம்ப விவேகமுள்ள மனுஷர். மனைவியும் நல்ல மாதிரி."

“ஜானாவுக்குப் பூர்ண சம்மதம்தான். எனக்கும் ஆசைதான். ஆனால்.... ஆனால் மனசுக்குள்ளே சந்தேகமாக இருக்கு. என்னோடட நிலைமைக்கும் அவளோடு ஸ்திதிக்குமுள்ள வித்தியாசம்....?”

“உனக்கென்ன இல்லாத தோஷமா?”

“அவள் ஸ்திரமான அழிவில்லாத ஒரு உலகத்திலே வாழுகிறாள். ஜட்ஜ் வீட்டுக்குள்ளே போனாலே அந்த நிரந்தரமான ஸ்திர உணர்வு அங்கே தேங்கி நிற்கிறது. நானோ என் கற்பனைக் கனவுக்குப் பின்னாலே ஓடுகிறவன்.”

“நீ என்ன யோசித்திருக்கிறாய்?”

பத்மேஷ் தான் மாதுவிடம் பேசிக்கொண்டிருந்ததை விளக்கினான்.

“சனிவார் பேட்டையிலே க்ளினிக்கா?” அவர் முகத்தில் ஆழ்ந்த ஒரு கருத்தின் சாயை விரவியது.

“ஏன் கூடாது? அப்படியே செய்துவிடேன்.” பத்மேஷ் அவரை யோசனையுடன் பார்த்தான்.

“என் விஷயம் தெரிந்துமா நீங்கள் இப்படிச் சொல்லுகிறீர்கள்? நான் குறித்துப்போன ஒரு விஷயத்திலும் இதுவரையில் வெற்றியில்லை. இப்போது ஒரு பெண்ணையும் அந்தத் தோல்விக்குத் துணையாக அழைக்கிறதா?”

அவர் தலையை ஆட்டினார்.

“பெரியண்ணா... உங்களுக்குத் தெரியும். இதுவரையில் நான் ஒரு கூழாங்கல்லைப் போல வாழ்விலே நிலையில்லாமே உருண்டு வந்தவன். டாக்டருக்குப் படிக்கன்னு ஆரம்பிச்சு நடுவிலே இப்படி மனோதத்துவ விசாரணைன்னு திரும்பிவிட்டேன். அதைக் கொஞ்சநாள் மேலை நாட்டிலே சொல்லிக்கொடுத்து அலுத்து இங்கே வந்திருக்கேன். என் சங்கதி இப்படியிருக்க....”

“அதுக்கென்ன? உனக்கு யந்திர வாழ்விலே பிரியமில்லை. புள்ளி விவரங்களைக் கொண்டு வாழ்வை நடத்துவது பிரயோசனமில்லேன்னு தோணுகிறது. நீ அரசியலில் இருந்தால் ஒரு லட்சியவாதியாக இருப்பாய். விஞ்ஞான அறிவு இருக்கிறதினாலே உன் அறிவை சமூகத்துக்குச் சேர்க்கப் பார்க்கிறாய். இதிலே என்ன தவறு?”

“நான் எடுத்துக்கொண்ட விஷயம் முதலிலே ஜீவ சரித்திரமாக இருந்தது. அப்புறம் மனோதத்துவமாக ஆச்சு. இப்போது சமூக சேவையா.... வேதாந்தமாக மாறி விட்டதே!”

“நீயானாலும் உன் அந்தராத்மா சொல்கிறது போல் செய்து பாரேன். மற்ற பேர் முறை, அந்தஸ்து, வாழ்விலே உன்னதநிலை, ஜெயமுன்னு சொல்லிண்டு எங்கேயாக்கும் வந்து சேர்ந்தா?”

“அப்போன்னா அப்பா சொத்தையெல்லாம் இப்படி தொலைக்கிறேனேன்னு உங்களுக்கு இல்லையா? முதலிலே மேலை நாட்டிலே படிக்கிறேன்னு ஏதேதோ செய்தேன். இப்போது இந்த க்ளினிக் வைத்தால் செலவாகுமுன்னு உங்களுக்குத் தெரியும். அது அப்படியே விரயமாகப் போனாலும் போகும்.”

“ஏய் கிச்சான் தொலைக்கிறதைவிட இது சிலாக்கியமுன்னா! ஏதோ ஏழைகள் பிழைச்சுப் போவா. அதிர்ஷ்டமுண்டானால் ப்ராக்டிஸ் கொழுக்கக்கூடச் செய்யலாம்.”

பத்மேஷ் அவரைப் பாராட்டும் முறையில் பார்த்தான். அவன் நினைத்ததில் தவறில்லை. வயதானாலும் துணிந்து ஒரு துறையில் இறங்கும் நோக்கம் பெரியண்ணாவுக்கு. உண்டு.

“இந்தப் பசங்களெல்லாம் பேசினால் மாத்திரம் போருமா? நிர்பயமாகப் போனால் போகட்டுமுன்னு வாழ்க்கைக்குள்ளே சாட தைரியமில்லையே... பிரபஞ்சத்திலே இந்த ‘நேதி நேதி’ தோற்றம் கூடுதல். அதிலே நாமும் கூட சேர்ந்துண்டால் முயற்சியே இல்லாமே வாழ்வு விண்டாற் போலே போய்விடும். அதுதான் நம்மோட சமூகமும் அப்படி ஆயுடுத்து. பார்த்தாயோ

இல்லையோ, இந்த நகரத்து மனுஷாளையெல்லாம். வாழ்விலே ருசியே இல்லாத மாதிரி – ஏதோ நடைப்பிணம் போலே நடமாடிண்டு இருக்கா.” அவர் கசப்புடன் எழுந்து குளிப்பறைக்குப் போனார்.

பத்மேஷும் மெதுவாக நடந்து தன் அறைக்குச் சென்றான்.

பெரியண்ணா சொன்னதென்னமோ நிஜம். ஒருவேளை தன் மகன்களுக்கு இதுமாதிரி ஒரு சந்தர்ப்பம் அவர் கொடுக்கவில்லையென்று உள்ளகம் அவரை உறுத்துகிறதோ? போனது போகட்டுமென்று இவனுக்காவது நல்வழி காட்டுகிறாரோ? அவர் வார்த்தைகள் அவன் நெஞ்சில் தோய்ந்தன.

வீட்டுப் பழக்கந்தான் நாட்டிலும் தோன்றும். வீட்டிலே நேர்மையாக நடப்பவன் நாட்டிலும் நேர்மைப்படுவான். அக விடுதலையுடன் வாழும் இடமே வீடு. தேசக் கல்வியென்பது குடும்பக் கல்வியே.

இந்த வீட்டிலே அதற்கு நேர்மாறாக பத்மேஷ் தோள்களைக் குலுக்கிக்கொண்டான். நாட்டிலுள்ள மற்ற குடும்பங்களும் இப்படித்தானோ. அதுதான் நாடும் இப்படி இருக்கிறதோ?

பத்மேஷ் சுவர்ண தேவியின் முன் நெடுநேரம் அப்படியே உட்கார்ந்துவிட்டான்.

அவனுடைய அந்தரங்கத்தின் பிம்ப வடிவம், எதிரே சோதிப் பிழம்பாக மிளிர்ந்தது. இந்தப் பிரதியின் அனுபவமே காவியமாக வெளிவருகிறது. அகத்தை ஓர் உயர்நிலைக்குக் கொண்டு போகிறது. அதைக் கீழே இறங்கவொட்டாமல் அடிக்கடி நம் வாழ்வின் சிந்தனைக் கருத்தை நினைவூட்டுகிறது. ஆத்மார்த்தமான இன்ப வீட்டை அடைய வேண்டுமானால் இவ்வித அகவிடுதலை தேவை.

அகத்தை நன்றாகத் திறந்து உள்ளுணர்வை வெளியே சுயேச்சையாக வளரவிட வேண்டும். அப்போதுதான்

விருப்பமென்ற மனிதனின் மனவுறுதி, நிச்சயிக்கும் துணிவு பெறும். விடா முயற்சியுடன் விருப்பத்தைப் பயன்படுத்த உறுதியோடு முன் போக வேண்டும். தானாகவே வாழ்வின் தாத்பரியம் வெளியாகும்.

அவன் சுவர்ண தேவியைக் கண்கொட்டாமல் பார்த்தான். பெரியண்ணாவும் சொல்லிவிட்டார்.

மனதிலுள்ள சந்தேகங்கள் அகன்றன. சித்தம் தெளிந்துவிட்டது. இதுவரையில் அது குழம்பிக் கொண்டிருந்தது. பிரமையில் அழுந்தியிருந்தது. வாழ்க்கையைத் தொடக் கூசி, அதற்கு வெளியே நின்று அதை அனுபவிக்க அவன் எண்ணினான். அதனால்தான் ஜானா சம்மதித்துங் கூட அவன் தயங்கினான். இனிமேல் விஷயம் வேறு விதமாகப் போகும். அவன் மனது உறுதி கொண்டு விட்டது. வாழ்வின் உள்ளத் துடிப்பைத் தொட்டுப் பார்க்க அவன் அஞ்சமாட்டான். பக்கத்தில் அவளும் இருப்பாள். சுவர்ணதேவியின் மானிட அம்சமானவள் அவள். ஒருவரையொருவர் அன்பினால் புரிந்து கொண்டவர்கள். அவளுடைய கண்ணால் அவன் பார்ப்பான். பார்க்கும் விழி அவனுடையதானாலும், ஒளி அவளுடையதாக இருக்கும். உளநூல் சாத்திரப்படி பரஸ்பர காதலுக்கு ஒரு காப்பாற்றும் குணமுண்டு. காதல் வேரூன்றிய அந்த ஸ்திரமான நிலையில்தான் சமூகத்தைப் பரிமாணம் செய்யும் இயல்பு உண்டாகும். வாழ்வை மற்றொரு ஜீவனோடு பின்னும்போதுதான் பிரமை கற்பனையாக மாறக்கூடும். புதியதொரு திருப்பம் ஏற்படும். உண்மை தெளிவு பெறும். மனிதனுக்கு அன்பு செய்வதுதானே இங்கே கடமை. அப்படி நினைத்தானோ இல்லையோ, அவனுக்குள் ஒரு பொறுப்புணர்வு பிறந்தது.

காரிய சித்தியாகும் தருணம் வந்துவிட்டது. இனிமேல் ஒரே மனதுடன் தொழிலைப் பழக வேண்டும். சித்தியடைவான். நிச்சயமாக சித்தி பெறுவான். அவனுக்கு முன்னால் எத்தனையோ சித்தர்கள் இந்த நாட்டில் பிறந்ததில்லையா?

19

மறுநாள் இரவு சாப்பாடு முடியும் தருணம். பெரியண்ணா கூடத்துக்கு வந்தார். ஒரு நாளுமில்லாமல் அன்று அவர் அங்கே வந்ததும் தினசரி நாடகம் தடைபட்டது. ஆடவர்கள் அவரவர் அலுவல்களைப் பார்த்துப் போக முடியாமல் அகப்பட்டுக் கொண்டார்கள். என்ன விசேஷம்? ஏன் இன்று பெரியண்ணா இங்கு வந்திருக்கிறார்? எல்லோர் மனதிலும் ஒரே மாதிரியான அந்தப் பிரச்னை. பானு மன்னியும் சேது மன்னியும் சாப்பாட்டு மேஜையண்டை இருந்தார்கள். கிச்சண்ணா சாப்பிட்டுவிட்டு அப்போதுதான் சாய்மான நாற்காலியை அடைந்திருந்தான். வெங்காச்சண்ணா தலை கிராஸ்வர்டின் மேல் கவிழ்ந்திருந்தது. வாய் வெற்றிலையை மென்றதே ஒழிய, வார்த்தை ஒன்றும் சொல்லவில்லை. ராகுவும் சந்துருவும் வெளியே போக ஆயத்தமாயிருப்பது பத்மேஷுக்கு விளங்கிற்று. சித்ராவை மாத்திரம் காணவில்லை. பெரியண்ணா இதொன்றையுமே கவனியாதது போல சாவதானமாக சோபாவில் அமர்ந்தார்.

அந்தச் சமயம் பார்த்து வாசற் கதவு மணியடித்தது. ராகு எழுந்து போய் அதைத் திறந்தான். ஒரு சேவகன்

கையில் கடிதத்துடன் நின்றான். ராகு அதை வாங்கிக்

கொண்டதும் அவன் விடுவிடுவென்று படியிறங்கிப் போய் விட்டான். வந்த கடிதம் பானு மன்னிக்கென்று பத்மேஷ் ஊகித்தான். ஏன் என்றால் ராகு அதை அவள் பக்கம் நீட்டினான். அவள் காகிதக் கவரைப் பிரித்துக் கடிதத்தைப் படித்தாள். பாதி வாசித்து முடிக்குமுன் கோவென்று அலறி அழவாரம்பித்தாள். எல்லோரும் திடுக்கிட்டுப் போய் விட்டார்கள். சேது மன்னி அவளிடம் ஓடிச் சென்றாள். "யாருக்கு என்னவாச்சு, மன்னி? ஏன் இப்படி அழுகிறேள்?"

"இந்தப் பாவிப் பெண்ணு இப்படி சதி செய்து விட்டாளே!"

பானு மன்னி ஒப்பாரி வைத்து அழுதாள். "சித்ராவைப் பற்றியா சொல்கிறாய்? என்னவாக்கும்? சொல்லித் தொலையேன். செத்துவிட்டாளா?"

வெங்காச்சண்ணா எரிந்து விழுந்தான்.

"செத்தாத் தேவலையே... மானத்தை அல்லவா வாங்கி விட்டாள்? எவன் கூடவோ ஓடியல்லவா போய்விட்டாள்."

"நீ என்ன சொல்லுகிறாய் என்று உனக்கே புரியவில்லை."

வெங்கச்சண்ணாவுக்கு அவள் சொன்னதை ஏற்க இஷ்டமில்லை.

"புதுமைப் பெண் புதுமைப் பெண்ணு சொல்லிண்டு, சங்கமோ கச்சேரியோன்னு கண்ட கண்ட இடத்துக்கெல்லாம் போனால் இப்படி ஆகுமுன்னு எனக்கு அப்போதே தெரியும். அதுதான் சொல்லிண்டே இருந்தேன் - இந்தப் பெண்ணைக் கட்டிப்போட வேணுமுன்னு. யாராவது காதிலே வாங்கிண்டால்தானே!" என்று அழுதாள் பானு மன்னி.

"உன் பெண் அதுக்கெல்லாம் மசியப்பட்டவளா?" என்றான் ராகு.

"ஏலே, நீ சும்மா இரு." இது வெங்காச்சண்ணா.

"இதோ பாரு, பானு. நீ என்னைத்தான் சொல்லுகிறாய்ன்னு

தெரிஞ்சு போச்சு. நீ பாட்டுக்குக் கலியாணம்... சீருன்னு பேசிண்டு போகிறாய். யாராக்கும் ரொக்கமா வரதட்சணைப் பணத்தை எடுத்து வைக்கிறது?"

இது பெரியண்ணாவின் குற்றம் என்பது போல பானு மன்னி அவரை விழித்துப் பார்த்தாள்.

"ஏது அம்மை. என்னை ஏதுக்கு அப்படிப் பார்க்கிறாய்? கேட்டால் நான் கொடுக்காமலா போகிறேன்" என்றார் பெரியண்ணா.

"நான் அப்போதே கேளுங்கோன்னு இவர்கிட்டே சொன்னேன்." பானு மன்னி உதட்டைப் பிதுக்கினாள்.

"நீங்கள்தானே இப்போ கலியாணம் வேண்டாமுன்னு சொன்னீர்கள்." இது கிச்சண்ணா.

'சும்மா இருங்கோன்னா. நீங்கள் இதில் தலையிடாதேயுங்கள்' என்பது போல சேது மன்னி தன் கணவனை சாடையால் அடக்கினாள்.

"ஆமாம் சொன்னேன். சித்ரா சமர்த்துப் பெண்ணுதான். ஆனால் கொஞ்சம் விவரக் கட்டை. இரண்டு வருஷம் போனால் திருந்துவாள் என்று நினைத்தேன்."

"அது என்னான்னா, என்னை இப்படி சந்தி சிரிக்க வெச்சுட்டாள்" என்றாள் பானு மன்னி.

பெரியண்ணா அவளுடைய தொண்டை அடைத்துக் கொள்வதை கவனியாமல் பேசிக்கொண்டே போனார்.

"இப்போதான் தெரிகிறது. சித்ரா நான் நினைத்த மாதிரி அத்தனை ஒண்ணும் யோசனை இல்லாதவள் இல்லைன்னு புரிகிறது. இந்த ஊரிலே இருந்தால் சுகமில்லே. பேசாமே சீமையைப் பார்த்துப் போய்விடலாமுன்னு சொல்லி அவள் அடுக்கின காரணங்கள் ரொம்பப் பிரமாதமாய் இருந்தது."

"என்ன? உம்மிடம் சொன்னாளா?" கிச்சண்ணா திணறினான்.

"ஆமாம்."

"அப்போ நடந்ததெல்லாம் தெரிஞ்சுண்டா நீங்கள் சும்மா இருந்தீர்கள்?" என்று கேட்டாள் பானு மன்னி.

"பேசாமே இருப்பேனா? டிக்கட் வாங்கப் பணம் கொடுத்தேன். அப்புறம் புடவை... அது இது இல்லையா?"

பெரியண்ணாவாகவே சித்ராவுக்கு உற்சாகம் மூட்டி வெளிநாட்டுக்கு அனுப்பி வைத்தாரென்ற விஷயத்தை அங்கிருந்தவர்கள் கிரகித்துக்கொண்டதும், அதிர்ச்சியினால் அந்த இடத்தில் சிறிது நேரம் மௌனம் நிலவியது. பிறகு எல்லோருமாக ஒரே சமயத்தில் பேசவாரம்பித்தார்கள்.

வெங்காச்சண்ணா – வயசாயிடுத்து. குழந்தை கேட்கிறபோது தட்ட முடியவில்லை.

பானு மன்னி – நன்னாச் சொன்னேன். வேணுமுன்னுதான், என்னையும் என் பெண்ணையும் பிரிச்சு வைத்துப் பார்க்க ஆசை. இனிமே அவளைக் கண்ணாலேதான் காணுவேனோ?

சேது மன்னி – (இழுத்துவிட்டுக்கொண்டே) ஏது மன்னி பெரியவாளை இப்படியெல்லாம் சொல்லலாமோ?

கிச்சண்ணா – நீதான் அண்ணா அந்தச் சண்டிப் பெண்ணை அடக்காமே இருந்தாய். எனக்கு அப்பவே தோணிவிட்டது.

திரும்பவும் சகோதரர்கள் ஒருவரையொருவர் சுட்டு விடுவது போலப் பார்த்துக்கொள்வதைக் கண்டு பத்மேஷ் வியந்தான்.

ராகு – ஏய்! அடசக்கை... போட்டாளே ஒரு போடு.

சந்துரு – ஓ... நம்ம சித்ராவுக்கு இத்தனை தைரியமுண்டா?

பானு மன்னி – தைரியமென்ன... தைரியம். எல்லாம் உங்க பெரியண்ணா சலுகை கொடுத்தது.

பெரியண்ணா - தைரியத்தைப் பற்றிப் பேசப் போனால் மற்றவா ஒருத்தரும் அதுக்குக் குறைவில்லை.

இவ்வார்த்தைகள் எல்லோரையும் சொடுக்குடன் உலுக்கி எடுத்தாற்போல இருந்தன. எல்லா முகங்களிலும் கோபமும் அருவருப்பும் முண்டி நின்றன.

பெரியண்ணா - உதாரணத்துக்கு ராகுவை எடுத்துக் கொண்டாப் போச்சு. அந்தக் கற்றுக்குட்டி சித்ராவை விடு. நீ எங்கேயெல்லாம் போகிறாய் - என்னவெல்லாம் செய்கிறாய்ன்னு உன் தாயார் தகப்பனாருக்குத் தெரியுமா?

ராகு - (பல்லைக் காட்டியபடி) ஏதுக்குத் தெரியவேணும்?

பெரியண்ணா - அப்போன்னா நீ கோபால் தாஸைப் பார்த்துப் பேசுகிறது அவாளுக்குத் தெரியாதுன்னு நினைக்கிறேன்.

ராகு - உங்களுக்கு மாத்திரம் தெரிஞ்சுவிட்டதாக்கும்.

பெரியண்ணா - அவனைப் பார்க்கப் போகிறாயா - இல்லையா? அதைச் சொல்லு.

ராகு - (முணுமுணுப்புடன்) ஏதோ கொஞ்சம் பழக்கம். பார்க்கப் போகிறேன்.

பெரியண்ணா - அவ்வளவுதானா? வேறு ஒண்ணுமே இல்லையா? கோபால் தாஸ் பாச்சப்பா கம்பெனி ஒன்றிலே பங்காளின்னு உனக்குத் தெரியவே தெரியாதா?

ராகு பதில் பேசவில்லை.

சந்துரு - (துணைக்கு வந்தான்) எங்கள் நவயுவ சங்கத்திலே யார் யாரெல்லாமோ இருக்கா. அத்தனை பேர் விஷயங்களும் தெரிய நியாயமில்லே.

பெரியண்ணா - இல்லே. தைரியமுன்னு பேச்சு வந்ததே... அதுக்காகச் சொன்னேன். போலீஸ்கிட்டே புகார் கொடுத்து வீணாக பாச்சப்பா பேரிலே ஒரு பொய் குற்றச்சாட்டை

சுமத்த எத்தனை தைரியம் வேணும்?

வெங்காச்சண்ணா - அது யாராக்கும் செய்தா?

பெரியண்ணா -ராகுவோட தோழன் கோபால் தாஸ்.

ராகு - இதை உம்மிடம் யாரு சொன்னா?

பெரியண்ணா - போலீஸ்.

ராகு - (ஆச்சரியத்துடன்) என்ன? அவாளா சொன்னா?

பெரியண்ணா - (அலட்சியத்துடன்) எனக்கும் கொஞ்சம் இந்த ஊரிலே மதிப்புண்டு என்கிறதை மறந்து விடாதே. விஜய்ராமே நேரில் வந்து விஷயத்தை விளக்கினான். புகார் செய்தது கோபால் தாஸ்.

ராகு - அப்போன்னா கோபால் தாஸிடம் பலத்த ருசுக்கள் இருக்கும்.

பெரியண்ணா - அதுதான் இல்லை.

சந்துரு - அப்படியானால் அவன் பொய்யா சொன்னான்.

பெரியண்ணா - அவன் குணத்தை சீர்தூக்கிப் பார்க்க நான் யாரு? நன்னா விசாரிச்சுப் பார்த்தேன். அது ஒரு வீண் குற்றச்சாட்டுன்னு தெரிஞ்சுது.

ராகு - அப்படியானால் புகாரைப் போலீஸ் நிராகரித்து விட்டாளோ?

பெரியண்ணா - அதெப்படி? நான் விசாரிச்சால் போதுமா? அவா தீர விசாரணை செய்துதானே தீர்ப்புச் சொல்லுவா!

வெங்காச்சண்ணா - ஓ... ஓ... பாச்சப்பா பெயர் வீணிலே கெடுமே...

பெரியண்ணா - அதுக்கு நான் ஒரு யுக்தி செய்தேன். கோபால் தாஸைப் போய்ப் பார்த்து அப்படியும் இப்படியுமா பேசி...

அவனையே அந்தப் புகாரை வாபஸ் வாங்க வைத்தேன்.

சந்துரு - என்ன? நீரா அவனைப் போய்ப் பார்த்தேள்?

ராகு - அப்போ... அப்போ.

பெரியண்ணா - அவன் எப்பேர்ப்பட்டவன்னு எனக்குத் தெரிஞ்சுது. பணம் பத்தும் பேசும்.

பானு மன்னி முகம் வெளிறி விகாரமடைந்தது. வெங்காச்சண்ணா உட்கார்ந்த இடத்திலேயே தேகத்தை முறுக்கிவிட்டுக் கொண்டான். ராகு மாத்திரம் தன்னுடைய அசட்டைப் பாவனையை விடவில்லை.

பெரியண்ணா (ராகுவைப் பார்த்துப் பேசினார்) - இப்பவே சித்ரா என்னை ஊர் சிரிக்க வெச்சுட்டான்னு உங்கம்மா அழுகிறாளே, இன்னும் இது விஷயம் வெளியே தெரிந்தால் உன் பெயரும் சந்தி சிரிக்கப் போகிறதேன்னு பார்த்தேன்.

வெங்காச்சண்ணாவுக்கு பயம் பிடித்து விட்டதோ என்னமோ, தினசரியை எடுத்துப் பிரித்து முகத்துக்கு நேரே பிடித்துக்கொண்டான். அது ஒரு கவசம் போல அவனைக் காத்தது.

ராகுவின் கரை புரளும் சிரிப்பு கொஞ்சம் கம்மிற்று. பத்மேஷின் எக்ஸ்ரே கண்கள் எல்லோர் முகங்களையும் ஊடுருவிப் பார்த்தன. கிச்சண்ணா கனைத்துவிட்டுக் கொண்டான்.

கிச்சண்ணா - ராகு எப்படி இதிலே சம்பந்தப்பட்டான்னு தான் எனக்குப் புரியவில்லை. அந்த கோபால் தாஸ் சேஷ்டை பண்ணுகிறவன்னு தெரிஞ்சுது. அதுக்கு இவன் என்ன செய்வான்? நமக்குத் தெரிஞ்சவாள் எத்தனையோ பேர் என்னவெல்லாமோ செய்கிறா.

பெரியண்ணா - அப்போ இது விஷயமா உனக்கு ஒண்ணுமே தெரியாதுன்னு அர்த்தமா?

கிச்சண்ணா – (குறுகுறுக்கும் பாவத்திலே) – எது விஷயமா?

பெரியண்ணா – புரிஞ்சுது. உன் சங்கதிக்கு அப்புறமா வருகிறேன். பாச்சப்பா பேரிலே கோபால் தாஸ் சாட்டிய பழியெல்லாம் ராகு தூண்டிவிட்டு நடந்தது. உனக்கு அது தெரியாதா?

கிச்சண்ணா – அப்படியா?

பெரியண்ணா – ஆமாம். பானு அதுக்குத் தூபம் போட்டு ஆரத்தி எடுத்திருப்பாள். வெங்காச்சம் தெரிந்தும் தெரியாதது போலே இருந்தானோ – (தினசரி படபடத்தது) இல்லை.... அவனும் கூட மகனுடன் சேர்ந்துண்டு சதியாலோசனை பண்ணியிருக்கான்னு அந்த தினசரி சொல்லுகிறது. எப்படியோ இருக்கட்டும். விஷயம் தெரிஞ்சால் பாச்சப்பா லேசில் விடுவானா? வீண் அபவாதம் செய்யப் புறப்பட்டான்னு கோபால் தாஸோடு சேர்த்து ராகுவையும் கோர்ட்டுக்கு இழுத்தாலும் இழுப்பான். விஷமத்தை ராகு செய்தாலும் அபராதம் நான்தானே கொடுக்க வேணும்? அதனாலே கோபால் தாஸுடன் ராசி பண்ணிக் கொண்டேன். சொல்லப்போனால் ராகுப் பயல் அம்மாவோட புலம்பல் தாங்காமல்தான் இப்படியொரு யுக்தி செய்தான்னு தோணுகிறது.

வெங்காச்சண்ணா தினசரியைத் தாழ்த்தினான். அவன் முகத்தில் ஈயாடவில்லை. பானு மன்னி சித்ராவை எண்ணிப் புலம்புவதை சற்று நிறுத்திக்கொண்டு மௌனமானாள்.

ராகு – ஓ ஏதோ வேடிக்கையாக பாச்சப்பாவைக் கொஞ்சம் பயமுறுத்திப் பார்க்கலாமேன்னு சொல்லி வைத்தேன். அது இப்படியெல்லாம் ஆகுமுன்னு தெரிஞ்சிருந்தால்...

சந்துரு உரக்கச் சிரித்தான்.

பெரியண்ணா – (அவன் பக்கம் திரும்பினார்) – ஏலே! நீ மாத்திரம் என்ன... லேசுப்பட்டவனோ அந்தப் பொண்ணு சாந்தா வந்து அழுதுவிட்டுப் போச்சு. ஊரெல்லாம் ஏதேதோ சொல்லித் திரிஞ்சுண்டு அவள் பெயரைக் கெடுக்கப் பார்க்கிறாயாம்.

கிச்சண்ணா முகம் சிறுத்தது. இதைப் பெரியண்ணா பார்த்துவிட்டதை பத்மேஷ் கவனித்தான்.

பெரியண்ணா - கிச்சா, உனக்கு இதைப்பத்தி ஒண்ணுமே தெரியாதா? சுக்ரீவன் குகை விழாவுக்கு நீ போகவில்லையா? அங்கே நாலு காவாலிப் பசங்களாச் சேர்ந்துண்டு சாந்தாவை படாதபாடு படுத்தினாளாமே.... நீயும் சந்துருவும் அடுத்த மேஜையிலே இருந்ததாக சாந்தா சொல்லுகிறாள்.

கிச்சண்ணா (முணுமுணுத்தான்) - இந்த ஊரிலே கலகத்துக்குக் கேட்க வேணுமா? அதுக்கு தூண்டுகோல் வேறு வேணுமா என்ன? சாந்தா பாட்டுக்கு வீட்டிலே இருக்கிறதுதானே!

பெரியண்ணா (விசனக் குரலில்) - உங்களையெல்லாம் சொல்லிக் குற்றமில்லை. என் மேலேதான் பிசகு. நான்தான் உங்களோட ஆசைகள் எத்தனை தூரம் போகுமுன்னு அறிஞ்சுக்காமே போனேன். போனது போகட்டும். இனிமேல் எப்படீன்னு யோசிப்போம். கிச்சா, உன் பிசினெசு விஷயம் எப்படியிருக்குன்னு சொல்லு.

கிச்சண்ணா - (மலைப்புடன்) அதொண்ணுமில்லே. விசேஷமா ஏதுமில்லே. எப்போதும் போலே கொஞ்சம் பணத்தட்டு .... அவ்வளவுதான்.

பெரியண்ணா - அது எவ்வளவோ?

கிச்சண்ணா - (குழப்பத்துடன்) - ரொம்ப ஒண்ணுமில்லே. கொஞ்சம் கொடுக்கல் வாங்கல்... இல்லையா, சுமார் 20,000 இருக்கும். பரவாயில்லை. எப்படியோ சமாளிக்கப் பார்க்கிறேன்.

பெரியண்ணா - நாளைக்கே எல்லாக் கணக்கையும் பார்த்து கொடுக்க வேண்டியதைக் கொடுத்துத் தீர்த்துவிடு. பணம் நான் கொடுக்கிறேன்.

கிச்சண்ணா அதிர்ந்துபோய்....“என்ன?” என்று உரக்கக் கூவினான். அவனுக்கு இயல்பான ‘அதொண்ணுமில்லை’

என்ற தோரணையை அவனும் அறியாமல் மறந்து விட்டான்.

பெரியண்ணா - ஆனால் இனிமேல் நீ பிசினெசு செய்ய வேண்டாம், ஒழுங்காய் ஒரு வேலையிலே அமரு.

கிச்சண்ணா - யார் கூப்பிடுகிறா?

பெரியண்ணா - அதைப்பற்றி உனக்கென்ன? நான் பார்த்துக் கொள்கிறேன்.

சேது மன்னி-(நீட்டி முழங்கிக்கொண்டு) ஏன்னா... இந்த சந்துருவுக்கு அத்தான் முத்துப் பெண்ணை....

பெரியண்ணா - செய்துவிட்டால் போச்சு.

சேது மன்னி, தன்னுடைய அடக்கமென்னும் அந்தப் பாசாங்கை விலக்கிவிட்டு குதித்தெழுந்தாள். பானு மன்னி முகம் நீண்டது. இதையும் பெரியண்ணா பார்த்துவிட்டார் என்று பத்மேஷ் அறிந்தான். அவர் பானு மன்னியைப் பார்த்துச் சொன்னார்.

“அவள் மகனுக்கு கலியாணம் பண்ணட்டும். நீ உன் மகனை சீமைக்கு அனுப்பேன்.”

திரும்பவும் எல்லோரும் ஒன்றும் புரியாமல் அப்படியே சமைந்து போனார்கள். பானு மன்னி உவகை மிகுந்து மகனை ஆவலுடன் பார்க்குமுன் பெரியண்ணா மறுபடியும் பேசினார்.

“ஒரு வருஷம் தவணை கொடுக்கிறேன். அதுக்குள்ளே சார்ட்டர்டு முதல் பரிட்சை தேறாவிட்டால் நேரே வயலைப் பார்க்க ஊருக்குப் போய்விடணும்.”

“ராகு மனசு வைத்தால் செய்து விடுவான்” - இது வெங்காச்சண்ணா.

அவன் மகனுக்காகப் பரிந்து பேசி யாரும் கேட்டதில்லை. மறுபடியும் சபையில் ஒரு மலைப்பு. “தங்கையை வேறு பார்த்துவிட்டு வரலாம். உன் பாடு சுகம்தான்.” பெரியண்ணா சிரித்தார்.

ராகு இளித்தான். இந்தத் தடவை அவன் பாவம் பவ்யமாக இருந்தது. எப்படியானாலும் பெரியண்ணா பணத்தைக் கழற்றுகிறார் அல்லவா?

பெரியண்ணா படுக்கப்போக எழுந்தார்.

"ஒரே ஒரு விஷயம். என்னோட 'பிளான்ட் கம்பெனி' திட்டம் தொடர்ந்து நடக்கும்" என்றபடி நடைக்கு வந்தார். பிறகு திரும்பிப் பார்த்தபடி, "பாச்சப்பா பஞ்சு பிசுனெசு கம்பெனியில்தான் கிச்சா, உனக்கு வேலை போட்டுத் தரச் சொல்லியிருக்கேன்."

அடிக்குமேல் அடி. இந்தக் கடைசித் தாக்குதலையும் கிச்சண்ணா சிவனே என்று ஏற்றான்.

பத்மேஷ் நினைத்துக்கொண்டான். திரும்பவும் இவர்கள் வாழ்வு முன்னைப் போலப் போய்க்கொண்டிருக்கும். அதே சூழ்நிலையில் சிறிதும் கவலையில்லாமல் வாழ்வார்கள். அதே போல பூசல், கூப்பாடு, நடுவில் ரகளையென்றும் நடக்கும். வாசலிலும் அது போலவே... மோர்ச்சா போகும், கூக்குரல் கேட்கும்... பிச்சைக்காரன் பாடுவான்.

> தூங்கையிலே வாங்கும் மூச்சு
> அது சுழிமாறிப் போனாலும் போச்சு.

ஓயாமல் இவர்கள் இந்தச் சக்கரத்திலேயே சுழன்று கொண்டிருப்பார்கள். இதை மாற்ற வேறு உலகம் படைக்க ஒருவனாவது ஒரு விரலை அசைக்கப் போவதில்லை. அவன் மாத்திரம்... அவன் மாத்திரம்....

பத்மேஷ் அவன் அறைக்குப் போனான். நெடுநேரம் கண் கொட்டாமல் சுவர்ணதேவியைப் பார்த்திருந்தான். இந்த இடத்தில், இந்தச் சூழ்நிலையில் அவன் இதயத்தில் நம்பிக்கை பிறக்க வேண்டுமானால், அன்னை என்னும் இந்தச் சக்திதான் மனிதர்களை அமரர்களாக்க வேண்டும்.

மறுநாள் சனிவார்பேட்டையிலுள்ள ஒரு சிறு ஜாகையில் பத்மேஷ் தன் புதிய க்ளினிக்கை திறந்து வைத்தான். முதல் நோயாளியை எதிர்பார்த்து அவன் சன்னலண்டை நின்றான். அருகில் வனப்பின் இலக்கியம் - ஜானா. எதிரே புவனீச்வரர் வட்டம். நீர்வீழ்ச்சி. புறாக் கூட்டம். சுடர் மிகுந்த வானத்தில் சாம்பல் நிறப் புறாக்கள் கூட்டமாக எழும்பின. ஜனத்திரள் வட்டத்தைச் சுற்றிப் பொருமி அலைபாய்ந்து சென்றது. கடலிருந்த திக்கிலிருந்து ஒரு இளந்தென்றல் வீசிற்று, அந்தக் காற்றில் அவள் கூந்தலின் நறுமணம் அவனை எட்டிற்று. புது வாசவேஸ்வரம்.

இனிமேல் அவன் கண்முன் நிற்கப் போவது ஒரு புது வாழ்வு. பண்டை எளிய வாழ்வை இங்கே மறுபடியும் பிறக்கச் செய்வான். வினோதத்திலும் வினோதம். இந்த அமளியில் குன்றா உற்சாகத்துடன் அவன் புது வாழ்வை விரும்புகிறான். அருகிலுள்ள அவளைப் பெருமிதத்துடன் நோக்கினான்.

எல்லாவற்றையும் புரிந்துகொண்டாற்போல அவள் சொன்னாள். “பைத்தியக்கார எண்ணம்.”

“எது?”

“மனோவியாதிக்கு சிகிச்சை செய்து... படிச்சவாளிடம் காணாத நுண்ணுணர்வை இங்கே சனிவார்பேட்டையிலே காணலாமுன்னு நினைக்கிறாயா?”

“படிச்சவாளைத்தான் யுதாஜித் மலையிலே பார்த்தாச்சே. அவாளைத் திருத்த முடியுமா?”

ஜானா விசனம் நிரம்பிய குரலில் சொன்னாள். “இவாளையோ? அதுவும் நடக்கக்கூடிய காரியமாகத் தோணவில்லை.”

“எனக்கென்னமோ ஒரு பிரமை. சொப்பனத்திலே எதையோ தேடி திக்குத் தெரியாமே ரொம்ப நேரம் எங்கேயெல்லாமோ சுற்றிவந்த மாதிரி ஒரு நினைப்பு. அப்படி அலைஞ்சு திரிஞ்சு வழிதவறி திண்டாடிவிட்டு வந்து சேர்ந்தோமானால்

சாதாரணமாக அப்பாடா பிழைத்தோமுன்னு உட்காரத் தோணாதோ? அதுக்கு பதிலாக எனக்கு ஒரே ஆத்திரமாக இருக்கு. தொண்டு செய்ய வேணும்... ஜனங்களுக்கு உதவ வேணுமுன்னு அப்படியொரு உந்தல் என்னைப் பிடித்துத் தள்ளுகிறது. எப்படித்தான் இந்த உறுதியும் நம்பிக்கையும் ஏற்பட்டதோ தெரியவில்லை. யுதாஜித் மலைவாசிக்கு இந்த உற்சாகத்தைப் பார்த்தால் அலட்சியமாகப்படும். அவனுடன் பேசியும் லாபமில்லை. தன்னலமென்னும் ஓடு அவனைப் போர்த்தி மூடியிருக்கு. அதை உடைத்தெறிவதும் சிரமம். அப்படிச் செய்தாலும் அனுகூலமில்லை. உள்ளே இருக்கும் அவனோட அந்தக் கொளகொளத்த அந்தரங்க நிலையை இனிமேல் கெட்டிப்படுத்த முடியுமா? இந்த ஜனங்கள் வேறுமாதிரி."

அவன் எதிரே சாலையில் புரளும் ஜனத்திரளைச் சுட்டிக் காட்டினான். "எளிய தளத்திலே வாழுகிறவன் உள்ளம் சிக்கலான அமைப்புக் கொள்ளாது. அவனுடைய ஆக்கத் தன்மையைக் குழைத்து உருவாக்க முடியும். என்னோட மனோதத்துவ அறிவைக் கொண்டு நான் அவனோடு தொடர்பு கொள்ள இயலும். அவனிடம் பேசிப் பழக வேண்டியதில்லை. சைகையாலும் ஜாடையாலும் அறிகுறியாலும் பல விஷயங்களை உணர்த்தி விடலாம். வரப்போகும் சமூக வாழ்வின் ஒழுங்குமுறையை நிர்ணயிக்க அவன்கிட்டே தெம்பு வேண்டாமா? இப்படியொரு சூழ்நிலை ஏற்படுத்தினால்தானே அதை உயிர்ப்பிக்க அவனிடம் சுறுசுறுப்பும் ஊக்கமும் தோன்றும்? முற்றிலும் புதிய பலங்கொண்ட ஒரு சமூகம் என்னமோ உண்டாக வேணும். சென்றது உபயோகமில்லை. நாமெல்லோருமே இன்று புதிதாகப் பிறந்தோமுன்னு நினைத்தால்....?"

தூசி நிரம்பிய அந்த சனிவார்பேட்டையின் காற்றில் பத்மேஷின் நீண்ட கேசம் நெற்றியில் புரண்டோடியது. எதிர்காலத்தில் வரப்போகும் சமூக பூகம்பத்தை உத்தேசித்து, வீர நிலையில் நின்றன அவ்விரு உருவங்களும்.

முடிவுரை

அன்று இரவு சொப்பனத்தில் மறுபடியும் நாராயணரும் நாரதரும் பத்மேஷ் முன் தோன்றினார்கள்.

இருவரும் சமுத்திரக் கரையோரத்தில் உலாவிக் கொண்டிருந்தார்கள். தூரத்தில் பனி மூட்டத்திற்கு அப்பால் மங்கலாக ஒரு மலை தெரிந்தது. யுதாஜித் மலையைப் போலவே இருந்தது. நாரதர் தன் தெய்வீகத் தோழனை இறைஞ்சும் பாவனையில் பார்த்தார்.

“இன்னுமா விஷயம் விளங்கவில்லை? இத்தனை தூரம் ஆதித்திய நாட்டை சுற்றிப்பார்த்த பிற்பாடு கூட உனக்குப் புரியவில்லையா?”

“பிரபோ, எங்கும் ஒரே மோதலாகவே காண்கிறது. என் குழப்பம் அதிகமாகிறது.”

“மோதல் இல்லாமல் எப்படியிருக்க முடியும்? இது கலியுகமாயிற்றே!”

“வைவஸ்வதமன்வந்தரே.... சுவேதவராக கல்பே.” என்று ஏதோவொன்று பத்மேஷு-க்குள் முணுமுணுத்தது. நாராயணர்

மேலே கேட்டார். "நீ இதை கிருதயுகமென்று நினைத்து விட்டாயோ? அப்படியானால் தர்மம் நாலுகால்களுடன் பூர்த்தி பெற்ற திருப்தியுடன் நிற்குமே."

நாரதர் உடலில் ஒரு சிறு நடுக்கமுண்டாயிற்று.

"இருந்தாலும் இத்தனை பூசலும், அதர்மமும், சண்டையும் இருக்குமென்னு நான் நினைக்கவில்லை."

"கலியென்றாலே கலகம்தானே. இங்கே சொத்துண்டானால்தான் பதவி கிட்டும்... பணத்தைக்கொண்டே நற்குணம் சம்பாதிக்கலாம். பொய் சொல்லி உயர்ந்த அந்தஸ்தும் பெறலாம். சிற்றின்பத்தைக் குறித்தே மனிதன் தாம்பத்திய வாழ்வைக் கோருவான். புணர்ச்சியே இன்பமென்ற நோக்கம் அவனுடையது."

"அப்படியானால் மானிடனுக்கு விமோசனமே கிடையாதா?"

"உண்டு. இல்லையென்று சொல்ல முடியுமா? ஒவ்வொரு கல்ப ஆரம்பத்திலும் மனிதனுக்குத் திரும்பவும் ஒரு தகுந்த வாய்ப்பை... ஒரு நல்ல சந்தர்ப்பத்தை நான் கொடுக்கிறேன். ஆனால் முன்னேற்றமும் சிதைவுமாக மாறி மாறி ஏற்பட்டுக் கொண்டேயிருக்கிறது. மனிதர்கள் என்ன - தேவர்கள் கூட வெற்றி கொண்டு அமரத்தன்மை வாய்ந்து முன் போவதும், அப்புறமாக செருக்கினால் மமதை கொண்டு வழுவி விழுவதுமாக இருக்கிறார்கள். அவர்களை மீட்க நான் கொள்ளும் அவதாரங்கள்தான் பிரபஞ்சத்தின் ஒப்புயர்வில்லாத வினோதங்கள். ஒவ்வொரு கல்ப ஆரம்பத்திலும் பிரம்மா என் நாபிக் கமலத்தில் தோன்றுவான்." அவர் பேசிக் கொண்டிருக்கும்போதே சமுத்திரத்தில் ஸ்ரீமன் நாராயணர் பள்ளி கொண்டிருப்பது நன்றாகத் தெரிந்தது. தாமரைப் பூவின் நீண்ட தண்டு உயரே எழும்பிச் சென்றது. எங்கேயோ உயரே மேகங்களுக்கு அப்பால் பிரம்மா வீற்றிருப்பது லேசாகப் புலப்பட்டது. இதென்ன! இந்தச் சமுத்திரம் நம் அரபிக் குட்டையைப் போல தேங்கி நிற்கிறது. சயனத்தில் இருக்கும் நாராயணர் முகங்கூட பத்மேஷ் முகம் மாதிரி.... இல்லை. இல்லை. அப்படியிருக்க முடியாது.

“நாரதா, பிரம்மன் சிருஷ்டி வேலையைத் தொடங்க முடியவில்லை. பூமி சமுத்திரத்திற்குள் மறைந்து விட்டது. அசுரப் பிசாசு, உருவங் கொண்டு பூமியைப் பாதாளத்தில் ஒளித்து வைத்துவிட்டது. உடனே நான் சுவேத வராக ரூபம் எடுத்தேன்.”

நாராயணர் பேசும்போது ஒரு சாதாரண மனிதன் அளவில் சுவேத வராகமொன்று சமுத்திரத்திலிருந்து எழும்பி அடிவானத்தில்... நிழற்படம் காட்டிற்று. இரு கோரைப் பற்கள் இடையே, பூமிதேவியை ஏந்தி நின்றது. வராகம். அடடா... அந்த தேவியைப் பார்த்தால் அவனுடைய சுவர்ணப் பதுமை போல் அல்லவா இருக்கிறது.

“இதுவா சுவேத வராக அவதாரம்? இதை எப்படி நம்ப முடியும்?” நாரதர் தன் ஆத்ம தோழனை மலைப்புடன் நோக்கினார்.

“உனக்கு எல்லாவற்றையும் பிரபஞ்சத்தோடு அளவிட்டுப் பார்க்கும் வழக்கமாகிவிட்டது. சிறு துரும்பும் உதவும். சிற்சில சமயங்களில் சிறிதாக ஆரம்பித்து கொஞ்சங் கொஞ்சமாக மூலவேரையே கெல்லி எடுத்தால் பலமடையலாம். இதற்கு வேண்டிய உபமானங்களும் புராணங்களில் இருக்கின்றன. யாகத்தில் நிஷ்டை கொண்ட விஷ்ணுவை எழுப்ப இந்திரன் ஒரு சிறு வண்டாக வந்து அமர்ந்து அவருடைய தனுசை சிதைத்ததைப் பற்றிக் கேள்விப்பட்டதில்லையா?”

“சிறுகச் சிறுகப் பெரியது...” நாராயணர் பேசிக்கொண்டே போனார். நாரதரும் பிரமிப்புடன் அவரைப் பார்த்தபடி நின்று கொண்டிருந்தார்.

சுவேத வராகமூர்த்தி சுவர்ணதேவியின் காதண்டை சொன்னதை அவர்கள் கவனிக்கவில்லை. பத்மேஷ் காதில் என்னமோ அது தெளிவாக விழுந்தது.

“தேவி.... இப்படி ஒவ்வொரு கல்பத்திலும் இந்த உருவம் கொண்டு உன்னை இதுபோல் வாரியெடுத்துத் தூக்கி மகிழும் இன்பத்தைப் போல வேறொரு இன்பமுண்டோ?”

நாராயணர் நாரதரிடம் பேசிக்கொண்டே போனார். “ஆமாம். நீயே பார்த்துக்கொள். இப்படி யுகயுகாந்திரமாக உலகளக்கும் உருவங்கள் கொண்டு எதைக் கண்டேன். காலச் சக்கரம் ஓயாமல் சுழன்று கொண்டிருக்கிறது. ஏன் மானுடன் தனக்குத் தானாகவே ஒரு நியமம் ஏற்படுத்திக் கொண்டு, ஒவ்வொரு மனிதனும் ராமனாகவும் - கிருஷ்ணனாகவும் ஊதாமல் மனிதன் அளவில் பாடுபடக் கூடாது? பொறுமையையே பூஷணமாகக் கொண்டு... சிறுகச் சிறுக புல்லின் வேரிலிருந்து தொடங்கி.... அதற்காகத்தான் இந்த சுவேத வராகத்தை மனிதன் அளவில் உண்டாக்கினேன். என்னால் இனிமேல் உலகத்தைக் காக்க அவதாரங்கள் எடுக்க முடியாது வீண்...”

“அப்படியானால் மனிதன் கதி என்னவாகும்?”

“தானாக உழைத்து உருவாக்கக் கற்கட்டும். வீடு வீடாகப் போய் ஒவ்வொரு விதையாக விதைத்து பாடுபட்டு நல்ல பயிரை உண்டாக்கட்டும்.”

“சுவாமி கைவிடாதேயுங்கள்.”

நாராயணர் புன்னகை பூத்தார். “மாயை என்னவென்றாயே, அதைக் காட்ட முயன்றேன். அவ்வளவுதான்.”

இருட்டில் பத்மேஷ் எழுந்து உட்கார்ந்து கொண்டான். உஸ்.... அப்பாடா. இதென்ன சொப்பனம்? மனோ தத்துவ நிபுணனாக இருந்துங்கூட இந்தச் சொப்பனத்தின் விளக்கத்தை அவனால் தேர்ந்து உணர முடியவில்லை. ஒன்று மாத்திரம் நிச்சயமாகச் சொல்லுவான். ஒரு ஒருமையும் முழுமையும் உண்டாகும் வரையில், பிரித்துப் பிரித்து ஆராய வேண்டுமென்பது மனோதத்துவக் கொள்கை... ஒற்றுமையுடன் ஒரு சேர்மானம் அமையும் வரையில் ஆராய வேண்டும். எதையும் முதலில் விண்டு விண்டு பிரித்தால்தான் அப்புறம் சீரிய நிலை கொள்வது சுலபம். இதை ஒரு பிரமாணமாக வைத்துப் பார்த்தால் இப்போது அவன் செய்து வருவது பின்னோக்கிப் போகும் ஒரு பிரயாணம். ஆனால் இழந்து விட்டதைத் தேடிப் பிடிக்கத்

திரும்பிப் போனால்தானே முடியும்? இப்படி உள்ளுக்குள் சுருங்கினால் பார்வை குறுகிவிடுகிறதேவென்று அவன் யோசிக்கக் கூடாது. இதுபோல் சிறுகச் சிறுக ஆரம்பித்து... சிறிது சிறிதாக வாழ்வுடன் அங்கங்கே மறுபடியும் பற்பல தொடர்பு உண்டாக்க வேண்டும். அப்படிச் செய்தால் எதிர்காலத்தில் தானாகவே நம் சமூகம் வளர்ந்து வெளிக் கிளம்பும்.

★★★

கிருத்திகா என்ற பெயரில் திருமதி மதுரம் பூதலிங்கம் எழுதிவந்தார். *புகை நடுவில், சத்தியமேவ, பொன்கூண்டு, வாசவேஸ்வரம், தர்மக்ஷேத்திரே, புதிய கோணங்கி, நேற்றும் இன்றும்* - இவை இவரின் படைப்புலக சாதனைகள்.

1953 முதல் எழுதி வரும் கிருத்திகாவின் நாவல்களில் சமூக அக்கறையும், தொலை நோக்கும் தெரியும். விமர்சன வெளிச்சத்தில் சமூதாயத்தை அடையாளப்படுத்தும் இவர் எழுத்தில் நளினமும், அங்கதமும் சுவை சேர்க்கும்.

ஆங்கிலத்தில் குழந்தைகளுக்கான புத்தகங்கள் எழுதியுள்ளார். இவருடைய சிறுகதைத் தொகுப்பு ஆங்கிலத்தில் வெளிவந்துள்ளது.

www.ingramcontent.com/pod-product-compliance
Ingram Content Group UK Ltd.
Pitfield, Milton Keynes, MK11 3LW, UK
UKHW042134021026
15589UKWH00003B/828

9 789391 748395